VIETNAMESE STORIES

FOR LANGUAGE LEARNERS

VIETNAMESE STORIES
FOR LANGUAGE LEARNERS

Tri C. Tran | Tram Le

University of California, Irvine

TUTTLE Publishing

Tokyo | Rutland, Vermont | Singapore

Published by Tuttle Publishing, an imprint of Periplus Editions (HK) Ltd.

www.tuttlepublishing.com

Copyright © 2022 by Tri C. Tran and Tram Le
Front cover illustration by Nguyen Thi Hop & Nguyen Dong

Audio recordings by Vanessa Hong-Van Nguyen and Zachary Ngoc Nguyen

Library of Congress Cataloging Number 2017950771

ISBN 978-0-8048-5529-7
(Previously published under ISBN 978-0-8048-4732-2)

Distributed by

North America, Latin America & Europe
Tuttle Publishing
364 Innovation Drive
North Clarendon, VT 05759-9436 U.S.A.
Tel: 1 (802) 773-8930
Fax: 1 (802) 773-6993
info@tuttlepublishing.com
www.tuttlepublishing.com

Japan
Tuttle Publishing
Yaekari Building, 3rd Floor
5-4-12 Osaki
Shinagawa-ku
Tokyo 141 0032
Tel: (81) 3 5437-0171
Fax: (81) 3 5437-0755
sales@tuttle.co.jp
www.tuttle.co.jp

Asia Pacific
Berkeley Books Pte. Ltd.
3 Kallang Sector #04-01
Singapore 349278
Tel: (65) 6741-2178
Fax: (65) 6741-2179
inquiries@periplus.com.sg
www.tuttlepublishing.com

26 25 24 23 22   6 5 4 3 2 1   2110VP
Printed in Malaysia

TUTTLE PUBLISHING® is a registered trademark of Tuttle Publishing, a division of Periplus Editions (HK) Ltd.

Contents

How to Download the Audios of this Book.

1. You must have an internet connection.
2. Type the URL below into your web browser.

http://www.tuttlepublishing.com/vietnamese-stories-for-language-learners-downloadable-cd-content

For support email us at info@tuttlepublishing.com.

Foreword

The Vietnamese teach their children not only the language, but also the history and cultural values of their people, using folktales passed down from generation to generation. Through this collection of short stories, it is our genuine hope that the reader will enjoy a glimpse of Vietnamese life—both mystic and actual—in antiquity, from the time the Earth was governed by supernatural powers to the time society was under feudal rule. We have scouted the archives for rare and seldom-told fables, wherein wondrous worlds unfold, sharing hard-earned lessons, the origins of Vietnamese traditions, and universal truths. As these tales have been passed down for centuries through the oral tradition, cultural notes have been included for a full and thoughtful understanding of how the characters' natural and social environments caused them to behave and interact within the societal structures of their time.

More often than not, culture is a by-product of the acquisition of a new language. At least, that is how most language classes and textbooks are structured. This compilation, on the other hand, attempts to enhance the reader's language-learning experience through the cultural context. In this mode, language is subtly imparted through the immersion in descriptions of riveting events and traditional practices. This book is for mid- to high-intermediate language learners. With English and Vietnamese versions set side by side, the reader will be able to trace how each word or idiomatic phrase is translated to retain the essence of the original text. Additionally, each story comes with a glossary (broken down into parts of speech), which includes selected idiomatic expressions. New vocabulary is often recycled to facilitate the reader's learning process. Cultural notes clarify some details in the stories for better understanding, as well as better appreciation of the texts. Finally, discussion questions create dialogue for critical thinking, points of view, psychological and philosophical observations, etc.

This collection of folklore was compiled in the spirit of an old Vietnamese saying "Ôn cố tri tân" ("Review old things to understand new ones"). It is the authors' ambition that it serves the readers' language-learning goals and is passed down to future generations. We sincerely hope that you can relate with some of its diverse characters and situations, which celebrate the human condition in all its triumph and folly. Let's now turn the page and begin our cultural and linguistic journey!

Tri C. Tran and Tram Le
University of California, Irvine

The Magic Longbow
Trong Thuy and My Chau

Love can become complicated when it involves the destiny of two nations. It is all the more complicated when one person acts out of the expression of true love while the other one acts out of selfish gain. The story tells of the tragedy of a king whose daughter connives with her husband, the son of a neighboring country's king. The latter, neighboring king has the wicked intention of using the young couple's marriage to fulfill his ambition of land conquest.

King An Duong Vuong ruled over the kingdom of Au Lac and had a daughter named My Chau. The king gave orders for a citadel to be constructed to protect his territory. Strangely, as soon as a part of the fortress was constructed, that part collapsed. An Duong Vuong gave offerings to ask the gods for help. After several days and nights, a gigantic golden turtle appeared. It was the god Kim Quy.

He said, "The fortress is collapsing because a demon is destroying it. I will help you build a fortress that cannot be messed with anymore."

From that moment on, they were able to build the strong fortress without hindrance. Following Kim Quy's instructions, the fortress was built in a unique spiral shape. The people called it "Loa (old spiral) Citadel" because of this.

When the god bid farewell, the king respectfully asked, "Your holiness, the entire kingdom of Au Lac is deeply indebted to you. Loa Citadel is very strong, but how do we fight back if we are surrounded by invaders?"

Kim Quy removed one of his claws and gave it to the king saying, "I give you this claw to make into a longbow. When you are in danger, say my name three times. I will come to help you."

When he finished, the god disappeared into the ocean. The king commanded that a longbow be fashioned from the claw. This magic longbow was marvelous—each pull shot out thousands of arrows at the same time.

To the north of Au Lac was the country of Nam Viet where Trieu Da ruled. Trieu Da had invaded Au Lac with his armies many times, but never successfully. With the magical longbow, An Duong Vuong's army easily destroyed Nam Viet's army. Knowing that My Chau was looking for a husband, Trieu Da pretended to make peace with An Duong Vuong, and asked for My Chau's hand in marriage to his son, Trong Thuy. An Duong Vuong agreed to give away his daughter in order to strengthen the bond between the two countries. Trong Thuy went to Au Lac to live with his wife's family in the palace. After living some time with My Chau, he began trying to inveigle information from her.

He asked in feigned innocence, "Au Lac's army doesn't have very many weapons, so how does it always manage to destroy the enemy's innumerable forces?"

Chuyện Cây Nỏ Thần

Trọng Thuỷ My Châu

Tình yêu có thể trở thành phức tạp khi nó liên quan đến vận mệnh của hai quốc gia.
Lại càng phức tạp hơn nữa khi một bên có tình yêu thật sự, còn một bên chỉ vì một
mục đích nào khác. Câu chuyện kể về thảm kịch của một nhà vua có cô con gái
thông đồng với chồng là con của một vì vua nước láng giềng có dã tâm dùng hôn
nhân của hai người trẻ tuổi để đạt được tham vọng xâm lăng của mình.

Vua An Dương Vương ở xứ Âu Lạc có người con gái tên My Châu. Nhà vua ban lệnh
xây thành luỹ kiên cố để bảo vệ bờ cõi. Có điều lạ là thành cứ xây lên đến đâu thì lại sụp
đổ đến đó. An Dương Vương lập đàn cầu xin Trời giúp đỡ. Sau mấy ngày đêm, có một
con rùa vàng khổng lồ hiện ra. Đó là thần Kim Quy. Thần bảo:

– Thành xây lên lại sụp xuống là vì có yêu quái phá phách. Ta sẽ giúp nhà vua xây
   thành mà không bị quấy nhiễu nữa.

Từ lúc đó trở đi, thành được xây lên ngày càng kiên cố. Theo lời chỉ bảo của thần
Kim Quy, thành được xây theo hình trôn ốc. Người dân gọi đây là Loa thành vì hình dạng
độc đáo của nó. Khi thần Kim Quy từ biệt, nhà vua cung kính hỏi:

– Thưa Thần, toàn dân Âu Lạc hết lòng đội ơn Thần. Loa thành thật là kiên cố, song
   nếu giặc bao vây thành thì lấy gì mà chống cự?

Thần Kim Quy lấy một cái móng vuốt của mình, đưa cho nhà vua mà rằng:

– Ta tặng nhà vua cái móng này để chế thành cái nỏ. Khi lâm nguy, nhà vua hãy gọi
   tên ta ba lần; ta sẽ đến giúp nhà vua.

Nói xong, Thần đi thẳng xuống biển rồi biến mất. Nhà vua truyền lệnh chế móng vuốt
thành nỏ. Nỏ thần thật kỳ diệu, mỗi lần bắn ra được hàng ngàn mũi tên cùng một lúc.

Phía bắc của Âu Lạc là nước Nam Việt do Triệu Đà cai trị. Đã nhiều lần Triệu Đà
đem quân xâm lấn Âu Lạc nhưng không thành. Từ lúc có nỏ thần, quân của An Dương
Vương lại càng dễ bề tiêu diệt quân Nam Việt. Biết My Châu đang kén chồng, Triệu Đà
vờ làm hoà rồi xin hỏi cưới công chúa cho con trai của mình là Trọng Thuỷ. An Dương
Vương thuận gả con mình, cốt để thắt chặt mối giao hảo giữa hai nước. Trọng Thuỷ
sang Âu Lạc, gởi rể tại hoàng cung. Sống với My Châu được một thời gian, chàng bắt
đầu lân la dò hỏi tin tức. Chàng vờ như vô tình, hỏi My Châu:

– Vũ khí của quân Âu Lạc không lấy gì làm nhiều, cớ sao lúc nào cũng tiêu diệt được
   vô số đối phương?

My Châu lúc này đã thật bụng yêu thương và tin tưởng chồng. Nàng thật tình kể hết
cho Trọng Thuỷ nghe đầu đuôi câu chuyện rồi lén vua cha đưa Trọng Thuỷ đến nơi dấu
nỏ thần. Trọng Thuỷ tìm cách đánh tráo nỏ giả để lấy nỏ thần. Ít lâu sau, Trọng Thuỷ lấy
cớ nhớ nhà muốn về thăm quê hương. Chàng thủ thỉ với vợ:

By this time, My Chau truly loved and trusted her husband. She told him everything from beginning to end, and even snuck him past her father into the place where they hid the magic longbow. Trong Thuy found a way to switch the magic longbow with a fake one. Not too long afterwards, he made an excuse that he missed his family and wanted to visit his homeland.

He sweetly said to My Chau, "I have to go home to visit the King Father and Queen Mother. If something unfortunate separates you and me, what should I do?"

My Chau gently replied, "I have a shirt made of precious goose feathers. If anything happens, I will leave a trail of feathers. Just follow it to find me."

Trong Thuy brought the magic longbow home as a present for his father. Trieu Da did not hesitate and immediately ordered his army to fight Au Lac. An Duong Vuong was confident that his magic longbow was going to destroy the enemy forces as usual. Of course, the fake longbow could not stop the enemy from rushing in like water from a broken dam. Seeing that the situation was perilous, An Duong Vuong sprang onto his horse with My Chau, and headed straight for the south. While he made his escape, the king suddenly remembered Kim Quy's words, so he loudly called out the god's name three times.

Kim Quy appeared and informed the king, "Your enemy is none other than the one sitting right behind you!"

An Duong Vuong suddenly understood what had happened. He unsheathed his sword and beheaded My Chau. Later, Trong Thuy followed the goose feather markings My Chau left behind, only to find his wife's corpse. He hugged her and cried. Then he jumped into a nearby well, killing himself.

People say that My Chau's blood ran into the ocean, soaked into the mussels with pearls in them, and dyed them crimson red. If you can find one of these pearls and wash it with water from the well where Trong Thuy drowned, the pearl will suddenly become brilliant and sparkle spectacularly.

Cultural Notes
1. As in some other Asian cultures, the turtle is one of the four holy animals in Vietnam. The other three are the dragon, the *qilin* and the phoenix.
2. It was customary that a married woman lived with her husband's family (to take care of the whole family), in a practice called "làm dâu." However, there were a number of married men who lived with their wife's family, as is the case in this story. This practice is called "gửi rể."

Vocabulary and Expressions

NOUNS
bờ cõi   *frontier, territory*
đối phương   *enemy, rival*
hình trôn ốc   *spiral form*
kẻ thù   *enemy*
lông ngỗng   *goose feather*
mẫu hậu   *the Queen Mother*

mối giao hảo   *good relationship*
móng vuốt   *claw*
mũi tên   *arrow*
nỏ thần   *magic longbow*
rùa vàng   *golden turtle*
thần   *genie*

thành luỹ   *citadel and rampart*
tình hình   *situation*
vũ khí   *weapon*
vua cha   *the King Father*
yêu quái   *demon*

– Ta phải về thăm vua cha và mẫu hậu. Nếu chẳng may có điều gì rủi ro ngăn cách ta và nàng, ta phải làm sao đây?

Mỵ Châu thỏ thẻ:

– Thiếp có một chiếc áo bằng lông ngỗng quý. Nếu có bề gì, thiếp sẽ rắc lông ngỗng trên đường. Chàng cứ lần theo đó mà tìm ra thiếp.

Trọng Thuỷ mang nỏ thần về dâng cho cha. Triệu Đà không chần chờ, xua ngay quân qua đánh Âu Lạc. An Dương Vương đinh ninh nỏ thần sẽ lại tiêu diệt quân thù như mọi lần. Tất nhiên, nỏ giả không ngăn được quân địch đang tràn đến như nước vỡ bờ. Thấy tình hình nguy ngập, An Dương Vương phóng lên lưng ngựa, ngồi sau là Mỵ Châu, phi thẳng về hướng nam. Trên đường tẩu thoát, nhà vua chợt nhớ đến lời dặn dò của thần Kim Quy nên gọi tên thần ba lần thật lớn. Thần Kim Quy hiện ra mách bảo:

– Kẻ thù của nhà vua chính là kẻ đang ngồi sau lưng ngài đó!

An Dương Vương chợt vỡ lẽ. Ngài tuốt gươm ra chém đầu Mỵ Châu. Trọng Thuỷ lần theo dấu lông ngỗng do Mỵ Châu để lại và tìm ra xác vợ. Chàng ôm vợ khóc ngất rồi nhảy xuống một cái giếng gần đó tự vẫn. Người đời sau đồn rằng máu của Mỵ Châu chảy xuống biển, thấm vào những con trai có ngọc, nhuốm màu đỏ thẫm. Ai bắt được những viên ngọc này, lấy nước giếng nơi Trọng Thuỷ trầm mình để rửa, ngọc bỗng trở nên sáng ngời, lóng lánh lạ kỳ.

ADJECTIVES
độc đáo   *unique*
khổng lồ   *gigantic*
kiên cố   *strong*
kỳ diệu   *marvelous*
nguy ngập   *perilous*
rủi ro   *unfortunate*
vô số   *innumerable*
vô tình   *unintentional*

VERBS
ban lệnh   *to give an order*
bao vây   *to surround*
bảo vệ   *to protect*
cai trị   *to rule*
chém đầu   *to decapitate*
chống cự   *to resist*
đánh tráo   *to switch*
đinh ninh   *to be convinced*
dò hỏi   *to inquire*
đội ơn   *to be deeply indebted*

gởi rể   *to live with the family of one's wife*
kén chồng   *to look for a husband*
làm hoà   *to make peace*
lâm nguy   *to be in danger*
lân la   *to get closer*
lập đàn   *to set up a place (to give offerings)*
lóng lánh   *to sparkle*
mách bảo   *to inform*
phá phách   *to vandalize*
quấy nhiễu   *to hurry*
tẩu thoát   *to escape*
thỏ thẻ   *to talk in a gentle manner*
thủ thỉ   *to talk in a soft and intimate manner*
tiêu diệt   *to wipe out*
tin tưởng   *to trust*
từ biệt   *to bid farewell*
tự vẫn   *to kill oneself*

tuốt gươm ra   *to unsheathe the sword*
vỡ lẽ   *to realize*
vờ   *to pretend*
xâm lấn   *to invade*

ADVERBS
cung kính   *respectfully*
dễ bề   *easily*
hết lòng   *whole-heartedly*
thật bụng   *truthfully*
thật tình   *honestly*

CONJUNCTION
song   *but*

IDIOMATIC EXPRESSIONS
đầu đuôi câu chuyện   *the long and the short of it*
nếu có bề gì   *should anything happen*
như nước vỡ bờ   *like water from a broken dam*

Discussion Questions
1. How can a spiral shape be good for the defense for a citadel?
2. What do you think about arranged marriages, in ancient as well as in modern times?
3. Do you agree with An Duong Vuong's decision to behead his daughter for treason? Why or why not?

The Story of Chu Dong Tu
The Reluctant Groom

A strong belief in something can be the reason for one to make extremely bold decisions. A princess meets a young man in an uncomfortable situation and believes that fate has arranged that unusual encounter. In deciding to marry him, she goes against the traditional customs that every woman has to obey in a feudalist and patriarchal society.

King Hung III had a divinely beautiful daughter named Tien Dung. She liked to travel here and there, visiting natural landscapes during the four seasons. During that time, in the village of Chu Xa, there lived a widower and his son, Chu Dong Tu. They were so poor that they took turns using only one loincloth whenever they went out in public. When the father was on his deathbed, his last words were for his son to keep the loincloth for himself. Chu Dong Tu did not have the heart to bury his father naked and cold, so he buried the loincloth with his father. From that moment on, he caught fish in the river at night and immersed himself in the water to sell his catch to passing boats during the day.

One evening, as Chu Dong Tu was swimming in the river, princess Tien Dung's royal barge passed by. Frightened, he swam to shore and hid, using sand to cover his body. He did not realize that Tien Dung had given orders for her entourage to pull ashore and rest. She ordered her tent to be set up exactly where Chu Dong Tu was hiding so she could bathe. Her bath water splashed down, exposing his naked body. Though Chu Dong Tu was shaking and embarrassed, Tien Dung talked to him and found out about his miserable situation.

She mused, "I'd never thought about getting married, but it's ironic how I unexpectedly met this man. Is this our destiny or what?"

She then boldly decided to have a wedding ceremony with this stranger. News of Tien Dung marrying a man without permission made its way to the palace.

The king was furious and grumbled, "Tien Dung has disregarded the order of things, and has married someone of low rank. From this moment on, I forbid that disobedient child to ever come back here again!"

From then, Tien Dung and Chu Dong Tu lived a simple life, making a living by setting up a trading post to buy and sell goods at the market. Slowly, their business became prosperous. They then opened a shop in a larger market. Day after day, customers flooded in, buying and selling. Chu Dong Tu diligently traveled to neighboring areas to start more businesses, while Tien Dung stayed to watch over their shop.

Along his route, Chu Dong Tu happened to run into a hermit who taught him some magic. The hermit gave him a cane and a hat, saying that the two objects had supernatu-

Chử Đồng Tử
Chàng Phò Mã Bất Đắc Dĩ

Một niềm tin tưởng mãnh liệt vào điều gì đó có thể khiến ta có những quyết định vô cùng táo bạo. Một nàng công chúa gặp gỡ một thanh niên trong một hoàn cảnh éo le tin rằng định mệnh đã sắp xếp cho cuộc hội ngộ lạ kỳ đó. Nàng quyết định nhận người thanh niên làm chồng, vượt qua lễ giáo mà người con gái nào cũng phải tuân theo trong xã hội phong kiến và dưới chế độ phụ hệ.

Hùng Vương đời thứ ba có một người con gái nhan sắc tuyệt trần, được đặt tên là Tiên Dung. Nàng công chúa này rất thích ngao du đây đó, thăm cảnh thiên nhiên bốn mùa. Vào thuở đó, tại làng Chử Xá, có người đàn ông goá vợ và đứa con trai tên là Chử Đồng Tử. Nhà nghèo đến nỗi hai cha con chỉ có chung một cái khố để mặc mỗi khi đi ra ngoài. Khi người cha lâm chung, ông trối trăn với con là hãy giữ cái khố mà mặc. Chử Đồng Tử không nỡ chôn cha lạnh lẽo, trần truồng nên nhường lại cái khố cho cha. Từ đó trở đi, ban đêm chàng mới ra sông câu cá, còn ban ngày thì dầm mình dưới nước để bán cá cho ghe thuyền trên sông.

Một hôm, Chử Đồng Tử đang bơi trên sông thì thuyền rồng của công chúa Tiên Dung đi ngang. Chàng hoảng sợ bơi vào bờ và dùng cát lấp thân mình lại để trốn. Chẳng ngờ Tiên Dung lại ra lệnh cho đoàn tuỳ tùng tấp vào bờ nghỉ ngơi. Nàng cho lệnh quây màn ngay chỗ Chử Đồng Tử đang nấp để tắm táp. Nước nàng tắm dội xuống làm lộ ra nguyên thân hình trần truồng của chàng trai đang run rẩy, thẹn thùng. Tiên Dung hỏi han Chử Đồng Tử và được biết cảnh ngộ bần hàn của chàng. Nàng trầm ngâm bảo:

– Ta vốn không nghĩ đến chuyện vợ chồng, nhưng hôm nay lại tình cờ gặp chàng trong hoàn cảnh trớ trêu này. Chắc đây là duyên nợ hay sao?

Đoạn nàng táo bạo quyết định làm lễ cưới với chàng trai xa lạ này. Tin Tiên Dung tự tiện lấy chồng bay về tới hoàng cung. Nhà vua nổi trận lôi đình, đùng đùng phán:

– Tiên Dung đã vượt qua lễ giáo mà lấy kẻ nghèo hèn. Từ nay ta cấm không cho đứa con bất hiếu đó về đây nữa!

Từ đó, Tiên Dung cùng Chử Đồng Tử sống đời dân dã, lập hàng quán mua bán ở chợ để sinh sống. Dần dần, việc buôn bán trở nên phát đạt. Hai vợ chồng mở hẳn một ngôi chợ lớn. Ngày ngày thương khách ra vào tấp nập, mua mua bán bán. Chử Đồng Tử chăm đi đến các vùng lân cận để mở mang thêm thương vụ, còn Tiên Dung ở nhà trông coi hàng quán. Trên đường ngược xuôi, Chử Đồng Tử tình cờ gặp một đạo sĩ bày cho cách luyện phép thần thông. Ông tặng chàng một cái gậy và một cái nón, nói là trong hai vật ấy có phép lạ. Về nhà, Chử Đồng Tử khoe hai vật lạ với Tiên Dung và kể lại chuyện gặp đạo sĩ. Hai vợ chồng quyết định đổi đời, thôi không buôn bán nữa mà quay qua chu du, tìm thầy học đạo.

ral powers. When Chu Dong Tu came home, he showed off these two strange objects to his wife and told the story of how he met the hermit. The couple decided to change their lives, leave their business, and travel the world to find a master to study the supernatural with these new objects.

One day, while they were traveling, the couple stopped at a small teashop to rest. Just as Chu Dong Tu set the cane down and hung the hat on top, the couple fell asleep. Oddly, when they awoke the following morning, they found themselves not inside the shabby teashop anymore, but instead in a magnificent palace, surrounded by royal officials and servants. Folks in the area came to worship and submitted themselves to the couple as if they were king and queen. From then on, that region became like a separate country, with the people living peacefully and well taken care of.

Not long afterwards, a gossiper tattled to Hung Vuong that there was a new country that wanted to rebel. The king believed this gossip to be true and assembled an army for battle. When the king's army arrived in the new country, the skies darkened and thunderstorms suddenly appeared. The entire palace and citadel twirled up into the heavens, bringing along Chu Dong Tu, Tien Dung, and all their trusted courtiers. The next morning, all that was left behind was a large marshy pond. The people of the area built a shrine there for worship, every year offering sacrifices. Everyone calls this marsh, which had a long-ago palace, "Nhat Da Trach." The marsh later became part of the Hung Yen province.

Cultural Notes

1. Hung Vuong (King of Bravery) is a royal title given to the ancient Vietnamese rulers in the Hong Bang period (2879–258 BC). There was a succession of 18 such kings who ruled over Van Lang, a feudal community of rice peasants. The first Hung king was Kinh Duong Vuong.
2. In the old days (and probably even nowadays still), most people strongly believed in fate when it came to love and marriage. The belief is that two people in love must have had some unfinished bonds (good or bad) in a previous life, which brought them together in the current life in the form of matrimony.

Vocabulary and Expressions

NOUNS
cận thần *trusted courtier*
cung điện *palace*
đầm *marsh*
đạo sĩ *hermit*
doàn tuỳ tùng *entourage*
hoàn cảnh *situation*
kẻ xấu miệng *gossiper*
khố *loincloth*
miếu *shrine*
nhan sắc *beauty*
Nhất Dạ Trạch *"One-Night Marsh"*

phép thần thông *magic*
quan lại *royal official*
thân hình *body*
thiên nhiên *nature*
thương khách *customer*
thương vụ *business*
thuyền rồng *royal boat*
Tiên Dung *"Fairy's Beauty"*

ADJECTIVES
bần hàn *poor, miserable*
goá *widowed*
lân cận *neighboring*

phát đạt *prosperous*
thẹn thùng *embarrassed*
tồi tàn *shabby*
trần truồng *naked*
tráng lệ *magnificent*
trớ trêu *ironic*
tuyệt trần *heavenly*

VERBS
chôn *to bury*
chu du *to globe-trot*
cúng tế *to worship and sacrifice*

Một ngày nọ, trên đường đi, hai vợ chồng ghé vào một quán nhỏ để nghỉ ngơi. Chử Đồng Tử vừa đặt cái gậy xuống và để cái nón lên trên rồi hai người ngủ lại trong quán. Lạ thay, sáng hôm sau khi hai vợ chồng thức giấc thì không còn thấy mình trong cái quán tồi tàn đâu nữa mà thay vào đó là một cung điện tráng lệ, có đủ quan lại và kẻ hầu người hạ. Dân chúng trong vùng kéo đến dâng lễ vật và xin thần phục hai vợ chồng như vua và hoàng hậu. Từ đó, vùng ấy trở thành như một nước riêng biệt, người dân sống thanh bình, no ấm.

Ít lâu sau, có kẻ xấu miệng mách Hùng Vương rằng có một nước mới đang muốn làm loạn. Nhà vua tưởng thật mang quân đến đánh. Khi quân của ngài đến nơi, trời đất bỗng nổi giông bão, tối sầm. Rồi cả cung điện, thành quách bị cuốn bay lên trời, mang theo Chử Đồng Tử, Tiên Dung và tất cả cận thần. Sáng hôm sau, chỗ đó chỉ còn lại một cái đầm lớn. Dân chúng trong vùng lập một cái miếu thờ, hằng năm cúng tế. Cái đầm nơi năm xưa có cung điện được mọi người đặt tên là Nhất Dạ Trạch, sau này thuộc tỉnh Hưng Yên.

dầm mình *to immerse one's body*	thần phục *to submit to*	tự tiện *without permission*
không nỡ *to not have the heart [to do something]*	trăn trối *to say one's last words*	**IDIOMATIC EXPRESSIONS**
lâm chung *to be dying*	**ADVERBS**	kẻ hầu người hạ *servants and lackeys*
làm loạn *to rebel*	đùng đùng *thunderously*	nổi trận lôi đình *to be in a black cloud of anger*
nấp *to hide*	no ấm *with adequate food and clothing*	trên đường ngược xuôi *along one's travel route*
ngao du *to go places*	táo bạo *boldly*	từ đó trở đi *from then on*
quây màn *to set up a tent*	tấp nập *in great number*	
quyết định *to decide*	thanh bình *in peace*	
run rẩy *to shake, quiver*	tình cờ *by chance*	
tấp vào bờ *to go ashore*	trầm ngâm *pensively*	

Discussion Questions

1. In a culture where the man customarily initiates a marriage, Tien Dung's decision to get married to Chu Dong Tu can be considered brazen or even immoral. Why do you think Tien Dung did this?

2. King Hung was angry about Tien Dung's decision, not necessarily because she had not asked him for permission to get married, but obviously because she was marrying a man of a low class. Discuss the cultural and social implications of his reaction.

3. The story was not specific in letting the reader know whether or not King Hung knew that the rebellious kingdom belonged to his estranged daughter. If he did, do you think his decision to rage a war against his own child was a legitimate one?

The Beautiful Woman in the Painting
A Love Unachieved

Quite a few people believe that love is an opportunity for two people to pick up unfinished affairs and relationships left behind in their previous lives. When the two lovers part, they may go to different worlds: one back to the human world and the other, to the fairy world. Their unachieved love affair draws them towards each other in another life, overcoming visible and invisible obstacles that usually separate the two, very faraway worlds.

Long ago, in the village of Bich Cau, there lived a poor orphan boy named Tu Uyen, who was gifted with language. One evening, he visited Ngoc Ho temple to admire the scenery and offer incense to Buddha. As dusk moved across the sky, a single leaf fell in front of him. When he picked it up, he saw a poem written on it. At that moment a pretty young lady walked past. As they happily walked and talked, they didn't even notice night falling around them. When they got to a deserted section of the road, the young lady's silhouette suddenly started to fade, and then disappeared completely. Tu Uyen stood there alone and astounded for a long time, before sadly walking home.

From that day on, the image of the pretty young lady danced around in his head. Every day and night, neglecting his studies and forgetting to eat or sleep, he daydreamed about her. He heard rumors about a shrine in the area that was very spiritually powerful. Tu Uyen immediately went searching for it. He asked for his fortune, prayed, and told the god of the shrine his deepest wish. As night descended, Tu Uyen fell asleep at the shrine. That night, the shrine god appeared in his dream and ordered him, "Tomorrow, go to the tree on the east side of the bridge, and you will find good things."

Người Đẹp Trong Tranh

Duyên Tình Chưa Dứt

Không ít người tin rằng tình yêu là cơ hội để hai người tiếp tục những gì còn chưa viên mãn giữa họ trong một kiếp trước. Khi hai người yêu nhau chia tay, họ có thể đi về hai thế giới khác nhau: thế giới loài người và thế giới thần tiên. Những duyên nợ chưa giải quyết giữa họ đã thúc đẩy họ tìm đến nhau trong một kiếp khác, vượt qua những ngăn cách hữu hình và vô hình giữa hai thế giới muôn trùng cách biệt.

Ngày xưa, ở làng Bích Câu có anh học trò mồ côi nghèo nhưng văn hay chữ giỏi tên là Tú Uyên. Một hôm, Tú Uyên đi vãn cảnh chùa Ngọc Hồ và dâng hương cúng Phật. Lúc trời đã xế chiều, một chiếc lá đa rơi xuống trước mặt chàng. Tú Uyên nhặt lên xem thì thấy trên lá có đề một bài thơ. Ngay lúc ấy có một cô gái xinh đẹp đi ngang Tú Uyên. Chàng vồn vã chào hỏi cô gái. Mới gặp nhau mà xem ra hai người rất tương đắc. Mải nói chuyện vui vẻ, cả hai cùng không để ý màn đêm đang dần xuống. Đến một chỗ vắng trên đường, bóng hình cô gái bỗng nhoà đi rồi tan biến hẳn. Tú Uyên đứng ngẩn ngơ hồi lâu rồi mới buồn bã đi tiếp về nhà.

Kể từ hôm đó, hình ảnh cô gái xinh đẹp cứ vương vất trong đầu Tú Uyên. Chàng xao lãng sách đèn, quên ăn quên ngủ mà tơ tưởng đến nàng. Nghe đồn có ngôi đền trong vùng rất thiêng liêng, Tú Uyên liền tìm đến. Chàng xin quẻ, khấn vái, bày tỏ nỗi niềm với thần đền. Tối đến, chàng ngủ lại ở đền. Đêm ấy, thần đền hiện ra trong giấc mộng của chàng, phán bảo:

– Ngày mai ngươi hãy ra cây cầu phía đông, sẽ gặp điều lành.

Early the next morning, Tu Uyen rushed to the bridge. He waited until noon before he saw an old man walking along selling paintings. The man offered to sell him a painting of a pretty young lady. Tu Uyen was stunned because the pretty young lady in the painting looked exactly like the person he had met at the temple. He bought the painting, took it home, and ceremoniously hung it on the wall. During every meal, he would set out an extra bowl and an extra pair of chopsticks. Every time he invited the woman in the painting to eat, he saw her smile back at him.

One evening Tu Uyen came back from school tired and hungry. Strangely, he saw a complete meal already set out for him. From that day on, he would always find a delicious meal on the table waiting for him when he came home. He was determined to find out who this secret person was. One morning he pretended to go to school as usual, but quickly returned home. Just at that moment, he caught the familiar young lady in the painting bringing food that she had freshly cooked to the table.

Tu Uyen grabbed her hand and declared, "I have waited for you all this time. From now on, please don't ever hide from me again!"

The young lady then said shyly, "I am Giang Kieu, from the heavens. We have a predestined love bond from our previous life. Let's continue with our love in this life to complete our destiny."

From then on, Tu Uyen and Giang Kieu lived together, and Giang Kieu took care of her husband's every need. As for Tu Uyen, he loved his wife with all his heart. However, in time he slowly began to neglect his studies. What's more, he began getting drunk and at times used harsh words on his wife. One night, after Tu Uyen fell asleep completely drunk, Giang Kieu flew back sorrowfully to the heavens, ending their predestined union filled with bitterness.

When Tu Uyen awoke from his drunken stupor and did not see Giang Kieu anywhere, he was filled with regret and cried heart-wrenching tears. In his tremendous suffering, he thought about committing suicide. Just as he was about to end his life, Giang Kieu appeared in time to stop him. Tu Uyen was overjoyed and begged Giang Kieu for forgiveness. He swore off drinking and promised to return to his studies. After the broken pieces were mended, the couple was once again as happy as they had ever been. Not long afterwards, Giang Kieu gave birth to an adorable baby boy, whom they named Chan Nhi. He grew to be handsome, healthy, and bright. As for Tu Uyen, he started training in the mystical powers of the heavens. When Chan Nhi matured into a teenager, Tu Uyen and Giang Kieu instructed him to remain on earth and live a meaningful life. The husband and wife then rode a crane up to the heavens.

Sáng sớm hôm sau, Tú Uyên bươn bả ra đến cầu. Đến trưa, chàng thấy một ông lão mang tranh đến bán. Ông mời chàng mua bức tranh có hình một thiếu nữ xinh đẹp. Tú Uyên chợt bàng hoàng vì thiếu nữ trong tranh giống hệt như cô gái mà chàng đã gặp gỡ hôm lễ chùa. Chàng mua bức tranh, mang về nhà và trịnh trọng treo lên vách. Mỗi khi ăn, chàng dọn thêm trên bàn một cái chén và đôi đũa. Mỗi lần mời thiếu nữ trong tranh cùng dùng bữa, chàng lại thấy nàng dường như mỉm cười đáp lại.

Một hôm Tú Uyên đi học về, vừa mệt vừa đói. Lạ thay, trên bàn đã có một mâm cơm rau tươm tất dọn sẵn. Rồi từ hôm đó trở đi, lúc nào về nhà, Tú Uyên cũng thấy có sẵn một mâm cơm lành, canh ngọt trên bàn. Chàng quyết phải tìm ra ai là người bí mật đó. Một buổi sáng, chàng vờ đi học như thường lệ rồi thình lình quay lại.Vừa lúc đó, chàng bắt gặp người thiếu nữ quen thuộc trong tranh đang bưng mâm cơm mới làm xong đặt lên bàn.

Tú Uyên nắm lấy tay thiếu nữ mà rằng: Ta đã đợi nàng từ bấy lâu nay. Từ đây nàng đừng trốn ta nữa nhé! Lúc bấy giờ nàng mới e ấp thưa:

– Thiếp là Giáng Kiều, là người cõi tiên, vốn có duyên nợ với chàng từ kiếp trước. Chúng ta hãy cùng nhau tiếp nối duyên nợ ở kiếp này cho trọn tình trọn nghĩa.

Thế rồi Tú Uyên và Giáng Kiều cùng sống bên nhau. Giáng Kiều lo lắng thật chu toàn cho chồng. Về phần Tú Uyên, chàng cũng yêu thương vợ hết mực. Nhưng một thời gian sau, Tú Uyên lại xao lãng sách đèn. Đã vậy, chàng lại uống rượu say sưa, có lúc còn nặng lời với Giáng Kiều. Một hôm, nhân lúc Tú Uyên say rượu ngủ thiếp đi, Giáng Kiều đau khổ bay về trời, chấm dứt mối nhân duyên đầy cay đắng.

Lúc tỉnh rượu, không thấy Giáng Kiều đâu, Tú Uyên hối hận, khóc lóc thảm thiết. Trong cơn đau khổ cùng cực, chàng định quyên sinh. Ngay lúc ấy, Giáng Kiều đã kịp hiện ra và ngăn lại. Tú Uyên mừng rỡ, hết lời xin Giáng Kiều tha lỗi, hứa từ bỏ rượu chè và quay lại với việc đèn sách. Gương vỡ lại lành, hai vợ chồng lại hạnh phúc như xưa. Chẳng bao lâu, Giáng Kiều cho ra đời một bé trai kháu khỉnh, đặt tên là Chân Nhi. Chân Nhi càng lớn càng xinh đẹp, phương phi. Về phần Tú Uyên, chàng bắt đầu học phép tu tiên. Lúc Chân Nhi đã thành niên, Tú Uyên và Giáng Kiều dặn dò con ở lại trần thế, sống một đời ý nghĩa. Hai vợ chồng sau đó cưỡi hạc, bay về trời.

Cultural Notes

1. The expression "văn hay chữ giỏi" ("good literary and language skills") reflects educational values in the past, when scholars were acknowledged by their competence in fields such as literature, poetry, history and philosophy. Knowledge of science was not expected of these scholars.

2. Tu Uyen's drinking habit is not necessarily a problem, much less a personal one. There was a saying that goes, "Nam vô tửu như kỳ vô phong" ("A man who does not drink is like a flag in a windless place"). Because of this popular belief, one of the ways to prove one's manhood was to drink. Drinking, therefore, used to be considered a talent rather than a vice.

Vocabulary and Expressions

NOUNS
bài thơ   *poem*
cây đa   *banyan tree*
cõi tiên   *airy kingdom*
duyên nợ   *predestined love tie*
hạc   *crane*
hôn lễ   *wedding ceremony*
kiếp   *life*
kinh đô   *capital city*
làng   *village*
lễ hội   *festival*
người đẹp   *beauty*
nhân duyên   *predestined marriage*
nỗi niềm   *innermost feelings*
phép tu tiên   *art of acquiring magic powers*
sách đèn   *studies*

thần đền   *temple genie*
thiện cảm   *sympathy*
tổ ấm   *family*
trần thế   *mundane world*
tranh   *painting*

PRONOUNS
chàng   *you (used by a woman to address her lover or husband)*
thiếp   *I (used by a woman when speaking to her lover or husband)*

ADJECTIVES
âu yếm   *loving*
bàng hoàng   *flabbergasted*
đói ngấu   *starving*

giàu tưởng tượng   *imaginative*
hoang mang   *puzzled*
hối hận   *regretful*
kháu khỉnh   *cute*
mồ côi   *orphaned*
nặng lời   *verbally harsh*
ngẩn ngơ   *stupefied*
phương phi   *handsome*
thân mật   *intimate*
thiêng liêng   *sacred*
tươm tất   *well-cared*
tương đắc   *in concord*
tuyệt vọng   *desperate*
xao xuyến   *agitated*

VERBS
ẩn nấp   to hide
cầu mộng   to ask for a dream
đánh dấu   to mark
khấn vái   to pray and make
   obeisance
khuyên răn   to admonish
ló dạng   to appear
nghe đồn   to hear a rumor
ngỏ ý   intend
nhặt lên   to pick up
nhoà đi   to fade away
quyên sinh   to take one's own
   life
tan biến   to vanish
thành niên   to come of age
thưa   to speak respectfully
tơ tưởng đến   to think about
văn cảnh   to go sightseeing

vương vất   to linger
xao lãng   to neglect
xin quẻ   to ask for lots

ADVERBS
bất chợt   suddenly
bươn bả   hurriedly
chu toàn   thoroughly
e ấp   shyly
hết mực   completely
ngày xưa   in the olden days
thảm thiết   movingly
thình lình   all of a sudden
trịnh trọng   solemnly
vồn vã   warmly

IDIOMATIC EXPRESSIONS
bỏ lỡ cơ hội   to miss an
   opportunity

cơm lành, canh ngọt   delicious
   dishes; (fig.) harmony (in a
   marriage)
dâng hương cúng Phật   to
   offer incenses to pay respect to
   Buddha
gương vỡ lại lành   the broken
   pieces have been mended
học đâu nhớ đấy   to have a
   good memory for learning
kết liễu mạng sống   to put an
   end to one's life
làm lại cuộc đời   to start one's
   life anew
trọn tình trọn nghĩa
   accomplished love and
   righteousness
văn hay chữ giỏi
   academically competent

Discussion Questions

1. What do you learn from the fact that Tu Uyen went to a temple to pray to a god so he could find the woman of his dreams?
2. Compare and contrast Giang Kieu's role as a wife to that of the modern woman. What similarities and differences can you come up with?
3. Giang Kieu's reaction to her husband's drinking problem—flying back to heaven—could be regarded as passive. However, it did have a powerful effect when Tu Uyen awoke. Discuss this seemingly contradictory situation.

A Village of No Return
A Long-Lost Life

Perhaps because no one has seen the fairy world with their own eyes, people have fabricated countless fantastic details about this world. One of their imaginations is that time in the fairy world passes very much faster than that on Earth. One day in the fairy realm is equivalent to a hundred years in the human world. A man accidentally finds a path that leads to the fairy world, where he meets a fairy and settles down with her. Nostalgic for his old place, he returns but is not recognized by anyone in his village.

During the Tran Dynasty there was a young mandarin named Tu Thuc. Every year he attended ceremonies at the regional temple, where the famous peony festival was held. During the festival, a young lady who wasn't aware of the strict rules of the temple happened to pick a flower. The temple's monks immediately arrested, restrained, and imposed a fine on her. Seeing this, Tu Thuc gave the monks some money to free the girl.

He asked her thoughtfully, "If you are not familiar with the rules here, where do you come from?"

The maiden respectfully responded, "I am from the district of Tong Son. When you have a chance, I'd like to invite you to visit so that I can express my deep gratitude."

They then parted ways. Tu Thuc returned to his everyday life. One day, he decided to resign from his post and live as a nomad. Remembering the maiden's invitation, Tu Thuc sought out the district of Tong Son. The scenery there had a charming beauty, but even after asking everywhere, he saw neither hide nor hair of the beautiful girl. Not discouraged, he continued looking. One day, Tu Thuc arrived at Than Phu Delta. Right in front of his eyes, a majestic cave suddenly appeared. Tu Thuc cautiously entered the cave and saw a palatial house right in the middle of it, completely surrounded by exotic flora.

At the entrance to the castle, an elegant and classy woman greeted him with open arms, "Welcome, sir, you have finally reached this place, one of the thirty-six caves in the heavenly realm. I wonder if you still remember this girl from long ago."

Upon saying this, she motioned for her maid to bring out an impressively beautiful young lady. Tu Thuc looked at her dumbfounded. She was none other than the maiden who stole the peony from the temple some years ago!

The maiden, Giang Huong, said shyly, "Thank you, not only for helping me before, but also for making the effort to look for me all this time."

The princess of the cave gave orders to put up decorations and organize a marriage banquet for the two. From then on, Tu Thuc lived happily with his beautiful wife in this luxurious paradise filled with wealth. Time flew by, and he counted on his fingers that

Từ Thức Về Trần

Kiếp Nào Đã Mất

Có lẽ vì chưa ai đã tận mắt thấy được cõi tiên, người ta đã thêu dệt không biết bao nhiêu điều kỳ thú về thế giới này. Một trong những điều mà người ta tưởng tượng ra ra là thời gian ở cõi tiên trôi nhanh hơn thời gian ở cõi tục gấp nhiều lần. Một ngày ở cõi tiên bằng cả trăm năm ở cõi dương thế. Một người đàn ông vô tình lạc vào lối đi dẫn lên cõi tiên, gặp gỡ một nàng tiên ở đó và cùng nàng xây tổ ấm. Đến khi nhớ nhà, chàng tìm về chốn cũ trên dương gian thì chẳng còn người nào trong làng biết chàng là ai nữa.

Vào đời nhà Trần ở châu Ái có vị quan huyện trẻ tuổi tên là Từ Thức. Hằng năm, Từ Thức thường đi lễ chùa trong vùng, nơi có lễ hội hoa mẫu đơn nổi tiếng. Hôm lễ hội, có người con gái vì không biết luật lệ gắt gao của chùa, đã lỡ hái hoa. Sư sãi trong chùa liền bắt cô, trói lại và đòi tiền phạt. Từ Thức thấy vậy, đưa một quan tiền cho các nhà sư để cứu cô gái. Chàng ân cần hỏi han cô gái:

– Nàng là người vùng nào mà xem chừng không rành luật lệ nơi đây?

Thiếu nữ thưa:

– Thiếp quê ở huyện Tống Sơn. Hôm nao chàng có dịp, xin mời chàng ghé thăm để thiếp được hậu tạ.

Rồi hai người chia tay. Từ Thức trở lại cuộc sống thường ngày. Một hôm, chàng quyết định treo ấn từ quan, sống đời lãng tử. Nhớ đến lời mời của người thiếu nữ ngày nào, Từ Thức tìm đến huyện Tống Sơn. Nơi đây cảnh đẹp hữu tình, nhưng chàng hỏi cùng khắp không thấy tăm hơi người con gái xinh đẹp kia đâu. Không nản lòng, chàng vẫn tiếp tục đi tìm. Một ngày nọ, Từ Thức ra đến cửa biển Thần Phù. Trước mắt chàng bỗng dưng hiện ra một hang động hùng vĩ. Từ Thức lần vào hang và cuối cùng thấy một toà nhà nguy nga ngay giữa hang, vây quanh toàn kỳ hoa dị thảo. Trước cửa lâu đài, một người đàn bà sang trọng, quý phái, niềm nở chào đón chàng:

– Xin chào mừng ngài cuối cùng đã đến nơi đây, một trong ba mươi sáu hang động ở cõi thiên thai này. Chẳng hay ngài còn nhớ đến người con gái năm xưa?

Nói đoạn bà ra hiệu cho người hầu vào trong đưa ra một người thiếu nữ đẹp mặn mà. Từ Thức ngẩn người ra nhìn. Đây không ai khác hơn là người thiếu nữ bẻ trộm mẫu đơn ở chùa năm nào!

Giáng Hương, tên nàng thiếu nữ, e ấp nói:

– Xin tạ ơn chàng không những đã ra tay cứu độ thiếp ngày trước, mà còn cất công đi tìm thiếp bao nhiêu lâu nay.

Bà chúa động ra lệnh giăng đèn kết hoa, tổ chức yến tiệc, làm lễ se duyên cho đôi trai gái. Từ đó, Từ Thức sống hạnh phúc bên người vợ xinh đẹp trên cõi tiên xa hoa, phú

he had been there exactly three years. Although he was happy, Tu Thuc couldn't stop missing his parents, friends, and neighbors.

One day he told his wife, "I want to leave you for a little bit to visit my homeland, and then I will return to spend the rest of my life with you."

Giang Huong was extremely heartbroken. She explained to him that the fairy world and the human world were now separated. If he left, he would never be able to return. Because he missed home so much, Tu Thuc did not pay attention to his wife's warning. Giang Tien reluctantly saw Tu Thuc off at the cloud coach so that he could visit his homeland. Before he even realized it, the cloud coach brought Tu Thuc back to his old home. The surroundings had not changed much, but he did not see any villagers who looked familiar to him. Returning to his old place, he didn't see his house anywhere. Nobody knew who his parents or siblings were. Finally, he met an old man with silver-white hair. Tu Thuc introduced himself to the old man and inquired about his own family.

The old man thought long and hard and then slowly replied, "My great-grandfather used to tell stories about a mandarin with your name, sir. One day that mandarin went traveling and disappeared into a cave without leaving a trace. Nobody could find him. That happened about three hundred years ago."

After bidding farewell to the old man, Tu Thuc joylessly wandered around and finally ended up at the place where he first saw the cave. The cloud coach was no longer there, and grass and bushes had grown up and covered the entire entrance to the cave. Tu Thuc walked away in a daze, and kept going in that state of mind until he was exhausted and dropped dead on the road. Villagers now call the cave that brought him to Giang Huong, Tu Thuc Cave.

Cultural Notes
1. Buddhism was introduced in Vietnam as early as in the 3rd century B.C. During several dynasties, the religion flourished widely and was considered a national religion. The Tran dynasty (1225–1400) continued to consolidate the influence of Buddhism through the construction of new temples and giving special treatment to Buddhist monks.
2. High-ranking officials, or mandarins, represented the feudal government in old Vietnamese society. Becoming a mandarin was the ultimate dream for scholars during that time. Most scholars studied day and night to pass the exams not in a quest for knowledge, but more practically to secure a high position in society. However, a number of them, like Tu Thuc in this story, did not seem to be interested in this career once they achieved success. They typically returned their seal and resigned from office in order to live a life of their choice.

Vocabulary and Expressions

NOUNS
cố hương   *native land*
cõi thiên thai   *heavenly realm*
cửa biển   *estuary*
dân làng   *villager*
hang động   *cave*
hoa mẫu đơn   *peony*

lãng tử   *wanderer*
ông cố nội   *paternal great-grandfather*
quan huyện   *prefectural official*
quan tiền   *an ancient unit of Vietnamese currency*

sư sãi   *temple's monks and wardens*
thú vui   *hobby*
tiền phạt   *fine*
xe mây   *cloud coach*
yến tiệc   *banquet*

quý. Thấm thoát, chàng bấm đốt ngón tay tính đã được ba năm tròn. Tuy sung sướng, Từ Thức không khỏi thương cha nhớ mẹ, bạn bè, làng xóm. Một hôm chàng bảo vợ:

– Ta muốn từ biệt nàng ít lâu để về thăm quê cũ, rồi sau đó sẽ trở về cùng nàng sống đến đầu bạc răng long.

Giáng Tiên vô cùng đau khổ, giải thích cho chàng biết là hai cõi tiên tục bây giờ xa cách. Nếu chàng đi thì sẽ chẳng bao giờ quay lại được. Từ Thức vì quá nhớ nhà, không để ý đến lời vợ khuyên lơn. Giáng Tiên đành tiễn Từ Thức lên xe mây về thăm cố hương. Thoắt một cái, xe mây đã đưa Từ Thức về quê cũ. Cảnh vật không thay đổi là mấy, nhưng Từ Thức không thấy người dân làng nào quen mặt. Về chỗ cũ, chàng không còn thấy nếp nhà xưa nơi đâu. Hỏi ai cũng không biết cha mẹ, anh em chàng là ai. Cuối cùng, chàng gặp một cụ già tóc bạc phơ. Chàng xưng tên họ và hỏi thăm về gia đình mình. Cụ già ngẫm nghĩ hồi lâu rồi thủng thỉnh đáp:

– Ngày trước, ông cố nội của tôi có kể chuyện về một vị quan tên tuổi như của ngài, một hôm đi chơi bị mất tích trong hang động, không ai tìm ra được. Chuyện ấy xảy ra dễ cũng gần ba trăm năm rồi.

Giã từ ông cụ, Từ Thức buồn rầu đi lang thang, rồi cuối cùng trở lại nơi hang cũ. Xe mây không còn ở đó, mà hang động sao đã bị cỏ cây rậm rạp mọc che kín cả lối vào. Từ Thức lại thất thểu bước đi, rồi cứ thế đi mãi, đi mãi đến khi kiệt sức gục chết trên đường. Chỗ hang động ngày xưa đưa chàng đến gặp Giáng Hương, dân làng gọi là Động Từ Thức.

ADJECTIVES	VERBS	ADVERBS
đẹp mặn mà *impressively beautiful*	cất công *to make an effort*	ân cần *thoughtfully*
gắt gao *rigid*	đi lang thang *to wander aimlessly*	niềm nở *with open arms*
hùng vĩ *majestic*	gục chết *to drop dead*	thủng thỉnh *unhurriedly*
hữu tình *charming*	hậu tạ *to express deep gratitude*	**IDIOMATIC EXPRESSIONS**
kiệt sức *exhausted*	khuyên lơn *to advise*	bấm đốt ngón tay *to count by using one's fingers*
nản lòng *discouraged*	mất tích *to disappear without leaving a trace*	giăng đèn kết hoa *to be festooned with*
nguy nga *palatial*	ngẫm nghĩ *to think long and hard*	kỳ hoa dị thảo *exotic flora*
phú quý *wealthy*	se duyên *to get married*	ra tay cứu độ *to give a helping hand*
quý phái *classy*		sống đến đầu bạc răng long *to live till the end of one's life*
rậm rạp *bushy*		treo ấn từ quan *to resign by returning one's official seal*
sang trọng *elegant*		
xa hoa *luxurious*		

Discussion Questions

1. By stealing the flowers, the young woman apparently violated one of the five precepts set out in Buddhist teachings. However, do you think it was appropriate for the monks to fine her? Explain your answer.
2. The story shows the popular belief in the old days that there exists another world beyond Earth. What is your take on this?
3. Analyze how the events in the story seem to be the consequences of Tu Thuc's interactions with his emotions.

The Woman from Nam Xuong
A Love Injustice Untold

Society often condemns a woman's unfaithfulness more harshly than that of a man. Because of this, women are left to choose between their attractions and adultery or their reputations. Although there are several ways for a woman to prove her fidelity, nevertheless, the accusation or suspicion of unfaithfulness would make her feel that her integrity was seriously disgraced. Once the accusations triggered judgment (just or unjust), any woman might react in an indescribably tragic manner.

Long, long ago, in the district of Nam Xuong, part of the Ha Nam province, there was a young woman who was beautiful inside and out. She was married to a man named Truong. Young Truong loved his wife wholeheartedly, but was often jealous for no reason. She always had to show her husband that she was decent and faithful.

Their home country was at war with Champa, so Truong received the king's order to go to war. On the day of his departure, the couple was extremely reluctant to part from each other. A short time after Truong was conscripted, the young woman found out she was pregnant, and after nine months she gave birth to an adorable baby boy. The boy grew fast, and in no time, he was learning to walk and talk. The older he got, the more he looked exactly like his father.

After they finished dinner, the mother and child would always sit next to each other on their wooden bed and look at the gloomy light from their oil lamp.

Every now and then, the boy would ask, "Mommy, where is Father? Huh, Mommy?"

The young woman would sadly point at her shadow on the wall. "That's your father!"

Thiếu Phụ Nam Xương

Oan Tình Biết Tỏ Cùng Ai

*Dường như người đời thường lên án sự thiếu chung thuỷ của người phụ nữ khắt
khe hơn là đối với nam giới. Có lẽ vì thế mà rất nhiều người đàn bà phải chọn lựa
giữa sự phụ bạc và danh dự của mình. Có nhiều cách để một người đàn bà chứng
minh sự trinh bạch của mình. Tuy thế, lắm khi chỉ vì bị nghi ngờ là phụ bạc thôi mà
người ấy đã cảm thấy danh dự bị xúc phạm nặng nề. Một khi người đàn bà đã cảm
thấy như thế, phản ứng của nàng có thể vô cùng thảm khốc.*

Lâu, lâu lắm rồi, ở huyện Nam Xương thuộc tỉnh Hà Nam có người thiếu phụ đẹp cả
người lẫn nết, kết nghĩa vợ chồng với chàng Trương. Trương sinh một lòng yêu vợ,
nhưng phải tính hay ghen bóng ghen gió. Thiếu phụ lúc nào cũng phải tỏ ra cho chồng
thấy mình là đoan trang, chung thuỷ.

Nhân nước nhà có chiến tranh với nước Chiêm Thành, chàng Trương được lệnh
vua phải ra đi đánh giặc. Hai vợ chồng vô cùng bịn rịn buổi chia tay. Ít lâu sau, thiếu phụ
mới biết mình đã có thai, rồi qua chín tháng mười ngày, sinh được một thằng bé trai
kháu khỉnh. Thằng bé mau ăn, chóng lớn, chẳng mấy chốc đã bắt đầu tập đi, tập nói.
Thằng bé càng lớn càng trông giống cha như tạc. Đêm đêm, khi cơm nước xong xuôi,
hai mẹ con thường ngồi bên nhau trên phản, trong ánh đèn dầu ảm đạm. Thằng bé thỉnh
thoảng lại hỏi mẹ:

– Mẹ ơi, cha đâu rồi, hở mẹ?

Thiếu phụ buồn rầu, chỉ vào bóng mình in trên vách:

– Cha con đó!

The boy saw the shadow on the wall and thought it was real, believing it to be his father. Every time night fell, he anxiously waited for his father to come home so that he could play with him.

The following year, there was a truce in the war with Champa, and young Truong happily returned to his village, counting each minute and each second until he was able to see his lovely wife. Their reunion was so moving that words could not describe it. Truong's happiness was multiplied manifold when he found out he had a son to continue his lineage. By this time, the boy spoke fluently, but he looked at Truong like a stranger because they had never met.

Truong picked him up and lovingly asked, "Do you know who I am? I am your father!"

The boy unexpectedly wrestled out of his father's arms and responded, "No! No! You are not my father! My father only visits me at night!"

Truong was enormously shocked when he heard this coming from his son. The young woman was no less astonished, not expecting her son to say such nonsense. She was still choked up with tears and didn't know how to begin to explain herself when Truong became violently angry.

"I wasn't even gone for long, and you were already unfaithful to me. I really didn't expect you to be so two-faced. Women like you turn out to be just promiscuous!"

Even though the young woman pleaded with him to let her tell him the whole story, Truong stubbornly did not want to listen.

He nagged and said, "Don't waste your effort justifying it. I won't believe anything you say anyway. If you want the truth, ask a child. Children won't know how to make up stories."

The young woman was extremely heartbroken, knowing that even if she tried to explain, she wouldn't be able to convince her overly jealous husband. She left home, but didn't know where to go. She wandered aimlessly around the neighborhood, like a person in shock. She kept walking for a long time, finally reaching the port of Ha Giang at the end of the village. In a fit of extreme hopelessness, she crept slowly into the river and committed suicide by drowning herself.

At home, Truong momentarily calmed down from his rage and began to worry about the whereabouts of his wife. He carried his son around the village while asking everyone, but no one knew. Three days later, someone was fishing and happened to see the corpse of a young woman floating along the river. Truong heard the news and rushed to the area. He recognized his ill-fated wife. He cried his heart out, then buried her.

That evening was the first time he lit the oil lamp as it got dark. When the shadow of him and his son glimmered on the wall, the boy quickly pointed at the "father shadow" and cried, "There it is, my father has come home!"

Truong was stunned as the situation became clear to him. He finally understood the whole story and the unjust situation that his wife had to bear. The villagers, knowing what happened, built a shrine for the young woman and called it the "Shrine for Truong's Wife."

❖ ❖ ❖

Thằng bé tưởng thật, nhìn cái bóng trên tường mà ngỡ đó là cha mình. Rồi cứ mỗi lần đêm xuống, nó lại háo hức đợi cha về để cùng đùa giỡn. Năm sau, giặc Chiêm Thành đã tạm thời được dẹp yên, Trương sinh vui sướng trở về làng, mong từng giờ từng phút được gặp lại vợ hiền. Cảnh trùng phùng của đôi vợ chồng vô cùng cảm động, không bút mực nào tả xiết. Niềm vui của chàng Trương lại còn nhân lên bội phần khi biết rằng mình đã có một đứa con trai để sau này nối dõi tông đường. Thằng bé bây giờ đã nói sõi, song nó nhìn chàng Trương như một người xa lạ vì chưa một lần gần gũi. Chàng Trương bế nó lên, âu yếm hỏi:

– Con có biết ta là ai không? Ta là cha của con đó!

Chẳng ngờ thằng bé vùng ra khỏi vòng tay cha, đáp lại:

– Không! Không! Ông không phải là cha tôi! Cha tôi đêm tối mới về chơi với tôi cơ!

Trương sinh nghe qua lời con nói, vô cùng sửng sốt. Thiếu phụ cũng bàng hoàng chẳng kém, không ngờ con nói chuyện tầm phào như thế. Nàng còn đang nghẹn ngào chưa biết phải bắt đầu giãi bày như thế nào thì chàng Trương đã đùng đùng nổi giận:

– Ta ra đi chưa được bao lâu mà ở nhà nàng đã sinh lòng trăng gió. Thật chẳng ngờ nàng một dạ hai lòng. Đàn bà như nàng quả là đồ hư thân mất nết!

Mặc cho thiếu phụ năn nỉ xin được kể lại đầu đuôi câu chuyện, Trương sinh một mực không muốn nghe. Chàng còn chì chiết:

– Nàng đừng mất công biện hộ. Nàng có nói gì ta cũng không tin. Đi hỏi già, về nhà hỏi trẻ. Con nít không biết đặt điều đâu!

Thiếu phụ đau khổ vô ngần, biết có cố phân trần cũng không lay chuyển được người chồng cả ghen. Nàng bỏ nhà ra đi mà không biết phải đi đâu. Nàng đi lang thang khắp xóm như người mất hồn. Thiếu phụ cứ đi, đi mãi, cuối cùng ra đến bến Hà Giang ở cuối làng. Trong cơn tuyệt vọng cùng cực, nàng đi dần, đi dần xuống sông rồi trầm mình tuẫn tiết.

Ở nhà, chàng Trương tạm nguôi cơn thịnh nộ, bắt đầu lo lắng không biết vợ đi đâu. Chàng bế con đi khắp làng, hỏi ai cũng không biết. Ba hôm sau, có người đi câu tình cờ thấy xác người thiếu phụ nổi lên ở ven sông. Trương sinh nghe tin chạy đến tận nơi, nhận ra người vợ xấu số của mình. Chàng khóc lóc thảm thiết rồi an táng vợ. Đêm hôm ấy, lần đầu tiên chàng mới thắp đèn dầu sau bữa tối. Khi bóng hai cha con vừa chập chờn in trên vách, thằng bé vội chỉ ngay bóng cha và kêu lên:

– Đây rồi, cha của tôi đã về!

Trương sinh sững người, vỡ lẽ, bấy giờ mới hiểu đầu đuôi câu chuyện và nỗi oan tình mà vợ mình phải gánh chịu. Người trong làng biết chuyện, lập miếu thờ người thiếu phụ và vẫn quen gọi là "Miếu vợ chàng Trương".

Cultural Notes

1. Chiem Thanh, or "Champa" in the Cham language, was a country that occupied most of what is now Central Vietnam. The country existed between the years of 182 and 1832. There had been several wars between Vietnam (under different names depending on the historical period) and Champa before the kingdom completely collapsed. The Cham people are now scattered mostly in Central Vietnam and some southern provinces as a minority people.

2. It has always been a big deal for a man to learn that he will have a son to continue his lineage. The culture has always emphasized the man's role in the family and society. The saying "Nhất nam viết hữu, thập nữ viết vô" ("One man counts, ten women do not"), reflects this mentality.

Vocabulary and Expressions

NOUNS

chuyện tầm phào *nonsense*
cơn thịnh nộ *fury*
người mất hồn *soulless person*
nỗi oan tình *unjust situation*
thiếu phụ *young woman*

ADJECTIVES

ảm đạm *gloomy*
bịn rịn *loath to part with someone*
cả ghen *overly jealous*
cảm động *moving*
đoan trang *decent*
kháu khỉnh *cute*
nghẹn ngào *choked by tears*
sửng sốt *flabbergasted*
xấu số *ill-fated*

VERBS

an táng *to bury*
biện hộ *to justify*
chì chiết *to nag*
giãi bày *to explain oneself*
lang thang *to go aimlessly*
mất công *to waste one's effort*
năn nỉ *to implore*
nổi giận *to get mad*
phân trần *to exculpate oneself*
trầm mình *to drown oneself*
trùng phùng *to encounter again*
tuẫn tiết *to commit suicide*

ADVERBS

bội phần *many times more*
chẳng mấy chốc *in no time*
chẳng ngờ *unexpectedly*
chập chờn *glimmeringly*
háo hức *anxiously*
một lòng *wholeheartedly*
một mực *persistently*
sõi *fluently*
vô ngần *extremely*

IDIOMATIC EXPRESSIONS

đẹp cả người lẫn nết *beautiful inside and out*

đi hỏi già, về nhà hỏi trẻ *when outside, get informed by the elderly; when at home, from the young*

ghen bóng ghen gió *unfoundedly jealous*

giống như tạc *to resemble greatly*

hư thân mất nết *promiscuous*

không bút mực nào tả xiết *indescribably*

lâu, lâu lắm rồi *long, long ago*

mau ăn, chóng lớn *to grow up fast*

một dạ hai lòng *two-faced*

nối dõi tông đường *to continue one's lineage*

sinh lòng trăng gió *to become unfaithful*

Discussion Questions

1. Why is it, in your opinion, that a husband can be jealous but not his wife?
2. Was the wife's decision to kill herself to prove her innocence a wise one? Why or why not?
3. Some say a parent who commits suicide also commits negligence, if they abandon their duties in raising a child. Do you think both judgments are justifiable? Explain your answer.

The Love Story of Truong Chi
When Love and Illusions Collide

It is often said, "Love begins in the eyes, and quickly goes to the heart." In the following story, a young woman's love begins with her ears. Every day she hears the haunting melody of a flute played by a poor, young man coming up from a distance. As love blossomed in her heart, she imagined the appearance of the young man with whom she has fallen in love. What will happen when she meets face-to-face with the man of her dreams for the first time?

Long, long ago, there was a beautiful young girl named My Nuong, the daughter of a widowed mandarin. The mandarin's residence was next to a tranquil river. Day in and day out, My Nuong stayed in the huge house alone, sometimes embroidering or playing a musical instrument, other times painting or reading. Every evening, there was the sound of someone playing a flute that echoed up from the river, sometimes low-pitched, other times high. The flute's music captivated her. There were times when the tune was happy, and times when it was melancholic. Slowly but unconsciously, My Nuong became infatuated with the sound of that flute, and she imagined that the musician playing it was a handsome young man, clever at everything. She didn't know that in reality the sound came from Truong Chi, an ugly and lanky fisherman, who was poor.

One evening, the sound of the flute suddenly stopped. Evening after evening, it no longer echoed up from the river. My Nuong waited anxiously. A short while afterwards, when she had completely lost hope that the sound would ever echo up again, My Nuong fell seriously ill. The mandarin invited countless good physicians from the area to examine his daughter, but no one knew what was ailing her.

Much later, a renowned physician came to check the daughter's pulse. He said pensively, "My lady, I'm afraid you are suffering from depression. Are you waiting for something or disappointed about anything?"

My Nuong then confessed to him that she had been obsessed with the sound of the flute from a young man she had never met. The physician discussed this with her father, suggesting that they find this young man and bring him to the house to play the flute for My Nuong, with the hope she would be cured. Her father loved her so much that he ordered someone to find Truong Chi and invite him to come. When Truong Chi arrived at the entrance, the mandarin was extremely disappointed because the young man looked so ugly and poor. He found ways to keep the boy outside so that My Nuong would not see his face, and told him to play the flute. Once the familiar melodious sound of the flute resounded from outside, My Nuong suddenly felt revitalized and became quite cheerful again. She wished to see the young man. The mandarin tried every way to prevent this from happening, but My Nuong was insistent on meeting the flute player.

Khối Tình Trương Chi
Tình Yêu Và Ảo Tưởng

Người ta thường nói: "Tình yêu bắt đầu từ đôi mắt, để rồi nhanh chóng vào con tim." Trong câu chuyện dưới đây, tình yêu của một cô gái mới lớn bắt đầu từ đôi tai của mình. Cô nghe tiếng sáo huyễn hoặc của một chàng trai nghèo từ xa vẳng lại từ ngày này qua ngày nọ và tình yêu của cô đã chớm nở trong lòng. Từ đó, cô vẽ nên chân dung của chàng trai mà cô hằng yêu mến trong trí tưởng tượng của mình. Chuyện gì sẽ xảy ra khi cô giáp mặt với người yêu trong mộng của mình lần đầu tiên?

Xưa thật là xưa, có nàng thiếu nữ xinh đẹp tên gọi My Nương, là con của một vị quan goá vợ. Tư dinh của vị quan nằm kế bên một dòng sông êm đềm. Ngày ngày, My Nương thơ thẩn trong ngôi nhà rộng lớn nhưng cô quạnh, lúc thì thêu thùa, đánh đàn, lúc thì vẽ tranh, đọc sách. Mỗi khi chiều xuống, từ dưới sông lại vẳng lên tiếng sáo của một ai đó, khi trầm, khi bổng. Tiếng sáo nghe huyền hoặc, có khi vui tươi, có khi ai oán. Không biết tự lúc nào, My Nương đã say mê tiếng sáo. Rồi nàng mường tượng ra người thổi sáo là một chàng thanh niên xinh đẹp, văn võ song toàn. Nàng có biết đâu thực ra tiếng sáo ấy là của Trương Chi, một chàng trai nghèo khổ làm nghề chài lưới, tướng mạo xấu xí, gầy gò.

Bỗng một hôm, tiếng sáo ngưng bặt. Rồi chiều lại qua chiều, tiếng sáo không còn vẳng lên từ phía dòng sông nữa. My Nương khắc khoải đợi chờ. Một thời gian ngắn sau đó, khi đã hoàn toàn tuyệt vọng, thấy rằng tiếng sáo sẽ không bao giờ còn vang lên nữa, My Nương ngã bệnh nặng. Vị quan mời không biết bao nhiêu thầy thuốc giỏi trong vùng đến khám bệnh cho con gái nhưng không ai biết nàng mắc bệnh gì. Mãi về sau mới có một vị danh y đến bắt mạch cho nàng và trầm ngâm bảo:

– Ta e rằng công nương bị tâm bệnh. Chẳng hay công nương có trông chờ hay thất
vọng về điều chi không?

Lúc bấy giờ My Nương mới tình thật thưa với người thầy thuốc là nàng đã bị ám ảnh về tiếng sáo của một chàng trai chưa biết mặt. Vị danh y bàn với người cha, đề nghị tìm đến chàng trai để xin chàng đến thổi sáo cho My Nương nghe, may ra bệnh có thể được chữa lành. Người cha thương con, truyền người tìm ra Trương Chi và mời chàng đến. Lúc Trương Chi đến cửa quan, vị quan vô cùng thất vọng vì thấy chàng quá xấu xí, nghèo nàn. Ông tìm cách giữ chàng lại bên ngoài cho My Nương không thấy mặt và bảo chàng chỉ thổi sáo cho nàng nghe. Khi tiếng sáo réo rắc, quen thuộc vừa vang lên từ bên ngoài, My Nương bỗng thấy người khoẻ hẳn lại và tinh thần rất đỗi phấn chấn. Nàng ngỏ ý muốn thấy được mặt chàng trai. Vị quan cố tìm mọi cách ngăn cản nhưng My Nương vẫn khăng khăng đòi gặp mặt người thổi sáo. Cuối cùng, vị quan đành để Trương Chi vào gặp My Nương. Quả nhiên, My Nương vô cùng thất vọng khi thấy người thổi lên tiếng sáo đã làm mình tương tư chỉ là một gã thanh niên tầm thường, xấu trai.

Finally, the mandarin had to allow Truong Chi to enter and meet My Nuong. My Nuong was indeed extremely disappointed when she realized that the flute player who had made her lovesick was just an ordinary, unattractive fellow. My Nuong let him leave without even speaking to him. Ever since this disillusionment, she never thought about the flute player again.

As for Truong Chi, the pitiful young man had already fallen in love with this beautiful noble girl whom he had just met. He knew his position in life, that he was poor and ugly, and that she would never care about him. Depressed, Truong Chi became sick and died. His corpse separated and wove back together to become a small translucent globe that shone like a gem. Someone happened to see this strange globe in Truong Chi's boat and took it to the market to sell. It just so happened by fate that My Nuong saw the globe one day when she went to the market. She asked about the story behind this strange object. When she found out the connection between the globe and the flute player from her past, My Nuong bought the globe and took it home. She asked a gem-cutter to make a teacup from the globe. When the crystal teacup was finished, she brought it home and poured tea into it. Strangely, at the bottom of the cup was a sparkling image of the shadow of a person—sitting and playing a flute, with the familiar melodious, fast and slow sound of the flute of long ago resounded. My Nuong suddenly remembered a former love and was moved to tears. When her teardrops fell into the teacup, both the cup and the silhouette of the flute player disappeared.

Cultural Notes

1. The flute was a very popular wind instrument in old Vietnam, especially in the countryside. Its popularity was mainly due to the ease and low cost of making it. The traditional flute is usually made of phyllostachys, a kind of mid-size bamboo, which is very easy to find in almost any village. Young boys herding a water buffalo used to play the flute while sitting on the back of the animal during their workday in the fields. Quiet summer afternoons or evenings in the countryside would also be accented by the melodious sounds of a flute played by someone who wanted to express their emotions through it.
2. Checking a patient's pulse is a medical method used by oriental physicians to diagnose his or her health problems. The physician would check the pulse by slightly pressing his fingers on the blood vessels in the patient's wrist area. A complete prognosis also involves the examination of the patient's facial color and his or her "spirit," expressed by facial expressions (especially around the eyes).

Vocabulary and Expressions

NOUNS
công nương *daughter of a mandarin*
danh y *famed physician*
nghề chài lưới *fishing*
ngọc *gem*
quả cầu *ball*

sáo *flute*
tâm bệnh *depression*
thân phận *condition*
thầy thuốc *physician*
tinh thần *spirit*
tư dinh *residence*
tướng mạo *countenance*

ADJECTIVES
ai oán *plaintive*
bị ám ảnh *obsessed*
bổng *treble, high*
chạnh lòng *touched*
cô quạnh *solitary*
dặt dìu *presto and largo*
êm đềm *tranquil*

Mỵ Nương để chàng trai ra về mà không chuyện trò, hỏi han gì cả. Từ khi vỡ mộng, Mỵ Nương không còn tơ tưởng gì đến người thổi sáo nữa.

Về phần Trương Chi, chàng trai tội nghiệp đã sinh lòng luyến ái cô gái quyền quý, xinh đẹp mà chàng vừa diện kiến. Chàng biết mình thân phận nghèo hèn, dung mạo xấu xí, sẽ chẳng bao giờ được nàng đoái hoài đến. Buồn rầu, Trương Chi lâm bệnh và chết. Xác chàng rã ra rồi kết lại thành một quả cầu nhỏ trong suốt và sáng như ngọc. Có người thấy quả cầu lạ trong chiếc thuyền của Trương Chi, lấy đi và mang ra chợ bán. Tình cờ, một hôm đi qua chợ, Mỵ Nương thấy được quả cầu. Nàng hỏi qua lai lịch của vật lạ. Khi biết trái cầu có liên quan đến chàng trai năm xưa thổi sáo, Mỵ Nương mua cầu đem về. Nàng nhờ thợ ngọc làm quả cầu thành một cái chén trà. Khi chén ngọc đã thành hình, Mỵ Nương đem về rót thử trà vào chén. Lạ thay, dưới đáy chén lung linh hiện ra một bóng người ngồi thổi sáo. Rồi tiếng sáo quen thuộc ngày xưa cũng vang lên, réo rắt, dặt dìu. Bất giác, Mỵ Nương nhớ lại mối tình thuở trước, chạnh lòng rơi hai hàng nước mắt. Khi những giọt lệ của Mỵ Nương rơi vào chén trà, cả chén lẫn bóng hình của người xưa đều tan biến mất.

huyền hoặc *fantastic*
phấn chấn *cheerful*
quyền quý *noble*
réo rắt *melodious*
tầm thường *mediocre*
thất vọng *disappointed*
tội nghiệp *pitiful*
trầm *bass, low*
trong suốt *transparent*
tương tư *lovesick*
vỡ mộng *disillusioned*
xấu trai *not handsome*

VERBS
bắt mạch *to feel the pulse*
chữa lành *to cure*

đề nghị *to suggest*
diện kiến *to meet in person*
đoái hoài *to condescend to take notice*
e *to be afraid*
khám bệnh *to examine a patient*
mường tượng *to imagine*
ngưng bặt *to stop abruptly*
thêu thùa *to embroider*
thơ thẩn *to wander*

ADVERBS
bất giác *suddenly*
khắc khoải *anxiously*
lung linh *sparklingly*

may ra *hopefully*
quả nhiên *indeed*
rất đỗi *extremely*
tình thật *honestly*
trầm ngâm *pensively*

IDIOMATIC EXPRESSIONS
chiều lại qua chiều *evening after evening*
ngày ngày *day in, day out*
sinh lòng luyến ái *to fall in love*
văn võ song toàn *all-round, well-rounded*
xưa thật là xưa *long, long ago*

Discussion Questions

1. The story shows that My Nuong's love for Truong Chi was based on her imagination (a handsome flute player) as well as on a reality (the sound of his flute). Discuss the interaction between reality and imagination that brings about love.

2. Can a powerful, albeit imaginative, love like My Nuong's be easily extinguished by an unembellished truth, like that of Truong Chi's ugliness? Elaborate on your answer.

3. What does the disappearance of both the teacup and the flute player's silhouette symbolize, in your opinion?

The Woman with a Cursed Life
Clinging Adversity

People can come to religion for various reasons, but some find solace and escape from the injustice they face in their everyday lives. Others find that adversity seems to follow them no matter where they go. Such seems to be the fate of one particular married woman who has left her husband over a regrettable misunderstanding to seek haven in the house of Buddha. Ironically, she keeps running into misunderstandings and thus ends her life on a lamentable note.

Long ago, there was a young lady named Thi Kinh, who had a kind nature and a beauty that was pleasant to the eyes. She was pious, always thoughtfully cared for her parents, and proved able to manage a household. When she came of age, her parents betrothed her to a student named Thien Si. Her young husband was a gentle person, who studied diligently day and night for his exam. Thi Kinh thriftily helped care for him while he studied. Their married life was happy and peaceful. At night he would sit at his desk reading while she sat next to him embroidering and sewing. After he finished his studies, the couple would have good conversations with each other.

After much reading one evening, Thien Si fell half-asleep. He lay his head on his desk and napped for a bit. As Thi Kinh watched her husband sleeping, she suddenly saw a long strand of ingrown hair on his chin, a real eyesore. Thi Kinh mumbled to herself, "Oh, this ingrown hair does not make him look good one bit! I need to pluck it for him." She took a penknife from her sewing basket and held it next to her husband's face. She was about to cut the hair, when unexpectedly Thien Si woke up and became terrified that his wife was holding a knife to his throat.

He grabbed her hand and yelled, "Hey! Were you trying to kill me in my sleep or what?"

Thi Kinh was no less terrified. She made an effort to explain herself, but Thien Si stubbornly did not believe her. Her mother-in-law heard the commotion from inside their room and ran out to see what was happening. Thien Si and Thi Kinh each told her their side of the story. Naturally, the mother had to believe her son. After the woman viciously scolded and criticized her daughter-in-law, she sent Thi Kinh back home to her own parents.

Thi Kinh, heartbroken at this injustice, left her marital home. She then shaved her head, disguised herself as a male, and took shelter in a Buddhist temple, to be far away from worldly matters. The elderly monk, not suspecting that she was a woman, accepted her into the temple and gave her a religious name "Kinh Tam." Day and night from then on, Kinh Tam chanted prayers and immersed herself in Buddha's teachings.

Among the group of Buddhist followers who diligently went to the temple was a girl

Quan Âm Thị Kính

Oan Nghiệt Không Rời

Người ta có thể tìm đến tôn giáo vì nhiều duyên cớ khác nhau. Có người tìm an ủi ở chốn thiền môn để chạy trốn hàm oan trong cuộc sống của họ. Đối với một số người, oan nghiệt dường như mãi theo đuổi họ, cho dù họ có đi đâu đi nữa. Đó dường như là số phận của một người đàn bà phải chia tay với chồng vì một hiểu lầm đáng tiếc để nương nhờ cửa Phật. Éo le thay, nàng cứ tiếp tục phải đối đầu với những hiểu lầm khác và cuộc đời của nàng vì thế đã kết thúc một cách bi thảm.

Ngày xưa, có nàng thiếu nữ tên gọi Thị Kính, tính tình hiền hậu, nhan sắc dễ coi. Đối với song thân, nàng là người con hiếu thảo, lúc nào cũng ân cần chăm sóc cha mẹ, đảm đang việc nhà. Đến tuổi cập kê, nàng được cha mẹ gả cho một thư sinh tên là Thiện Sĩ. Người chồng trẻ là một học trò hiền lành, ngày đêm nấu sử sôi kinh để chờ ngày ứng thí. Thị Kính tần tảo lo cho chồng ăn học. Cuộc sống vợ chồng rất êm đềm, hạnh phúc. Đêm đêm, chồng ngồi bên án thư đọc sách, còn vợ ngồi bên cạnh thêu thùa, may vá. Lúc bài vở xong xuôi, hai vợ chồng nói chuyện với nhau thật tâm đầu ý hợp.

Một đêm nọ, Thiện Sĩ đọc sách đã nhiều, thiu thiu buồn ngủ. Chàng ngả đầu xuống án thư chợp mắt một chốc. Thị Kính ngắm chồng đang ngủ, chợt thấy trên cằm chàng có một sợi râu dài, mọc ngược, trông rất khó coi. Thị Kính lẩm bẩm một mình: "Ồ, sợi râu này mọc ngược nhìn chẳng tốt cho tướng mạo của chàng tí nào! Ta phải nhổ đi cho chàng mới được." Sẵn con dao nhíp trong rổ đồ may, Thị Kính cầm lên, kề vào mặt của chồng, toan cắt sợi râu. Chẳng ngờ lúc ấy Thiện Sĩ choàng tỉnh, hoảng hốt thấy vợ đang cầm dao kề cổ mình. Chàng nắm lấy tay vợ, la lên:

– Ô hay! Nàng định giết ta trong lúc ta đang ngủ hay sao?

Thị Kính cũng hoảng hốt không kém. Nàng ra sức phân trần nhưng Thiện Sĩ một mực không tin. Bà mẹ chồng ở buồng nghe tiếng ồn ào, chạy sang xem sự tình. Thiện Sĩ và Thị Kính mỗi người kể lại cho lão bà nghe câu chuyện theo ý mình. Tất nhiên là lão bà phải tin con trai mình. Bà mắng nhiếc con dâu thậm tệ rồi đuổi nàng về với cha mẹ ruột. Thị Kính đau khổ vì oan ức, bỏ nhà ra đi, xuống tóc và cải trang thành nam nhi xin vào nương nhờ cửa Phật, xa lánh sự đời. Sư cụ không ngờ nàng là gái, nhận nàng vào chùa và đặt pháp danh cho nàng là Kính Tâm. Từ đó, Kính Tâm ngày đêm tụng kinh gõ mõ, trau dồi Phật pháp.

Trong đám thiện nam tín nữ chăm đi lễ chùa có cô gái tên Thị Mầu. Ả này tuy thường nghe kinh Phật dạy bao điều hay đẹp nhưng tính tình lại lẳng lơ. Thấy nhà sư trẻ mặt mũi khôi ngô, ăn nói điềm đạm, Thị Mầu đem lòng yêu mến. Đã nhiều lần Thị Mầu mang lời ong bướm để dụ dỗ Kính Tâm nhưng nhà sư chỉ biết mắt nhắm nghiền, miệng niệm Phật. Trong lúc đó, Thị Mầu vẫn thường tư thông với một gã trai trong làng, rồi bụng mỗi ngày một lớn. Bị mang ra làng tra hỏi vì tội không chồng mà chửa, Thị Mầu đổ vạ cho

named Thi Mau. Although she often listened to Buddha's righteous teachings, she had a flirtatious personality. Seeing a young, handsome monk who spoke in a calm manner, Thi Mau fell in love. Many times Thi Mau spoke amorous words and tried to seduce Kinh Tam, but the monk only closed her eyes tightly and prayed to Buddha. During that time, Thi Mau was also having an affair with a fellow from the village, with her stomach growing every day. After being brought out and interrogated for the sin of being pregnant out of wedlock, Thi Mau blamed it on Kinh Tam. The young monk was dragged out into the village courtyard, humiliatingly flogged, and forced to pay a fine. The elderly monk felt sorry for her, paid her fine, and built a hut behind the temple for her to stay temporarily.

On the day she gave birth, Thi Mau carried her newborn baby to the straw hut where Kinh Tam was staying, left the baby in front of the door, and then disappeared. Kinh Tam felt sorry for this innocent baby, so she adopted it. Everyday she went round the neighborhood, asking for milk for the baby even though the villagers criticized and ridiculed her. As the child grew older, Kinh Tam grew weaker day by day, because she was both sick and saddened. She wrote a letter explaining the details of her circumstance and instructing her adopted child to take it to the temple in the unfortunate event of her death. Soon after, Kinh Tam passed away. The child remembered its father's bidding and gave the letter to the elderly monk. When Kinh Tam's corpse was prepared to be buried, everyone then discovered that she had indeed been born a female. The elderly monk immediately created an altar and prayed a Buddhist requiem for this ill-fated person. Kinh Tam's soul then transformed into Her Holiness Quan The Am Bo Tat. This is why whenever someone meets with injustice, people often refer to it using the idiom, "Thi Kinh injustice."

Cultural Notes

1. A saying goes, "Phép vua thua lệ làng" ("The king's laws yield to the village's regulations"), one example of which can be seen in this story. Each village used to have its own laws that could not be overridden by the king's power. Having a child out of wedlock was considered a crime for an unwedded woman. She would be taken to the village communal house to be publicly and corporally punished in front of the villagers.

2. "Quán Âm," or "Kwan Yin," the name referring to the bodhisattva, means "the one who observes the sound of the world." This bodhisattva attains Buddhahood for the benefit of all sentient beings and is portrayed as either a male or a female according to the culture. In Vietnam's Buddhism, this bodhisattva is believed to be female and popularly referred to as "Phật Bà," or "Lady Buddha."

Vocabulary and Expressions

NOUNS
án thư   *desk*
lời ong bướm   *amorous words*
nam nhi   *male*
nhan sắc   *beauty*
nhục thân   *corpse*

oan ức   *injustice*
pháp danh   *religious name*
Phật pháp   *Buddha's teachings*
song thân   *parents*
thư sinh   *student*

tính tình   *personality*
vong linh   *soul*

PRONOUN
ả   *she, her (pejorative)*

Kính Tâm. Thế là nhà sư trẻ bị lôi ra đình làng, nhận đòn đau ô nhục và bị bắt nộp tiền phạt vạ. Sư cụ thương tình, nộp vạ cho Kính Tâm và cất một cái lều nhỏ phía sau chùa cho nàng tá túc.

Đến ngày khai hoa nở nhụy, Thị Mầu bế đứa con còn đỏ hỏn đến túp lều nơi Kính Tâm đang ở, bỏ con trước cửa rồi trốn biệt. Kính Tâm xót thương trẻ thơ vô tội, đành phải nhận nuôi. Ngày ngày, nàng đi khắp xóm xin sữa về cho đứa bé bú, mặc cho dân làng dị nghị, chê cười. Đứa bé càng lớn lên thì Kính Tâm cũng mỗi ngày mỗi suy sụp vì bệnh hoạn lẫn buồn phiền. Nàng viết một lá thư kể rõ sự tình, dặn con nuôi đưa cho chùa nếu chẳng may nàng qua đời. Ít lâu sau, Kính Tâm mất đi. Đứa con nhớ lời cha dặn, đưa lá thư cho sư cụ. Khi nhục thân Kính Tâm được tẩm liệm, lúc ấy mọi người mới biết nàng đúng là phận gái. Sư cụ bèn lập trai đàn, tụng kinh cầu siêu cho người xấu số. Vong linh Kính Tâm sau đó hoá thân thành Đức Quán Thế Âm Bồ Tát. Về sau, mỗi khi có ai bị oan ức, người đời thường dùng thành ngữ "oan Thị Kính" là thế.

ADJECTIVES
đảm đang   *capable*
dễ coi   *easy on the eyes*
hiền hậu   *sweet and gentle*
hiếu thảo   *pious*
hoảng hốt   *terrified*
khôi ngô   *handsome*
lẳng lơ   *flirtatious*
ô nhục   *humiliating*

VERBS
cải trang   *to disguise oneself*
chăm sóc   *to care for*
chê cười   *to ridicule*
choàng tỉnh   *to wake up all of a sudden*
chợp mắt   *to fall asleep*
dị nghị   *to object*
đổ vạ   *to blame*

dụ dỗ   *to seduce*
lẩm bẩm   *to mumble*
niệm Phật   *to pray to Buddha*
phân trần   *to explain oneself*
tá túc   *to stay temporarily*
trau dồi   *to improve*
tư thông   *to have an affair*
ứng thí   *to sit for an exam*
xuống tóc   *to shave off one's hair*

ADVERBS
ân cần   *thoughtfully*
điềm đạm   *in a composed manner*
tần tảo   *in a contrived manner*
thậm tệ   *very badly*
thiu thiu   *half-asleep*

IDIOMATIC EXPRESSIONS
đến tuổi cập kê   *to come of age*
khai hoa nở nhụy   *to give birth*
không chồng mà chửa   *to be pregnant without being married*
nấu sử sôi kinh   *to study diligently*
nương nhờ cửa Phật   *to take shelter in a Buddhist temple*
tâm đầu ý hợp   *to hit it off*
tụng kinh gõ mõ   *to chant prayers (while beating a wooden bell)*
xa lánh sự đời   *to stay away from worldly matters*

Discussion Questions
1. Thi Kinh obeyed her parents' decision to marry a scholar, considered a good catch for a young woman during that period, rather than marrying for love. What do you think about this?
2. Was Thien Si reasonable in accusing his wife of attempting to kill him in his sleep? Elaborate on your answer.
3. Was the feeling of Thi Mau for Thi Kinh love or lust? Explain your answer.

Princess Lieu Hanh
Earth as Land of Exile

If hell is usually thought of as a place to punish worldly bad people when they die, then Earth, on the other hand, is a land of exile for heavenly people who are guilty. More than once, a disobedient princess in Heaven is sent down to Earth by her angry father, the Jade Emperor. Instead of impatiently living out her exile on Earth to contemplate her wrongdoings, the rebellious princess turns the allotted days into a pleasant opportunity to interact with human beings.

Lieu Hanh was a princess who was the daughter of the Jade Emperor. She was very beautiful but also strong-headed. The Emperor made countless efforts to mold her to the customs of the heavenly home, but she was incorrigible. One day, after Lieu Hanh broke yet another rule, the Emperor went through the roof and decided to banish her to Earth below. Down on Earth, Lieu Hanh set up a small store at the foot of the Ngang mountain pass. The pass, which was previously a deserted place, suddenly became a crowded one, overflowing with people who came just to see the beautiful shopkeeper with their own eyes.

At that time, a prince, a son of King Le Thai To, heard rumors about this beautiful but brassy shopkeeper. The prince was determined to find this store at the foot of that mountain pass. He disguised himself as a wealthy merchant and went there with his entourage. When they arrived, both master and servants were astonished and delighted to see the lovely shopkeeper. Lieu Hanh welcomed the entire group with open arms, preparing them food and drinks, and entertaining everyone until they were all well fed.

When the prince was a little tipsy, he asked the shopkeeper, "I was wondering if my entourage and I could spend the night here in your shop. I will put up a tent in front of your shop so that there will be enough space."

Lieu Hanh replied, "Yes, my lord and your entourage are welcome to stay. It's already twilight anyway."

Past midnight, almost everyone was deep asleep, except for the prince who was feeling full of lust. He couldn't sleep a wink because the image of the beautiful shopkeeper kept lingering in his head. When he couldn't stand it anymore, the prince got up and tip-toed into the shop. He crept into the small room where Lieu Hanh was soundly sleeping and attempted to become intimate with her. Unexpectedly, she used her magical powers to disappear, leaving him bewildered in the quiet room. A while later, he returned to his tent alone and lay there wide awake until morning. When the sun rose, the fake merchant and his entourage quickly repacked their tent and quietly left, wasting no time bidding the shopkeeper farewell.

Công Chúa Liễu Hạnh

Trần Gian Lưu Đày

Nếu địa ngục thường được cho là nơi đày đoạ những người có tội ở dương thế sau khi họ từ giã cõi đời thì ngược lại, trần gian lại là nơi lưu đày đối với những người phạm lỗi trên thiên đình. Một nàng công chúa bướng bỉnh đã hơn một lần bị phụ vương là Ngọc Hoàng Thượng Đế nổi trận lôi đình đày xuống trần gian. Thay vì sống những ngày lưu đày ở trần gian để chiêm nghiệm lỗi lầm của mình, nàng công chúa nổi loạn này lại biến thời gian đó thành một dịp thú vị để hoà nhập với loài người nơi hạ giới.

Liễu Hạnh là tên của nàng công chúa con của Ngọc Hoàng Thượng Đế. Nàng rất xinh đẹp nhưng tính tình vô cùng ngang bướng. Ngọc Hoàng đã bao lần ra công uốn nắn nàng để theo phép nhà trời nhưng Liễu Hạnh vẫn chứng nào tật ấy. Một hôm, nhân Liễu Hạnh lại phạm lỗi, Ngọc Hoàng nổi trận lôi đình, quyết định đày nàng xuống trần gian. Dưới trần thế, Liễu Hạnh dựng lên một cái quán nhỏ ở chân đèo Ngang. Từ chỗ vắng vẻ, nơi này bỗng đông người tấp nập qua lại, cốt nhìn tận mắt cô chủ quán xinh đẹp này.

Lúc bấy giờ có vị hoàng tử con vua Lê Thái Tổ, nghe tiếng đồn về cô bán hàng xinh đẹp mà cũng rất đỗi ngang tàng. Hoàng tử quyết tìm đến cái quán dưới chân đèo ấy. Chàng cải trang thành một thương gia giàu có, đi cùng một đoàn tuỳ tùng. Khi đến nơi, cả thầy lẫn tớ đều bàng hoàng, ngây ngất trước vẻ kiều diễm của cô chủ quán này. Liễu Hạnh niềm nở đón tiếp cả đoàn người, làm thức ăn, đồ uống thết đãi mọi người thật no say. Khi đã ngà ngà, hoàng tử hỏi cô chủ quán:

– Chẳng hay ta và lũ tuỳ tùng có thể ở lại quán qua đêm nay không? Ta sẽ dựng thêm lều trước quán cho đủ chỗ.

Liễu Hạnh đáp lời:

– Thưa vâng, xin mời công tử và mọi người ở lại. Trời cũng đã nhá nhem rồi.

Đến quá nửa đêm, hầu hết mọi người đã say ngủ, chỉ trừ vị hoàng tử háo sắc. Chàng không thể nào chợp mắt được vì hình ảnh cô chủ quán xinh đẹp cứ lởn vởn trong đầu. Không chịu được nữa, hoàng tử trở dậy, đánh bạo rón rén đi vào quán. Chàng lần đến gian phòng nhỏ nơi Liễu Hạnh đang say ngủ và toan giở trò suồng sã. Chẳng ngờ Liễu Hạnh dùng phép thần thông biến mất, làm cho chàng trai ngồi ngơ ngác trong gian phòng vắng lặng. Một lúc sau chàng lủi thủi đi về lều và nằm thao thức cho đến sáng. Khi mặt trời ló dạng, vị thương gia giả hiệu và đoàn tuỳ tùng nhanh chóng dọn dẹp lều và lặng lẽ ra đi, không kịp chào từ biệt cô chủ quán.

Về lại hoàng cung, hoàng tử bỗng như trở thành một người khác. Chàng biếng nói, biếng cười, thường hay ngồi hằng giờ ở một chỗ, mắt nhìn tận đâu đâu. Vua cha và hoàng hậu rất lấy làm lo lắng. Khi ngự y trong triều đã bó tay, nhà vua mời nhiều danh y lần lượt khám bệnh cho con trai mà vẫn không ai tìm ra bệnh gì cả. Sau có người mách

When he returned to the palace, the prince suddenly became a different person. He stopped talking and laughing, and often sat for hours in one place, staring off somewhere. The Emperor and Empress were very worried. When the royal physician couldn't do anything about his situation, the king invited many renowned physicians one by one to treat his son; yet, no one could figure out what was ailing him. Someone finally suggested that the physicians seek out Bat Bo Kim Cang, the eight generals of the goddess Quan Am, if they were to have any chance of curing the prince. Indeed, the generals' magical spells helped the prince to slowly recover.

As for Lieu Hanh, a while later she gave birth to a baby boy. At that same time, she had just finished her term of exile on Earth, so she brought her son to a monk in the region to raise him. Returning to the Celestial Court, Lieu Hanh still acted the brassy princess as before, so it did not take long for the Jade Emperor to banish her down to Earth again. This time, she chose to open her shop at the Ba Doi mountain pass, and everyday served passers-by. Whoever was kind and decent, she treated ceremoniously, but whoever was dishonest, she punished mercilessly with different kinds of penalties. Not long afterwards, she gave birth to another child. Just as this final term of exile was coming to an end, Lieu Hanh again brought her second child to a Buddhist nun before returning to the heavens forever.

Both of her children grew up to become decent people. One of her children was none other than Trang Quynh, who became famous far and wide in the south. People of the Thanh-Nghe-Tinh region built a temple on the mountain to honor Princess Lieu Hanh. The temple is solemn and grave. No one dare touch any of the objects there for fear of her revenge.

Cultural Notes

1. The Jade Emperor is believed to rule the Kingdom of Heaven and is the representation of the first god. He is so named because, according to Chinese mythology, as a crown prince, at birth he emitted a wondrous light that filled the entire kingdom.
2. Kwan Yin, or "Lady Buddha," is believed to have eight deities ("Bát Bộ Kim Cang") who surround her and protect her. These deities are worshipped in temples as a symbol of the protection of the teachings of Buddhism. Their statues show them in fighting armor and with weapons. Three of them have their faces painted white, looking compassionate, which represents the idea of "the encouragement of good." The other five have their faces painted red, looking vicious, which represents "the punishment of evil."

Vocabulary and Expressions

NOUNS
bùa phép   *incantation*
danh y   *famed physician*
hình phạt   *penalty*
Ngọc Hoàng thượng đế   *the Jade Emperor*
ngự y   *royal physician*
sư nữ   *Buddhist nun*

thiên đình   *heavenly court*
thương gia   *merchant*
vẻ kiều diễm   *loveliness*

ADJECTIVES
giả hiệu   *phony*
háo sắc   *lustful*
ngà ngà   *tipsy*

ngang bướng   *strong-headed*
ngang tàng   *brassy*
ngây ngất   *ecstatic*
ngơ ngác   *bewildered*
nhá nhem   *twilight*
suồng sã   *flippant*
trang trọng   *solemn*
tử tế   *kind*

nước hãy tìm đến Bát Bộ Kim Cang tức là tám vị tướng của Phật Bà Quan Âm mới may ra chữa khỏi bệnh cho hoàng tử. Quả nhiên, bùa phép của các vị này đã làm cho hoàng tử dần dần hồi phục.

Về phần Liễu Hạnh, một thời gian sau đó nàng sinh được một bé trai. Lúc bấy giờ nàng cũng vừa mãn hạn đi đày ở trần gian nên nàng mang con đến gởi cho một vị sư trong vùng để nuôi dạy. Về lại chốn thiên đình, Liễu Hạnh vẫn tỏ ra là cô công chúa ngang tàng như năm xưa nên chẳng bao lâu nàng lại bị Ngọc Hoàng đày xuống trần gian lần nữa. Lần này, nàng chọn đèo Ba Dội để mở hàng quán, ngày ngày lại tiếp đãi khách qua đường. Ai tử tế, hiền lành thì được nàng trọng đãi, còn kẻ nào bất lương thì nàng thẳng tay trừng trị với nhiều hình phạt khác nhau. Ít lâu sau, nàng lại sinh thêm một đứa con nữa. Lúc hạn đoạ đày đã hết, Liễu Hạnh lại mang đứa con thứ hai đến gởi cho một sư nữ và lần này trở về trời mãi mãi.

Hai người con của Liễu Hạnh lớn lên đều nên người, một trong hai người chính là ông Trạng Quỳnh nổi tiếng khắp đất phương Nam. Dân vùng Thanh-Nghệ-Tĩnh dựng đền thờ công chúa Liễu Hạnh trên núi. Đền thờ uy nghiêm, trang trọng, không ai dám động đến một vật gì trong ấy vì sợ bà chúa báo thù.

uy nghiêm *grave*	nên người *to become a decent*	mãi mãi *forever*
vắng vẻ *deserted*	person	thẳng tay *mercilessly*
	ra công *to make an effort*	
VERBS	rón rén *to tiptoe*	**CONJUNCTION**
báo thù *to revenge*	thết đãi *to treat*	cốt *in order to*
bó tay *to have one's hands tied*	toan *to attempt*	
chợp mắt *to sleep a wink*	trọng đãi *to treat*	**IDIOMATIC EXPRESSIONS**
đánh bạo *to make a bold*	ceremoniously	cả thầy lẫn tớ *both master*
move	trừng trị *to punish*	and servant(s)
đày *to exile*	uốn nắn *to straighten*	chẳng hay *I was wondering*
giở trò *to act up*		chứng nào tật ấy *incorrigible*
lờn vờn *to linger*	**ADVERBS**	nổi trận lôi đình *to go through*
mách nước *to suggest*	lần lượt *one by one*	the roof
mãn hạn *to finish a term*	lủi thủi *alone*	

Discussion Questions

1. Analyze the concept of "expelling someone from Heaven to Earth."
2. What lesson does this story teach regarding Lieu Hanh's punishment of the prince?
3. What is the irony observable in the prince's behavior at Lieu Hanh's shop and the eight generals' cure for his illness?

Trang Bung Goes on a Mission
An Accomplished Mandarin

Throughout the several periods of Chinese rule that totaled up to nearly 1,000 years, many Vietnamese had acted in different ways in an attempt to gain back, step by step, national independence and sovereignty. Being a talented yet already aging mandarin, Phung Khac Khoan still contributed to his people's common mission by employing his literary expertise as well as his debate skills to convince a Chinese emperor to partially recognize the autonomy of the Vietnamese king during his lifetime.

Trang Bung was the nickname of Phung Khac Khoan. He was born in 1582 in Bung village, Phung Xa hamlet, Thach That district, Ha Tay province (now belonging to Hanoi). Phung Khac Khoan had literary talent. However, he refused to take the exam to become a mandarin under the Mac Dynasty because he asserted that they had usurped the throne from the Le family. Under the Trinh family, Phung Khac Khoan passed the Huong exam with highest honors when he was 29 years old (1557). Even after he was made a mandarin, he was still not very interested in the Trinh family. During the era of Le The Tong, in the Year of the Dragon (1580), Phung Khac Khoan asked to take the Hoi exam. He passed the exam as a second-rank doctoral candidate and was promoted. Two years later, he asked to resign from his position and return home.

However, a short time later, King Le invited him to come back as a mandarin to help his country. In the year 1592, the Le family fought with the Mac family and returned to the capital, Thang Long. At that time, Phung Khac Khoan was given many important positions in the imperial court. People gave him the nickname "Trang Bung" ("Doctor from Bung") out of respect for him, but in reality he had never passed the first doctoral candidacy, as many people believed.

During that time, the country of Nam was still heavily influenced by the imperial court of the Ming Dynasty from the north. All the southern royal families still offered an annual tribute to the House of Ming and endured their indirect control. When it came to the Mac family, the dependency on the north became even more evident. All the rulers from the Mac family were cowardly and overly subservient to the Ming family. In addition to official offerings of tribute, those kings gave innumerable bribes to the imperial mandarins from the Ming court. Given that, the imperial mandarins became increasingly abusive with their authority.

King Le ordered his people to bring a gold statue along with silk fabrics and jewelry to China's gateway to ask for a personal audience with the Ming emperor, to request a conference on this matter—a conference that had been denied. He had to do this for the simple reason that the imperial mandarins had received so many bribes from the Mac

Trạng Bùng Đi Sứ

Công Trạng Của Một Vị Quan Lỗi Lạc

Trải qua nhiều thời kỳ Bắc thuộc tổng cộng gần một ngàn năm, biết bao nhiêu người dân Việt đã có những hành động kháng cự dưới nhiều hình thức khác nhau để từng bước giành lại độc lập và chủ quyền cho đất nước. Là một vị quan có tài nhưng đã luống tuổi, Phùng Khắc Khoan vẫn đóng góp vào sứ mạng chung của dân tộc bằng cách đem tài nghệ về thi phú cũng như hùng biện để thuyết phục hoàng đế Trung Hoa một phần công nhận chủ quyền của nhà vua nước Việt thời bấy giờ.

Trạng Bùng là biệt hiệu của Phùng Khắc Khoan. Ông sinh năm 1582 ở làng Bùng, xã Phùng Xá, huyện Thạch Thất, tỉnh Hà Tây (nay thuộc Hà Nội). Phùng Khắc Khoan là người có văn tài nhưng ông không đi thi để khỏi làm quan dưới triều Mạc mà ông cho rằng đã tiếm ngôi của nhà Lê. Dưới thời nhà Trịnh, Phùng Khắc Khoan đỗ đầu khoa thi Hương lúc 29 tuổi (1557). Ông được cho làm quan song cũng không tha thiết mấy với nhà Trịnh. Qua thời Lê Thế Tông, ông xin dự kỳ thi Hội vào năm Canh Thìn (1580) và đỗ Hoàng giáp, được thăng quan tiến chức. Hai năm sau, ông xin từ quan về nhà.

Tuy nhiên, chỉ ít lâu sau, vua Lê lại mời ông trở lại để làm quan, giúp việc nước. Năm 1592, nhà Lê đánh đuổi được nhà Mạc, trở về kinh đô Thăng Long. Lúc ấy, Phùng Khắc Khoan được giao cho giữ nhiều chức vị quan trọng trong triều đình. Biệt hiệu Trạng Bùng là do dân chúng kính nể ông mà gọi, chứ thực ra ông chưa đỗ Trạng nguyên như nhiều người tưởng.

Vào thời bấy giờ, nước Nam vẫn chịu ảnh hưởng nặng nề của triều đình nhà Minh ở phương Bắc. Các triều đại phương Nam vẫn hằng năm triều cống cho nhà Minh và chịu sự kiểm soát gián tiếp của họ. Đến thời nhà Mạc, sự lệ thuộc vào phương Bắc lại càng rõ rệt hơn nữa. Các vua nhà Mạc đã tỏ ra yếu hèn, quỵ lụy quá nhiều đối với nhà Minh. Ngoài việc triều cống chính thức, các vua còn hối lộ cho vua quan nhà Minh nhiều không kể xiết. Được thể, vua quan nhà Minh càng ngày càng lộng quyền.

Vua Lê sai người mang tượng đúc bằng vàng bạc cùng lụa là, châu báu đem lên Nam Quan, xin ngày diện kiến vua nhà Minh để cầu phong nhưng việc không thành. Lý do đơn giản là vua quan nhà Minh nhận của đút lót của nhà Mạc còn nhiều hơn bội phần nên lúc nào cũng tìm cách gây khó dễ cho nhà Lê.

Vào thời gian ấy, Phùng Khắc Khoan đang là vị quan ở tuổi đã 69. Tuy nhiên, vì tin ông có tài mưu lược hơn người, vua Lê cử ông làm Chánh sứ sang triều Minh để cầu phong. Khi Chánh sứ Phùng Khắc Khoan dẫn đầu sứ bộ đến biên giới, quan nhà Minh không cho nhập cảnh. Phùng Khắc Khoan phải trổ tài ứng biến, một mặt đấu lý để thuyết phục các quan, một mặt hối lộ cho họ, cuối cùng mới được qua cửa ải biên giới. Tính đến ngày sứ bộ đến được Yên Kinh (tức là Bắc Kinh ngày nay), đoàn người đi sứ đã trải

family that they were always looking for ways to make things difficult for the Le family.

By that time, mandarin Phung Khac Khoan was already 69 years old. However, because of word that he had superior strategic skills, King Le nominated him as the chief envoy to the Ming court to request the conference. When Chief Envoy Phung Khac Khoan led the delegation to the border, the imperial mandarins denied them entry into China. Phung Khac Khoan had to show his talent for coping with new situations: he reasoned with the imperial mandarins on the one hand, while bribing them on the other. The delegation was finally able to cross the frontier. By the time the delegation arrived at Yen Kinh (today known as Beijing), they had travelled for twelve long, miserable months. When they arrived, they still had to wait an additional five consecutive months before they were able to have an appearance before the Ming emperor.

At the time, the Ming court was divided into two factions. One side wanted to recognize the Le family, but the other side still supported the Mac family. Phung Khac Khoan had to utilize all his strategies and diplomacy in order to get an appearance with the Ming emperor in order to submit King Le's petition for a conference. Yet, the Ming emperor still did not agree to grant the title of "monarch" to King Le, and merely conferred to him the title of "co-regent." Nonetheless, this was a significant diplomatic victory for Chief Envoy Phung Khac Khoan. Through this event, the Ming family tacitly recognized the Le family as official and lost the legal right to promote King Mac any longer.

During this diplomatic mission, Phung Khac Khoan made a strong impression on the Ming emperor because of his outstanding literary talent and his clever debating skills. The day he returned, King Le received him solemnly yet jubilantly. Phung Khac Khoan even taught the people skills that he learned during his time in China, such as how to weave silk, and how to grow corn and sesame, and is considered the forefather for these industries. He passed away in the Year of the Ox (1613), after living to the ripe old age of 85, and was posthumously granted the title of the second-highest rank in officialdom.

Cultural Notes

1. The royal court examination system in Old Vietnam lasted between 1075 and 1913. The three types of examinations were regional, central, and royal. The testing material was based on subjects such as philosophy, literature, poetry and history, and was heavily influenced by the Chinese culture.

2. The Asian zodiac system (used in China, Korea, Japan and Vietnam) includes the twelve symbols for twelve different animals, namely "tý" (the rat), "sửu" (the ox), "dần" (the tiger), "mão" (the cat), "thìn" (the dragon), "tỵ" (the snake), "ngọ" (the horse), "mùi" (the goat), "thân" (the monkey), "dậu" (the rooster), "tuất" (the dog), and "họi" (the pig). Each year in the Lunar Calendar is named after one of these symbols, which represent Earth (or "branches of a tree").

Vocabulary and Expressions

NOUNS

ấn tượng	*impression*	biệt hiệu	*nickname*	cửa ải	*frontier passage*
ảnh hưởng	*influence*	chánh sứ	*chief envoy*	của đút lót	*bribery*
biên giới	*border*	châu báu	*jewelry*	danh nghĩa	*right, behalf*
		chức vị	*position*	đồng thống	*co-regent*

qua hơn 12 tháng gian nan đẳng đẵng. Đến nơi rồi, sứ bộ còn phải chờ đợi thêm năm tháng ròng rã nữa mới được diện kiến vua nhà Minh.

Triều đình nhà Minh lúc ấy chia thành hai phe. Một phe muốn công nhận nhà Lê, còn một phe vẫn ủng hộ nhà Mạc. Phùng Khắc Khoan phải vận dụng hết mưu lược và tài ngoại giao mới được diện kiến vua nhà Minh để dâng biểu cầu phong của vua Lê. Tuy vậy, vua Minh vẫn chưa chịu phong vương cho vua Lê mà chỉ phong cho ngài chức Đồng thống. Dù sao đi nữa, đây cũng là một thắng lợi ngoại giao đáng kể của Chánh sứ Phùng Khắc Khoan. Qua sự kiện này, nhà Minh đã mặc nhiên coi nhà Lê là chính thống, và như vậy sẽ không còn danh nghĩa gì để giúp quân Mạc nữa.

Trong những ngày đi sứ, Trạng Bùng Phùng Khắc Khoan đã tạo nhiều ấn tượng tốt đẹp cho vua quan nhà Minh qua tài thi văn lỗi lạc và cách đối đáp khôn ngoan của mình. Ngày ông trở về, vua quan nhà Lê đón mừng ông tưng bừng, trọng thể. Ông còn dạy lại cho dân chúng những nghề mà ông đã học được trong thời gian ở Trung Hoa như cách dệt the, cách trồng ngô, trồng vừng và được coi như là ông tổ của những nghề ấy. Phùng Khắc Khoan mất năm Quý Sửu (1613), thọ 85 tuổi, được truy tặng chức Thái phó.

hoàng giáp   *second-rank doctoral candidate*
huyện   *district*
khoa thi   *examination period*
lụa là   *silk fabrics*
lý do   *reason*
mưu lược   *plans and strategies*
ngô   *corn*
ngoại giao   *diplomacy*
phe   *side*
sứ bộ   *delegation*
sự kiểm soát   *control*
sự kiện   *event*
sự lệ thuộc   *dependency*
thái phó   *second-highest rank in officialdom*
thắng lợi   *victory*
tỉnh   *province*
trạng nguyên   *first doctoral candidate*
triều   *dynasty*
văn tài   *literary talent*
vừng   *sesame*
xã   *hamlet*

ADJECTIVES
chính thống   *official*
chính thức   *official*
đẳng đẵng   *lengthy*
đơn giản   *simple*
gian nan   *miserably difficult*
gián tiếp   *indirect*
lỗi lạc   *genial*
quỵ luỵ   *subservient*
ròng rã   *uninterrupted*
tha thiết   *strongly interested*
thọ   *long-lived*
yếu hèn   *cowardly*

VERBS
cầu phong   *to request to be conferred*
công nhận   *to recognize*
cử   *to nominate*
dâng biểu   *to submit a petition*
dệt   *to weave*
diện kiến   *to meet in person*
đi sứ   *to go on a mission*
đỗ đầu   *to pass an exam with the highest honor*

gây khó dễ   *to cause difficulties*
kính nể   *to respect*
lộng quyền   *to abuse authority*
nhập cảnh   *to enter a country*
phong vương   *to grant the title of monarch*
tiếm ngôi   *to dethrone*
trải qua   *to spend*
triều cống   *to offer tributes*
truy tặng   *to grant posthumously*
ủng hộ   *to support*
vận dụng   *to manipulate*

ADVERBS
dù sao đi nữa   *nonetheless*
mặc nhiên   *tacitly*
trọng thể   *solemnly*
tưng bừng   *jubilantly*

IDIOMATIC EXPRESSIONS
một mặt..., một mặt...   *on the one hand ..., on the other hand ...*
thăng quan tiến chức   *to get promoted*

Discussion Questions

1. What was the main purpose of someone studying to pass an exam during this period?
2. There are several reasons for Vietnam's dependency on China, but what reason was observed in this story, given the annual tribute ritual?
3. Why was Trang Bung's mission to China considered a diplomatic victory, although he did not get exactly what the king had wanted him to achieve?

Yet Kieu – The Water Boy
Fighting with Bare Hands

It would be wrong to mention historical heroes who fought against foreign invaders without including the young men. The tale of the young, talented hero below of course contains mystical elements that are indispensable in the majority of folktales. Nevertheless, the main purpose of the tales of this motif is to foster patriotism and national pride.

Ha Bi Village was a small coastal village, and the majority of the villagers made their living by fishing. Like many boys from the village, Yet Kieu went to the ocean every day to fish and catch shrimp. One evening, he was strolling home from the beach after a tiring day of work. From out of nowhere, two white water buffalo bounced right in front of him, butting each other violently. Yet Kieu picked up a large stick to block the two animals. They then angrily and hurriedly ran to the ocean and disappeared. He watched them dumbfounded, and then suddenly noticed a few strands of strange white fur stuck on the stick that he was holding. He thought carefully for a few seconds and then swallowed those strands of fur. From that evening on, Yet Kieu became unusually stronger. When he went into the ocean, he was clearly a faster swimmer, swift as an otter. He could walk on the surface of the water like he was walking on land. More particularly, he discovered that he could be under water for a very long time, up to three to four consecutive days, before he surfaced without harm.

During that time, invaders from China often came over to disturb our country. They would sail their large ships over to destroy the fishermen's small boats. Whoever resisted, they mercilessly slaughtered. A miserable mood pervaded everywhere. The king sent battleships and soldiers to resist, but they were completely unable to rival the invader's aggressive fighters. He put out an order looking for someone with skills in the water, promising to bestow pearls and gems, and a powerful position to anyone who could eliminate the invaders and save the people and country.

Yet Kieu asked to meet the king, saying that he could help get rid of the invaders. To gain the king's trust, he showed off his extraordinary strength, lifting thousand-pound objects and smashing gigantic boulders. Yet Kieu even showed off his swimming skills, diving for hours in deep water.

The king, extremely pleased, asked, "How many battleships and troops do you need to destroy the enemy's ships?"

Yet Kieu reported respectfully, "Your Highness, I need only my strength and my hands."

The king was immeasurably happy and bestowed on him the title of Head of the Army so that he could fight the invaders by himself. As soon as he arrived at the seaport

Yết Kiêu

Tay Không Đánh Giặc

Nói đến những anh hùng trong lịch sử đã đứng lên chống giặc ngoại xâm trong lịch sử nước Việt mà không nhắc đến những người trẻ tuổi thì quả là một thiếu sót lớn. Chuyện kể về người anh hùng trẻ tuổi tài cao dưới đây cố nhiên có những yếu tố thần thoại không thể thiếu trong đa số các câu chuyện dân gian. Tuy nhiên, mục đích chính của những câu chuyện theo chủ đề này là để khơi gợi lòng yêu nước và niềm tự hào dân tộc.

Làng Hạ Bì là một ngôi làng nhỏ ven biển, đa số dân làng sống về nghề chài lưới. Cũng như nhiều trai làng khác, Yết Kiêu ngày ngày ra biển đánh cá, mò tôm. Một buổi chiều nọ, Yết Kiêu đang lững thững từ biển về nhà sau một ngày làm việc mệt nhọc. Bỗng từ đâu nhảy xổ ra trước mặt chàng hai con trâu trắng đang húc nhau dữ dội. Yết Kiêu nhặt một khúc cây lớn, lao vào ngăn hai con vật lại. Hai con trâu vùng chạy xuống biển rồi biến mất. Yết Kiêu ngơ ngẩn nhìn theo, rồi chợt thấy trên khúc cây đang cầm trên tay còn dính lại những sợi lông màu trắng lạ kỳ. Chàng ngẫm nghĩ vài giây rồi cho những sợi lông đó vào miệng nuốt đi. Kể từ buổi chiều đó, Yết Kiêu thấy mình trở nên mạnh khoẻ một cách khác thường. Khi xuống biển, chàng bơi lội nhanh nhẹn hẳn ra, thoăn thoắt như một con rái cá. Chàng có thể đi trên mặt nước y như đi trên bộ. Đặc biệt hơn nữa, chàng khám phá ra rằng mình có thể ở dưới nước thật lâu, đến ba bốn ngày liền mới lên mà không hề hấn gì cả.

Vào thời ấy, giặc bên Trung Hoa thường sang quấy nhiễu nước ta. Chúng mang tàu thuyền to lớn phá hoại thuyền bè nhỏ của dân chài. Ai chống cự thì chúng thẳng tay chém giết, bầu không khí tang thương bao trùm khắp nơi. Nhà vua cho chiến thuyền, quân lính ra chống cự nhưng không tài nào địch lại quân giặc hung hãn. Ngài truyền tìm cho ra nhân tài trong nước, hứa sẽ ban thưởng ngọc ngà châu báu và quyền cao chức trọng cho ai diệt được giặc để cứu dân cứu nước.

Yết Kiêu xin vào gặp nhà vua, thưa rằng mình có thể giúp vua đuổi giặc. Để được vua tin tưởng, chàng phô trương sức mạnh phi thường của mình, nhấc bổng những vật nặng nghìn cân, đập nát những tảng đá khổng lồ. Yết Kiêu còn trổ tài bơi lội, lặn hàng giờ dưới làn nước sâu. Nhà vua vô cùng ưng ý, phán hỏi:

– Nhà ngươi cần bao nhiêu chiến thuyền và quân sĩ để tiêu diệt thuyền bè của quân giặc?

Yết Kiêu kính cẩn tâu:

– Bẩm hoàng thượng, thần chỉ cần sức mạnh và đôi tay của chính mình là đủ.

Nhà vua vui mừng khôn xiết, phong cho Yết Kiêu chức Đô thống để chàng một mình đi đánh giặc. Vừa đến cửa biển Vạn Ninh, Yết Kiêu đã thấy ngoài khơi trùng trùng điệp điệp tàu thuyền của giặc đang chờ đêm tối để tấn công. Yết Kiêu cầm trong tay một cái khoan nhọn và một cái búa lớn, đoạn chàng bơi một mạch ra khơi. Khi gần đến đám tàu

of Van Ninh, Yet Kieu saw row after row of invaders' ships waiting off the coast for night to attack. He grabbed a sharp drill and a large hammer and swam with one breath to the open sea. When he was close to the fleet of ships, he dove deeper underwater. He dove from one ship to another, using the hammer and drill to puncture many holes one after another at the bottom of each ship. Thus, one by one, each ship was flooded with water and slowly sank into the ocean. The invaders all panicked. A ship's captain ordered men to dive into the water to find out what sea monster was sinking the ships. They even cast a gigantic net into the ocean hoping to catch this sea monster. Unfortunately, Yet Kieu got caught in the net. When the invaders pulled it up, they saw a young, shirtless fellow, wearing only a simple loincloth.

The ship's captain showed him little regard, and arrogantly asked, "Look here, you insurgent! You're by yourself. Yet, you dare to provoke us by destroying the ships from the heavenly dynasty, and you're not afraid of losing your head, huh?"

Yet Kieu laughed while replying, "It's not only me, but a hundred soldiers like me under the water! You should all prepare to die in the ocean!"

After saying this, he used his hands to rip open the net, plopped into the ocean, and disappeared. The invaders, believing his words, jumped terrified onto the remaining ships and turned to leave.

Yet Kieu returned home completely victorious and received a powerful position along with pearls and gems as promised. Later on, fishermen built temples for Yet Kieu at many seaports in the region to pay respect to the fisherman who had destroyed the invaders and saved the country.

Cultural Notes

1. Historically, Vietnam was dominated by China for a total of four periods. The first period was from 297 B.C. to 40 B.C., the second period was from 43 B.C. to 541 A.D., the third period was from 602 A.D. to 938 A.D., and the fourth period was from 1407 A.D. to 1427 A.D. Wars of resistance were carried out by the Vietnamese people during all those periods. In the modern times, the two countries have been involved in several conflicts at the borders and at sea between 1974 and 1990. Two of the most serious ones took place in 1974 (between the People's Republic of China and the Republic of Vietnam) and in 1979 (between the People's Republic of China and the Socialist Republic of Vietnam).

2. The Chinese have their special ways to refer to themselves and the things that belong to them. For example, they call their country by the name "The Middle Kingdom" in Mandarin Chinese. In the story, the Chinese ship's captain, when condescendingly talking to Yet Kieu, referred to his country as the "heavenly dynasty."

Vocabulary and Expressions

NOUNS

bầu không khí *mood*	đô thống *head of the army*	rái cá *otter*
búa *hammer*	khoan *drill*	thiên triều *heavenly dynasty*
chiến thuyền *battleship*	lưới *net*	thuỷ quái *sea monster*
dân chài *fisherman*	nghịch tặc *insurgent*	Thuỷ vương *the sea god*
đáy *bottom*	nhân tài *talent*	trâu *water buffalo*
	quân sĩ *troop*	ven biển *coast*

thuyền, Yết Kiêu lặn sâu xuống nước. Chàng lặn từ chiếc thuyền này sang chiếc thuyền khác, dùng búa và khoan lần lượt đục thủng nhiều lỗ dưới đáy mỗi chiếc thuyền. Thế là từng chiếc thuyền một bắt đầu bị nước tràn vào, dần dần chìm xuống nước. Quân giặc hoảng loạn cả lên.Tướng Tàu sai quân lặn xuống nước để tìm xem con thuỷ quái nào đã làm chìm thuyền. Bọn chúng còn thả một cái lưới khổng lồ xuống biển để mong bắt được con thuỷ quái đó. Chẳng may Yết Kiêu bị lọt vào lưới. Quân giặc kéo lưới lên thì thấy một gã thanh niên mình trần, chỉ đóng sơ sài một cái khố. Tướng Tàu tỏ vẻ coi thường, lên giọng hống hách hỏi:

– Tên nghịch tặc kia! Ngươi một thân một mình mà dám trêu ngươi phá hoại tàu thuyền của thiên triều mà không sợ mất đầu ư?

Yết Kiêu cả cười mà rằng:

– Không phải chỉ có mình ta đâu mà còn cả trăm lính như ta dưới nước nữa kìa! Các ngươi hãy sửa soạn mà cùng xuống chầu Thuỷ vương đi!

Nói đoạn Yết Kiêu dùng tay xé rách lưới, nhảy tòm xuống biển mất dạng. Quân giặc tưởng chàng nói thật, hốt hoảng nhảy lên mấy chiếc thuyền còn lại, quay đầu đi mất. Yết Kiêu toàn thắng trở về, được vua ban chức lớn cùng vàng bạc châu báu như đã hứa. Về sau, dân chài dựng đền thờ Yết Kiêu ở nhiều cửa biển quanh vùng để nhớ ơn chàng dân chài diệt giặc cứu nước.

PRONOUNS	cả cười *to laugh loudly*	ADVERBS
nhà ngươi *you (used by a royal)*	chém giết *to slaughter*	kính cẩn *respectfully*
	chống cự *to resist*	một cách khác
thần *I, me (when speaking to a royal)*	địch lại *to rival*	thường *unusually*
	đục thủng *to puncture*	sơ sài *perfunctorily*
	khám phá *to discover*	thẳng tay *without mercy*
ADJECTIVES	lững thững *to stroll*	thoăn thoắt *swiftly*
hoảng loạn *panic*	nhấc bổng *to lift*	
hống hách *overbearing*	nhảy tòm *to jump in with a plop*	IDIOMATIC EXPRESSIONS
hung hãn *aggressive*		chầu Thuỷ vương *to die in the ocean*
không hề hấn *intact*	nhảy xổ *to bounce upon*	
ngơ ngẩn *stupefied*	nuốt *to swallow*	không tài nào *completely unable*
phi thường *extraordinary*	phá hoại *to destroy*	
tang thương *miserable*	phô trương *to show off*	một thân một mình *by oneself*
ưng ý *pleased*	tấn công *to attack*	ngọc ngà châu báu *pearls and gems*
	tâu *to speak to a royal*	
VERBS	tiêu diệt *to wipe out*	quyền cao chức trọng *powerful position*
bẩm *to speak to a superior*	trêu ngươi *to provoke*	
ban thưởng *to reward*	trổ tài *to show off one's talent*	trùng trùng điệp điệp *row after row*
bao trùm *to pervade*		

Discussion Questions

1. What made Yet Kieu decide to swallow the strands of buffalo fur?
2. Why did the Chinese soldiers believe that their ships were sabotaged by a sea monster?
3. What attitude did the Chinese captain show when he called Yet Kieu an "insurgent"?

The Bamboo Tree with a Hundred Nodes

Tasting Your own Medicine

Can you be rich, selfish, manipulative and successful all the time? The exploitation and abuse of the poor by the rich not only took place in feudal Vietnam, but is also witnessed nowadays, even in worse forms. The image of Buddha helping the gullible male servant in the following story implies that the good always wins at the end of the day.

In one village, there lived an old, rich widower who had an unmarried daughter. Although he was wealthy and owned a lot of property, he was very miserly. He had a male servant who was an orphan. The old widower wanted to employ him without paying a salary, so he pretended to promise the servant his daughter's hand in marriage if the servant worked hard for him. When the naive servant, who had for a long time been secretly in love with the widower's daughter, heard this, he was very happy, so he put all his energy into working day and night for him, rain or shine, not caring about whether it was a menial or important task.

As for the old widower, he quietly betrothed his daughter to the son of another rich man in the next village. When the wedding day arrived, the widower ordered for pigs and chickens to be butchered, arranged for tables and chairs, and hung lights and flowers inside and outside of the house.

The evening before the wedding, the widower summoned the servant and said, "Tomorrow will be your wedding day. You just need to go into the jungle and find a bamboo stalk with a hundred nodes, then bring it back as a wedding present."

Without thinking too deeply about this, the servant eagerly took his bush-hook into the jungle. From morning until night, he worked determinedly to find any soaring bamboo trees he could to cut down. However, when he counted the nodes even the tallest trees had at most a few dozen. Undiscouraged, he went deeper into the jungle to find more tall bamboo trees to cut down. The sun was about to set, and he had still not cut down any tree with a hundred nodes. Filled with sadness, he threw down the bush-hook, covered his face, and cried uncontrollably.

Hearing the servant's cries of suffering, Buddha appeared to him and asked, "Why are you sitting here and crying?"

The servant sobbingly retold his story from beginning to end. After hearing it, Buddha laughingly instructed, "Gather a few of the bamboo trees together, cut them up so that you have enough for one hundred nodes, and I will show you what to do."

The servant followed his instructions, chopped up enough trees so that he had one

Cây Tre Trăm Đốt

Gậy Ông Đập Lưng Ông

Người ta có thể nào vừa giàu, vừa ích kỷ, mưu mô và lúc nào cũng thành công không? Cảnh nhà giàu vừa bóc lột người nghèo, vừa lợi dụng họ đến tận cùng không những xảy ra dưới thời phong kiến ở Việt Nam ngày xưa mà vẫn tồn tại cho đến ngày nay, thậm chí còn tệ hại hơn nhiều. Hình ảnh ông Bụt giúp đỡ anh đầy tớ khờ khạo trong câu chuyện dưới đây có ngụ ý rằng cái thiện lúc nào cuối cùng cũng thắng.

Ở một ngôi làng kia có một lão phú hộ goá vợ có một người con gái chưa chồng. Tuy lắm tiền nhiều của, lão phú hộ lại rất keo kiệt. Trong nhà ông có một anh đầy tớ giúp việc mồ côi cả cha lẫn mẹ. Lão phú hộ muốn mướn người không công nên vờ hứa với anh đầy tớ hãy ráng làm việc rồi ông sẽ gả con gái cho. Anh đầy tớ vốn thật thà như đếm, lại đã đem lòng thương thầm cô gái con ông chủ từ lâu, nên nghe vậy thì mừng lắm. Thế là anh ngày đêm ra sức làm việc, không ngại nắng mưa, việc lớn việc nhỏ.

Về phần lão phú hộ, lão đã âm thầm hứa hôn con gái mình cho con trai của một phú hộ khác ở làng bên cạnh. Khi ngày cưới đến, lão phú hộ cho giết lợn mổ gà, sắp xếp bàn ghế, giăng đèn kết hoa trong nhà ngoài ngõ. Buổi chiều trước ngày cưới, lão phú hộ gọi anh đầy tớ lại và bảo:

– Ngày mai sẽ là ngày cưới của con. Con chỉ cần vào rừng kiếm cho ra cây tre nào đủ một trăm đốt, chặt đem về đây làm sính lễ là đủ.

Anh đầy tớ không nghĩ ngợi lôi thôi, hăm hở vác rựa vào rừng. Từ sáng đến tối, anh cố tìm cho được những cây tre nào cao ngất ngưỡng để đốn xuống. Nhưng khi đếm đốt tre thì cây cao nhất cũng có đến vài chục đốt là cùng. Không nản lòng, anh lại đi sâu hơn vào rừng, tìm thêm tre cao để đốn. Mãi đến khi mặt trời sắp xế bóng mà anh vẫn chưa chặt được cây tre nào có đủ trăm đốt cả. Buồn rầu, anh vất rựa, ngồi xuống ôm mặt khóc nức nở.

Nghe tiếng khóc của anh đầy tớ đau khổ, Bụt hiện ra hỏi:

– Vì sao con lại ngồi đây khóc lóc như vầy?

Anh đầy tớ thổn thức kể lại đầu đuôi câu chuyện. Nghe xong, Bụt cười bảo:

– Con hãy gom vài cây tre lại, chặt ra cho đủ một trăm đốt rồi ta sẽ bày cho cách này.

Anh đầy tớ nghe lời, chặt tre ra thành một trăm đốt, bày trước mặt Bụt. Bụt bảo anh xếp các đốt tre thành một hàng ngay ngắn, đoạn hô lớn lên hai lần: "Khắc nhập! Khắc nhập!"

Lạ lùng thay, các đốt tre lập tức dính liền lại với nhau thành một cây tre có đủ một trăm đốt hẳn hòi. Anh đầy tớ mừng quá, cám ơn Bụt rồi rít rồi ghé vai định vác tre về nhà. Nào ngờ cây tre quá dài, anh loay hoay mãi mà không sao vác được. Thất vọng

hundred nodes, and presented them before Buddha. Buddha told him to arrange them into a straight line and shout out loudly twice, "Come together immediately! Come together immediately!"

Strangely, the bamboo nodes immediately stuck together to form one proper tree with a hundred nodes. The servant was so happy that he thanked Buddha profusely. He tried to carry the tree home on his shoulders, but not realizing how long the bamboo tree was, he kept fumbling around and couldn't figure out how to carry it. Deeply disappointed, he wept into his hands. Buddha appeared and helped him by loudly shouting twice, "Come apart immediately! Come apart immediately!" Then each node separated as before. The servant understood and thanked Buddha again. He found some jungle vines to tie all the trees together and cheerfully left, bringing them back home. When he got there, he was surprised to see a wedding going on, and the bride side by side with a groom whom he had never met.

The old widower shamelessly said, "These are just a hundred nodes from different trees because there's no such thing as a bamboo tree with a hundred nodes. Too bad! I already chose another groom."

Without a word, the servant laid out the trees into a straight line and shouted loudly, "Come together immediately! Come together immediately!" Then a single bamboo tree with a hundred nodes lay there in front of everybody. The widower lunged forward intending to find a way to make the tree come apart like before, but he immediately became stuck tightly to it. Many of the folks from the groom's family as well as the bride's family who rushed in to pull him off also got stuck. The servant stood there with his arms crossed, watching triumphantly. Finally, the old widower was forced to apologize to the servant and promised to make him the groom. The servant took his time to shout, "Come apart immediately! Come apart immediately!" Everyone was then released from the bamboo tree.

The wedding continued happily, but with a new groom. Nowadays, the servant is the master and lives happily with his beautiful wife.

Cultural Notes
1. Bamboo is one of the most common plants in the countryside of Vietnam. One special trait of this plant is that it blooms only once toward the end of its lifetime. The bamboo tree usually represents Vietnamese country life and is used for many purposes, for example, household utensils and furniture (pillars, canopies, chopsticks, baskets) or agricultural instruments (hoe or spade handles), and bamboo handicrafts. Young bamboo shoots are edible and dried bamboo (including the roots) is used as firewood.
2. "Bụt" is the Vietnamese version (used in the northern dialects) for the Sanskrit "Buddha." Before the introduction of Christianity to Vietnam by European missionaries in the 17th century, Buddhism was the only popular religion (aside from the worship of ancestors, which is considered by many a religion in its own right). Many tales include the appearance of bụt in scenes involving characters in misery, where he helps them with his magic.

tràn trề, anh lại ôm mặt khóc. Bụt hiện ra, giúp anh hô lớn hai lần: "Khắc xuất! Khắc xuất!" Thế là các đốt tre lại rời ra như cũ. Anh đầy tớ hiểu ý, cám ơn Bụt lần nữa. Anh tìm dây rừng cột tất cả các đốt tre lại rồi hớn hở mang về nhà. Đến nơi, anh ngỡ ngàng thấy đám cưới đang diễn ra, cô dâu đang sánh vai chú rể mà anh chưa bao giờ gặp mặt. Lão phú hộ trơ tráo nói:

– Đây chỉ là một trăm đốt tre chứ làm gì có cây tre nào trăm đốt. Rất tiếc ta đã lựa một chàng rể khác rồi.

Anh đầy tớ không nói không rằng, xếp các đốt tre lại thành một hàng rồi hô lớn: "Khắc nhập! Khắc nhập!" Thế là một cây tre trăm đốt đã nằm ngay ngắn trước mặt mọi người. Lão phú hộ nhào đến định tìm cách làm cho các đốt tre rời ra như cũ nhưng lập tức lão bị dính chặt vào cây tre. Nhiều người bên nhà trai lẫn nhà gái chạy đến để kéo lão ra cũng bị dính cả vào cây tre. Anh đầy tớ khoanh tay đứng nhìn một cách đắc thắng. Cuối cùng lão phú hộ phải xin lỗi anh đầy tớ và hứa cho anh làm chú rể. Bấy giờ, anh đầy tớ mới thong thả hô to: "Khắc xuất! Khắc xuất!" Mọi người lại rời ra khỏi cây tre. Đám cưới với chú rể mới diễn ra thật vui vẻ và anh đầy tớ giờ đây đã thành ông chủ nhỏ, sống hạnh phúc bên cô vợ xinh đẹp.

Vocabulary and Expressions

NOUNS
cây tre   *bamboo tree*
chú rể   *groom*
cô dâu   *bride*
đầy tớ   *servant*
đốt   *culm*
nhà gái   *the bride's family*
nhà trai   *the groom's family*
phú hộ   *rich man*
rựa   *bush-hook*
sính lễ   *wedding present*

ADJECTIVES
cao ngất ngưỡng   *soaring, tall*
keo kiệt   *stingy*
ngỡ ngàng   *surprised*

VERBS
đốn   *to fell*
gom   *to gather*
hứa hôn   *to betroth*

khoanh tay   *to cross one's arms*
loay hoay   *to fumble*
sánh vai   *to be shoulder to shoulder*
sắp xếp   *to arrange*
thổn thức   *to sob*
vác   *to carry on one's shoulder*
xế   *to decline*

ADVERBS
âm thầm   *quietly*
hăm hở   *eagerly*
hớn hở   *cheerfully*
một cách đắc thắng   *triumphantly*
nức nở   *uncontrollably*
rối rít   *profusely*
thong thả   *unhurriedly*
tràn trề   *overflowingly*
trơ tráo   *shamelessly*

IDIOMATIC EXPRESSIONS
giết lợn mổ gà   *to slaughter pigs and chickens*
khắc nhập!   *come together immediately!*
khắc xuất!   *come apart immediately!*
không nói không rằng   *without a word*
lắm tiền nhiều của   *having a lot of money and property*
nghĩ ngợi lôi thôi   *to think long and hard unnecessarily*
thật thà như đếm   *as naïve as Adam and Eve*
trong nhà ngoài ngõ   *in and outside of the house*

Discussion Questions
1. What is the difference between the rich man and his daughter when it comes to love and marriage?
2. Describe the male servant in terms of personality and intelligence.
3. What is the rich man like? Give examples from the story for your description.

The Story of Buffalo Man and Chuc
Why Does it Rain in the Seventh Month?

Almost every natural phenomenon is enjoyably explained in folktales. The rainy period that lasts for weeks in the seventh month of the lunar calendar is created as a tear-filled love story. It is most likely for that reason that in Vietnam people usually avoid getting married in this month, in hope that their union not be tangled in melancholy and separation, like that of the unfortunate couple in this legend.

In a deserted forest there was a beautiful creek. People in the area called it Fairies' Creek because of the rumor that fairies from heaven would, from time to time, fly down there to swim and play. During his daily trips to the forest for wood cutting, a curious young villager would stop by the creek in hopes of meeting these rumored fairies. One day, after having cut some wood, he again went to the creek to eat, and fell asleep in the pleasant breeze. In the middle of his deep sleep, he was suddenly awoken by sounds of talking and laughing from a distance. He saw three pretty fairies playing cheerfully in the clear and blue water of the creek. They were indeed fairies because he also saw three pairs of white wings by the creek. While the fairies were busy having fun, the young man tiptoed towards the wings, took one of the pairs, and hid it away.

After having swum and played to their heart's content, the fairies came up to get their wings. While two of them had already found theirs, a third one was wondering why her wings had mysteriously disappeared. After her friends had happily put on their wings and flown back up to heaven, the unfortunate fairy stayed behind and sat by the creek, crying and crying.

At that point, the young man left his hiding spot, came to her, and said, "I have your wings. It seems like fate has united us to become husband and wife."

Despite the fairy's cries begging for her wings, the young man would not give them to her. She had no choice but to follow him. When they arrived at his house, the young man hid the wings in a secret spot. From that day on, the fairy unwillingly became his wife, and not long after that, she gave birth to a cute baby boy. Although she loved her husband and child, the fairy never stopped missing her fairy world and would every so often ask him to return her wings so that she could go back there for a visit.

One day, the man had to go away for a while. Before leaving, he instructed the woman repeatedly, "If you need rice in the barn, remember to get it from the pile that's high up, and then from the middle pile. Just never use the low one because the rice there is only for re-planting."

The wife became suspicious. She waited until he had left, and rushed right away to the barn. Stopping by the low pile, she dug into the rice and saw her wings hidden in it. Overjoyed, she waited until the day before her husband returned to fly back to heaven.

Ngưu Lang Chức Nữ

Vì Sao Tháng Bảy Mưa Ngâu?

Gần như hiện tượng thiên nhiên nào cũng được giải nghĩa một cách thú vị qua những câu chuyện dân gian. Hiện tượng mưa kéo dài hằng nhiều tuần lễ vào tháng Bảy âm lịch đã được dựng lại thành một câu chuyện tình đầy nước mắt. Có lẽ vì thế mà ở Việt Nam người ta thường tránh tổ chức đám cưới vào tháng này, để mong cho hôn nhân của mình không vướng phải những buồn phiền, tan vỡ như hai người kém may mắn trong truyền thuyết này.

Trong khu rừng vắng vẻ kia có một dòng suối tuyệt đẹp. Người dân trong vùng gọi là suối tiên vì họ đồn nơi đây thỉnh thoảng vẫn có những nàng tiên trên trời xuống tắm táp, đùa giỡn. Có một chàng trai làng vốn tính hiếu kỳ, ngày nào cũng đi sâu vào rừng đốn củi rồi ghé suối tiên để xem có khi nào mình được gặp những nàng tiên như lời đồn hay chăng. Một hôm, sau khi đốn củi xong, chàng lại đến suối tiên, giở thức ăn ra ăn rồi thiu thiu ngủ trong làn gió mát. Đang say giấc, chàng trai choàng tỉnh dậy vì nghe có tiếng nói cười vẳng lại. Giữa dòng suối, ba nàng thiếu nữ cực kỳ xinh đẹp đang đùa giỡn dưới làn nước trong xanh. Quả đây là các nàng tiên vì bên bờ suối, chàng trai thấy có ba đôi cánh trắng. Trong lúc ba nàng tiên đang mải mê vui đùa, chàng trai rón rén đến gần, lấy một đôi cánh giấu đi.

Tắm táp vui đùa thoả thuê xong, ba nàng tiên lên bờ tìm đôi cánh của mình. Trong khi hai nàng tiên đã thấy cánh, nàng tiên thứ ba ngơ ngác không hiểu đôi cánh của mình đã biến mất hồi nào. Hai nàng tiên kia chắp cánh bay vút về trời, còn lại nàng tiên xui xẻo mất cánh ngồi khóc ròng bên bờ suối. Lúc bấy giờ chàng trai mới rời chỗ nấp ra, đến gần bảo nàng tiên:

– Đôi cánh của nàng ta đang giữ đây. Chắc số trời đã định cho nàng và ta trở thành vợ chồng.

Mặc cho nàng tiên khóc lóc, van vỉ xin lại đôi cánh, chàng trai không chịu trả lại. Nàng tiên đành lẽo đẽo theo sau chàng. Về đến nhà, chàng trai giấu biệt đôi cánh. Từ đó, nàng tiên bất đắc dĩ phải trở thành vợ của chàng trai và ít lâu sau, nàng sinh được một đứa bé trai kháu khỉnh. Tuy thương con, thương chồng, nàng tiên vẫn chưa nguôi thương nhớ tiên giới và lâu lâu lại đòi chồng trả lại đôi cánh cho mình để về thăm nhà. Một ngày nọ, người chồng có việc phải đi xa một thời gian. Trước khi đi, anh dặn đi dặn lại vợ:

– Ở nhà dùng thóc trong cót thì nhớ lấy trong đụn cao, hết thóc trong đụn cao thì qua đụn vừa. Chớ có đụng đến đụn thấp ta để dành làm thóc giống nhé!

Người vợ sinh nghi, chờ chồng đi rồi bèn chạy ngay ra cót thóc. Nàng đến chỗ đụn thấp, bới thóc lên thì thấy đôi cánh của mình giấu trong đó. Nàng mừng rỡ, định sẽ nấn ná đến ngày chồng về sẽ chắp cánh bay về trời. Cận ngày chồng trở lại, nàng ôm con khóc lóc, dặn dò con đủ điều rồi gắn vào áo con cái trâm mình vẫn thường cài trên tóc. Sau đó, nàng cất cánh bay vút lên trời.

As the time drew near, she held her son in her arms, crying and telling him many things, and finally clipped her hairpin on his shirt. Then off she flew, soaring up into the sky.

The next day, when the husband returned home, he saw his son sitting and crying alone with his wife nowhere in sight. He ran to the the rice barn, came to the low pile, and found the wings missing. He realized that she had flown back to heaven. The father and son could do nothing more than hug each other amidst incessant tears. From then on, every day the miserable husband would bring his son to the creek, hoping to find his wife again.

One day, he again saw a group of fairies coming down to the creek for a swim. Overjoyed, he approached them, recounted his story, and showed them the hairpin as proof. The fairies brought the hairpin back to heaven and presented it to the Jade Emperor. It turned out that the fairy was named Chuc, and she did her daily weaving in the heavenly palace. Upon listening to the story of the couple, the Jade Emperor felt very sorry for them and decided to bring both the man and his son up to heaven, giving the father the job of herding water buffalos at one end of the Silver River. He was, therefore, called the Buffalo Man.

Every year, the Jade Emperor allows the Buffalo Man and Lady Chuc to meet up in the seventh month of the lunar calendar. During that period, it usually rains very hard, and people believe that those are the bitter-sweet tears of the couple, who are reunited only once a year and was separated again until the next rainy season.

Cultural Notes

1. Rice is the main staple of the Vietnamese people. While people who live along the coasts of the country make their living by fishing, most people in the countryside make rice planting their daily work. Many houses in the countryside have a barn where rice and other grains are kept. The term "rice" has become synonymous with "food" and can be found in a lot of idiomatic expressions such as "kiếm cơm" ("look for rice" = make a living), "gầy thầy cơm" ("skinny people are the masters of rice" = those who are skinny eat a lot), and "chẳng nên cơm cháo gì" ("neither rice nor gruel" = unfruitful).

2. The lunar calendar has twelve months like the solar calendar (or Gregorian calendar), but is based on the cycles of the lunar phases. The lunar months (typically behind the solar months) are named with numbers in Vietnamese, except for the first month, which is named Giêng, and the last month, which is named Chạp. The fifteenth night of each lunar month is a night with a full moon. The months alternately have 29 and 30 days. A lunar leap year has 13 months.

Vocabulary and Expressions

NOUNS
âm lịch   *lunar calendar*
bằng chứng   *proof*
cánh   *wing*
chỗ nấp   *hiding place*
cót   *barn*
đụn   *heap*

lang   *young man*
ngâu   *variation of* ngưu
ngưu   *Sino-Vietnamese for "water buffalo"*
nữ   *woman, young woman*
phận sự   *duty*
suối   *brook*

thóc giống   *rice seed*
thóc   *rice*
trâm   *hairpin*

ADJECTIVES
cận   *close*
xui xẻo   *unlucky*

Hôm sau, người chồng về đến nhà, thấy con đang ngồi khóc mà vợ thì chẳng biết nơi đâu. Chàng chạy vội ra cót thóc, đến đụn thóc thấp thì không còn thấy đôi cánh tiên đâu nữa, biết ngay là vợ đã chắp cánh bay về trời. Hai cha con đành ôm nhau than khóc thảm thiết. Người chồng từ hôm ấy cứ ngày ngày ôm con đến chỗ suối tiên năm xưa, mong gặp lại người vợ cũ.

Một ngày nọ, chàng lại thấy một bầy tiên nữ xuống tắm suối. Chàng mừng rỡ đến gặp các nàng tiên, kể lại tự sự rồi đưa cái trâm ra làm bằng chứng. Các nàng tiên đem trâm về trời, trình với Ngọc Hoàng. Nàng tiên ngày trước chính là ả Chức, ngày ngày vẫn dệt vải trong cung điện nhà trời. Ngọc Hoàng nghe chuyện, thương tình cho hai cha con lên cõi trời và giao cho người chồng phận sự chăn trâu ở đầu sông Ngân. Vì thế, mọi người gọi chàng là Ngưu lang. Mỗi năm, Ngọc Hoàng chỉ cho Ngưu lang và Chức nữ gặp nhau một lần vào tháng Bảy âm lịch. Cứ vào thời gian đó, trời thường mưa lớn và người ta cho rằng đó là những giọt nước mắt mừng tủi của hai vợ chồng mỗi năm trùng phùng chỉ được một lần rồi lại phải ly biệt cho đến mùa mưa sau.

VERBS
bới   *to dig up*
cài   *to pin*
chăn trâu   *to herd water buffalo*
dặn dò   *to advise*
để dành   *to save*
đốn củi   *to cut wood*
đồn   *to rumor*
đùa giỡn   *to play around*
giấu   *to hide*
khóc ròng   *to sob uncontrollably*

lẽo đẽo   *to trail*
ly biệt   *to separate from*
mải mê   *to be absorbed*
nấn ná   *to linger*
than khóc   *to lament*
van vỉ   *to beg*

ADVERBS
bất đắc dĩ   *unwillingly*
cực kỳ   *extremely*
thỉnh thoảng   *from time to time*
thoả thuê   *to one's heart's content*

IDIOMATIC EXPRESSIONS
chắp cánh bay về trời   *to wing one's way up to heaven*
choàng tỉnh dậy   *to wake up suddenly*
dặn đi dặn lại   *to advise repeatedly*
say giấc   *to sleep soundly*
sinh nghi   *to begin to doubt*

Discussion Questions
1. The young man believes that his chance encounter with the fairy is meant by fate. What's your opinion about this?
2. What difference can you see between the fairies depicted in this story (and in most Vietnamese folktales) and the fairies in western folktales?
3. Analyze the conflict between the fairy's motherhood and her nostalgia.

The Man with a Borrowed Soul
A Story of the Spirit

Which is more important, your body or your soul? A body without a soul cannot function, but a soul without a body cannot exist in this material world, either. From this story below, we can deduce an answer to the question. As readers, obviously, each one of us should also have our own opinion on this matter.

In the old days, there lived a famed chess player by the name of Truong Ba. Nobody in the whole region could defeat his moves. This news went as far as China, where there was a top-notched player named Ky Nhu. The latter went through a lot of trouble to travel to the south to compete with Truong Ba. After a few tied games, Ky Nhu was checkmated by Truong Ba and sat there tearing his hair out.

Seeing what had happened, Truong Ba arrogantly claimed, "Even De Thich would yield to my moves."

Unbeknownst to him, De Thich—the god of chess who was at the time also playing chess in the heavenly palace—overheard these boastful words. He got so angry that he decided to come down to Earth to confront the one who dared show him contempt. He morphed himself into an old man with silver hair and a silver beard and sat next to Ky Nhu to coach him with his moves. Sure enough, in the next match, Ky Nhu gloriously defeated Truong Ba.

Truong Ba looked at the old man suspiciously, and all of a sudden fell to his knees to kowtow to him most respectfully, "Pardon me, Sir! I am a mere mortal who did not recognize that you are the god of chess. I beg for your generous forgiveness. Allow me to become your disciple so that I may learn from you."

Seeing that Truong Ba had real talent and had acknowledged his wrongdoing, De Thich readily forgave him. Since that day, every now and then the god of chess would come down to Earth to play a few games of chess and have a drink with Truong Ba, and the men seemed quite compatible with each other. After some time had passed, one day Truong Ba suddenly fell ill and passed away. The next time De Thich came down to play with Truong Ba again, his wife sobbingly told him about her husband's death.

De Thich stroked his beard while thinking and asked her, "Has any man happened to die recently in this neighborhood?"

To which the woman replied, "Yes, Sir, there was a butcher who passed away just yesterday."

De Thich asked the wife to take him over to the butcher's house, where the mourning family was preparing his funeral. He told the butcher's widow that he was a god who could use magic to revive her husband, but that the soul inside him would be that of the

Hồn Trương Ba, Da Hàng Thịt

Câu Chuyện Về Linh Hồn

Thân xác và linh hồn, cái nào quan trọng hơn? Thân xác mà không có linh hồn thì không hoạt động được, nhưng linh hồn mà không có thể xác cũng không thể tồn tại trong thế giới vật chất này. Qua chuyện kể dưới đây, chúng ta có thể có được câu trả lời về tầm quan trọng của thân xác và linh hồn. Là độc giả, tất nhiên mỗi chúng ta cũng có cách nhìn nhận riêng của mình về vấn đề này.

Ngày xưa có một kỳ thủ nổi tiếng tên gọi Trương Ba. Nước cờ của anh trong vùng không ai địch lại. Tiếng đồn bay xa đến tận Trung Hoa, nơi cũng có một tay cao cờ là Kỵ Như. Người này lặn lội sang nước Nam để cùng Trương Ba tỷ thí. Sau mấy ván hoà, Kỵ Như đã bị Trương Ba chiếu tướng, ngồi vò đầu bứt tai. Trương Ba thấy thế bèn lên giọng huênh hoang:

– Nước cờ của ta thì đến Đế Thích cũng phải chịu thua!

Nào ngờ Đế Thích—vị thần cờ đang ngồi đánh cờ trên thiên đình—nghe được lời khoác lác này. Ngài giận lắm, liền xuống ngay trần gian xem kẻ nào đã dám coi thường mình. Đế Thích hoá thành một cụ già râu tóc bạc phơ, đến ngồi gần Kỵ Như để bày vẽ các nước cờ. Quả nhiên lần này Kỵ Như đánh bại Trương Ba thật vẻ vang. Trương Ba ngờ ngợ nhìn ông cụ rồi thình lình sụp xuống lạy như tế sao:

– Lạy ngài, con là người trần mắt thịt không biết ngài là thần cờ Đế Thích. Xin ngài đại xá và cho con làm đệ tử theo học ngài.

Đế Thích thấy Trương Ba có thực tài và biết ăn năn hối lỗi nên bằng lòng tha thứ. Từ đó, cứ thình thoảng vị thần cờ lại hạ giới để cùng Trương Ba đánh cờ, uống rượu, xem ra vô cùng tương đắc. Một thời gian sau, Trương Ba thình lình lâm bạo bệnh rồi mất. Một hôm Đế Thích lại xuống trần gian đánh cờ với Trương Ba thì mới được người vợ khóc lóc cho biết là chồng mình đã qua đời rồi. Đế Thích vuốt râu suy nghĩ rồi hỏi người vợ:

– Trong xóm này có người đàn ông nào mới chết không?

Vợ Trương Ba đáp:

– Thưa ngài, có một người hàng thịt vừa mất hôm qua ạ.

Đế Thích bảo người vợ đưa qua nhà anh hàng thịt, nơi tang gia đang chuẩn bị ma chay cho người xấu số. Đế Thích nói với vợ anh hàng thịt rằng mình là một vị thần, có thể dùng phép làm cho người chồng sống lại, nhưng hồn của anh ta sẽ là chồng của người đàn bà đi theo ngài. Đang tiếc thương người chết, người vợ anh hàng thịt không cần suy nghĩ gì cả, chỉ vội sụp xuống lạy Đế Thích, cám ơn ngài không tiếc lời. Quả nhiên, khi Đế Thích vừa biến đi thì anh hàng thịt cũng dần dần hồi dương. Đoạn anh ngồi dậy và cùng vợ Trương Ba đi một mạch về nhà. Vợ anh hàng thịt chạy theo, hỏi cho ra lẽ. Hai người đàn bà cùng lời qua tiếng lại, người nào cũng nhận người đàn ông vừa sống lại là chồng mình. Càng lúc cuộc đấu khẩu càng trở nên kịch liệt, hai bên

husband of the woman accompanying him. Being so grief-stricken, the butcher's widow did not think twice and immediately knelt down to thank the god profusely. And indeed, as De Thich was leaving, the butcher gradually came to. Finally he sat up and together with Truong Ba's wife, went straight back to Truong Ba's house. The butcher's wife ran after them, trying to make sense of this. Words passed between the women, both claiming the newly revived man to be their own husband. The altercation became more and more heated, without either one of them yielding to the other. Meanwhile, the butcher, whose soul was Truong Ba's, was still bewildered, unable to make heads or tails of the situation. He just sat there looking up at the two women arguing with each other.

Seeing that their dispute was going nowhere, the women decided to take the matter to an official for justice. When the official asked the man if he knew who he was, he identified himself as Truong Ba. The official then called for a few neighbors to come in as witnesses, and they all recognized him as the butcher.

Finally, the official turned to the two wives and asked, "What did each husband of yours do during his lifetime?"

Truong Ba's wife responded, "Sir, my husband used to play chess without rivals."

The butcher's wife also said, "Sir, mine was second to none at butchering pigs."

Upon hearing all that, the official ordered for a pig to be brought in so that the man could demonstrate his butchering skills. The man was overwhelmed and didn't know where to begin. The official then ordered that a skilled chess player be summoned to compete with the man. This time, he became quite lively, moving the pieces swiftly and in no time cornered his opponent.

At that point, the official rendered his verdict, "Everything is crystal clear. I rule that this man is indeed Truong Ba, and he can go home to his family."

❖ ❖ ❖

Cultural Notes

1. The type of chess referred to in this story is called Chinese chess in English. In Mandarin Chinese, however, its name actually means "elephant chess," while the Vietnamese name means "general chess" ("cờ tướng"). This board game consists of red and black pieces with symbols related to warfare. These symbols include one general on each side, and others pieces bearing characters referring to advisors, elephants, chariots, cannons, horses and soldiers. Chinese chess is popular in both China and Vietnam.

2. "Đế Thích" is also known as "Thiên Đế," or the King of Heaven. In Indian mythology, he was an "indra," a type of leader who ruled one of the heavenly worlds. In Hanoi, there is a temple dedicated to him called "Đế Thích Quán" (built in the 15th century). This temple was frequented by the kings of the Le dynasty, for which reason it is also called "Chùa Vua," or Royal Temple. To avid chess players, De Thich is simply the god of chess, according to historical recordings.

Vocabulary and Expressions

NOUNS

cuộc đấu khẩu *altercation*	hồn *soul*	người xấu số *the dead*
cuộc tranh chấp *dispute*	kỳ thủ *chess player*	nước cờ *chess move*
da *skin*	ma chay *funeral*	quân cờ *chess piece*
đệ tử *disciple*	người hàng thịt *butcher*	sinh thời *lifetime*
	người hàng xóm *neighbor*	tang gia *mourning family*

không ai chịu nhường ai cả. Riêng anh hàng thịt với hồn Trương Ba thì vẫn còn đang ngơ ngác, chưa kịp hiểu ất giáp gì, cứ ngồi nghệch mặt nhìn hai người đàn bà đang gấu ó với nhau.

Thấy cuộc tranh chấp không đi đến đâu, hai người vợ dắt nhau đến cửa quan để nhờ phân xử. Quan hỏi người chồng có biết mình là ai không thì anh ta nhận mình chính là Trương Ba. Quan lại cho gọi nhiều người hàng xóm vào làm chứng thì ai cũng bảo đó là anh hàng thịt. Cuối cùng, quan quay qua hỏi hai người vợ:

– Chồng các ngươi sinh thời thường giỏi việc gì?

Vợ Trương Ba thưa:

– Bẩm quan, chồng con đánh cờ không ai bì kịp

Vợ anh hàng thịt cũng nói:

– Bẩm quan, chồng con mổ lợn giỏi nhất nhì trong làng.

Nghe vậy, quan bèn sai người mang một con lợn vào cho người đàn ông mổ thử. Anh ta lúng túng không biết mổ lợn thế nào. Quan lại sai tìm một người đánh cờ giỏi vào cùng người đàn ông tranh tài cao thấp. Lần này, anh ta linh hoạt hẳn lên, đi quân cờ thoăn thoắt và chẳng mấy chốc đã dồn đối phương vào thế bí. Quan bèn phán:

– Mọi sự đã rõ ràng mười mươi. Ta xử rằng người này chính là Trương Ba và được trở về nhà với vợ con mình!

❖ ❖ ❖

tay cao cờ *top-notched chess player*
thần cờ *chess deity*
thực tài *real talent*
ván *game, match*

ADJECTIVES
huênh hoang *braggart*
khoác lác *boastful*
kịch liệt *vehement*
linh hoạt *vivacious*
lúng túng *diffident*
nổi tiếng *famous*

VERBS
ăn năn *to repent*
bằng lòng *to accept*
bày vẽ *to instruct*
chiếu tướng *to checkmate*
chịu thua *to concede*
đại xá *to pardon generously*
đánh bại *to defeat*

đánh cờ *to play chess*
gấu ó *to argue*
hoà *to tie*
hồi dương *to come back to life*
hối lỗi *to apologize*
làm chứng *to testify*
nhường *to yield*
qua đời *to pass away*
sụp xuống *to prostrate oneself abruptly*
tha thứ *to forgive*
tiếc thương *to mourn*
tỷ thí *to compete*

ADVERBS
không tiếc lời *profusely*
một mạch *without stopping*
nào ngờ *unexpectedly*
nghệch mặt *with a silly face*
ngờ ngợ *uncertainly*
thoăn thoắt *swiftly*
vẻ vang *gloriously*

IDIOMATIC EXPRESSIONS
chưa hiểu ất giáp gì *cannot make heads or tails of anything yet*
dồn vào thế bí *to push to the wall*
hỏi cho ra lẽ *to ask for explanation*
không ai bì kịp *nobody can compete with*
lạy như tế sao *to kowtow repeatedly*
lời qua tiếng lại *words passed between them*
mười mươi *one hundred percent*
người trần mắt thịt *a mere mortal*
râu tóc bạc phơ *completely gray-haired*
tranh tài cao thấp *to compete with each other*
vò đầu bứt tai *to tear one's hair out*

Discussion Questions

1. If you were a talented chess player, would you let your opponent be coached by another person? Explain your answer.
2. Between the two women, who would feel more attached to the "new" man? Why?
3. According to the story, the soul seems to control the body and not the other way around. Do you agree with this? Explain your answer.

The Legend of Ngu Hanh Mountains

Natural Wonder in the Central Region

Few natural landscapes in Vietnam have such different names and sensational legends as do the Ngu Hanh Mountains in Central Vietnam. In addition to its official name, which means "Five-Element Mountains," this chain is also known as "the Mountain and Water Chain." In English, the mountains are called "the Marble Mountains," and in French, "les Montagnes de Marbre," for they are composed of marble and limestone. Interestingly, the mountains' marble color changes according to the light throughout the day, showing various vivid and dazzling shades.

Today, not very far from the Quang Nam coast, stands a majestic mountain chain called the Five Element Mountains. This chain of mountains hides a very sensational legend.

It has been said that on one rough sea day with heavy rain and high winds, darkness suddenly covered the Earth. From the ocean, a sea dragon swam quickly towards the shore. This odd monster crawled up on the sand toward the hut of a lonely old man. It roared and roared vehemently and laid a gigantic egg. When finished, it crawled back and disappeared into the bowels of the ocean. Still dazzled by this sudden incident, the old man saw a golden turtle, as huge as the first creature, coming ashore.

Facing him, the turtle handed him a claw and said, "I am the Golden Turtle god. I ask that you help protect the blood of the Dragon King. In case of emergency, just rub your hands against the claw, and I will come to your aid immediately."

Without giving the old man time to react, the golden turtle turned away, slowly headed towards the water, and finally vanished into the dark waters of the angry ocean. The old man tied the claw to a string and wore it around his neck. The next day, he erected a small shed around the dragon's egg to shade it from sun and rain. Little did he know that this was a divine egg. It grew so rapidly that only a few days later, the makeshift hut that he had put up was already wobbly because of the growing egg. The old man had to cut down more trees and find more leaves to make a bigger shed. Meanwhile, the egg continued to get bigger and bigger, so he had to build one new hut after another. The larger the egg grew, the more colorful it became, sparkling like a huge gem. A few dishonest men in the village coveted the strange egg and were scheming for ways to get it. One night, while the old man was dead asleep, a group of men came to steal the egg. Almost intuitively, the old man jerked awake and quickly ran to the hut to see if anything had happened to it. Seeing the group carrying the egg away, the old man subconsciously rubbed his hand against the claw on his neck. Immediately, the Golden Turtle god ap-

Sự Tích Núi Ngũ Hành
Kỳ Quan Ở Miền Trung

Ít có thắng cảnh thiên nhiên nào ở Việt nam có nhiều tên gọi khác nhau và nhiều sự tích ly kỳ kể về nó như dãy núi Ngũ Hành ở miền Trung. Ngoài tên gọi chính thức là Ngũ Hành Sơn, dãy núi này còn được gọi là Núi Non Nước. Trong tiếng Anh và tiếng Pháp, dãy núi còn được biết đến như là "Núi Cẩm Thạch" vì các ngọn núi được cấu tạo từ hai loại đá cẩm thạch và đá vôi. Điều đặc biệt là đá cẩm thạch của các ngọn núi thay đổi theo ánh sáng trong ngày, tạo thành nhiều sắc vô cùng linh động.

Gần bờ biển Quảng Nam ngày nay có một dãy núi hùng vĩ tên là Ngũ Hành Sơn. Dãy núi này có một sự tích rất ly kỳ. Chuyện kể rằng vào một ngày biển động, mưa to gió lớn, trời đất bỗng dưng tối sầm lại. Từ ngoài khơi, một con giao long khổng lồ bơi nhanh vào bờ. Con vật kỳ dị này trườn mình trên bãi cát, đến trước túp lều của một ông lão sống cô độc, gào rống dữ dội rồi đẻ ra một quả trứng lớn. Đẻ xong, con giao long trườn xuống biển và biến mất vào lòng đại dương. Ông lão còn đang kinh ngạc trước sự việc bất ngờ đó thì lại thấy một con rùa vàng to lớn không kém cũng đang bò từ dưới biển lên bờ. Khi đến trước mặt ông lão, con rùa đưa cho ông một cái móng và nói:

— Ta là thần Kim Quy. Xin lão hãy giúp bảo toàn giọt máu này của Long quân. Khi có việc cần kíp, lão hãy dùng tay xoa mạnh vào cái móng này. Ta sẽ đến ngay để giúp đỡ.

Ông lão chưa kịp có phản ứng gì thì con rùa vàng đã quay đầu đi, chậm chạp hướng về phía biển rồi cuối cùng cũng mất dạng dưới làn nước đen ngòm của biển cả đang trong cơn thịnh nộ. Lão tìm một sợi dây buộc cái móng rùa và đeo ngay vào cổ. Hôm sau, ông dựng một cái chòi nhỏ quanh chỗ con giao long đẻ để che nắng che mưa cho quả trứng. Ông không ngờ rằng đây là một quả trứng thần nên nó to ra thật nhanh chóng. Chỉ vài hôm là cái chòi nhỏ mà ông dựng tạm đã bị quả trứng lớn lên làm xiêu vẹo. Thế là ông lão lại hì hục chặt cây, kiếm lá thêm để dựng một cái chòi lớn hơn.

Cứ thế, quả trứng tiếp tục lớn dần, lớn dần và ông lão cứ phải dựng hết cái chòi này đến cái chòi khác. Quả trứng càng lớn càng trổ ra nhiều màu sắc khác nhau, lấp lánh như một viên ngọc lớn. Nhiều kẻ gian trong xóm chài thấy quả trứng lạ, sinh lòng tham, tìm cách chiếm đoạt. Một đêm nọ, ông lão đang ngủ say thì một bọn người kéo nhau đến định lấy cắp quả trứng. Như có linh tính, ông lão chợt bừng tỉnh, chạy vội ra cái chòi trứng xem chuyện gì xảy ra. Thấy một bọn người đang định bê trứng đi, ông lão bất giác lấy tay xoa vào cái móng đang đeo trên cổ. Ngay lập tức, thần Kim Quy hiện ra, gầm

peared, growling vociferously. The thieves were completely frightened and ran in all different directions. From that night on, no one dared come near the hut again.

At last, the egg hatched into a beautiful, chubby baby girl. All kinds of animals and birds poured out from the forest to welcome the baby, taking turns to find food and leaves to feed and clothe her. The old man was very pleased that his adopted daughter grew up very quickly. In the meantime, the eggshells did not deteriorate, but magically turned to a beautiful chain of mountains. Around the mountains, the ground was covered with lush trees and grass. Inside the mountains were magnificent caves and springs with fresh, crystal-clear water. As for the girl, she became incomparably beautiful as she grew up.

Rumors that a beautiful girl living with her elderly father in the wonderful mountains spread to the royal court. The prince, an only child of the king, asked his father's permission to go there to find out about this beauty with a curious origin. Upon meeting her, he was very pleased and begged the king to ask for her hand on his behalf. On the day the king had his decree delivered to ask for the marriage, the Golden Turtle appeared and informed them that the Dragon King had agreed to marry off his daughter. With a heavy heart, the young woman bid farewell to her foster father to join her husband and start her happy life with him in the royal palace. To this day, tourists visiting the beautiful scenery of the mountains are often told this interesting legend.

Cultural Notes

1. The "Five Element Mountains" are also known by tourists as "the Marble Mountains" in English. They are so called because of the marble and limestone that make up their composition. This cluster of mountains is located south of Da Nang City, in Central Vietnam. Each of the mountains is named after a natural element: metal, wood, water, fire and earth. All the five mountains have caves and tunnels with Buddhist sanctuaries inside some of them.

2. The dragon, one of the "holy four," is a product of imagination. In the past, the ancient Vietnamese, living near bodies of water, had venerated the crocodile and conceptually turned it to a creature with different depictions, including one having a crocodile head with a snake body. Later on, the image of the Vietnamese dragon was fused with that of the Chinese dragon, yielding the image that is common of the dragon seen nowadays. For the Vietnamese people, the dragon represents the universe and life.

Vocabulary and Expressions

NOUNS
biển cả *high seas*
biển động *rough seas*
cầm thú *birds and animals*
cha nuôi *adoptive father*
chiếu chỉ *decree*
chòi *shanty*
con nuôi *adopted child*
cơn thịnh nộ *bout of fury*
đại dương *ocean*

dãy núi *mountain range*
giao long *sea dragon*
giọt máu *drop of blood*
gốc gác *origin*
kẻ gian *bad person*
linh tính *premonition*
long quân *dragon king*
muôn loài *all kinds*
Ngũ Hành Sơn *"Five-Element Mountains"*

phản ứng *reaction*
sự tích *tale*
trứng *egg*
túp lều *hut*
việc cần kíp *urgent matter*
xóm chài *fishing hamlet*

ADJECTIVES
bụ bẫm *chubby*
kỳ dị *bizarre*

rống lên kinh thiên động địa. Lũ gian tham hồn phi phách tán, hè nhau chạy tán loạn. Kể từ hôm ấy, không còn kẻ nào dám bén mảng đến cái chòi trứng đó nữa.

Cuối cùng, quả trứng đã nở ra một em bé gái xinh xắn, bụ bẫm. Muôn loài cầm thú trong rừng kéo ra đón mừng cô bé và thay nhau kiếm thức ăn, lấy lá che thân cho cô bé. Ông lão vui mừng nhìn đứa con nuôi mỗi ngày một lớn như thổi. Trong lúc đó, quả trứng không hư đi mà lại ngày càng lớn dần ra, thành một dãy núi xinh đẹp. Chung quanh núi cây cỏ xanh rờn, bên trong núi là những hang động kỳ vĩ và những dòng nước mát trong xanh.

Cô gái càng lớn càng có nhan sắc khó ai bì. Tiếng đồn về một thiếu nữ xinh đẹp sống với người cha già trong một vùng núi non xinh đẹp lan đến triều đình. Vị hoàng tử con một của vua tâu với thân phụ xin đến xem mắt người thiếu nữ có gốc gác lạ lùng này. Khi đến nơi gặp cô gái, hoàng tử lấy làm đẹp ý và xin vua cha hỏi cưới nàng làm vợ mình. Ngày vua sai đem chiếu chỉ đến xin cưới cô gái, thần Kim Quy hiện ra báo rằng Long quân đã bằng lòng gả con gái. Thiếu nữ ngậm ngùi từ biệt cha nuôi để theo chồng về cung điện, sống những ngày vô cùng hạnh phúc với hoàng tử. Ngày nay, du khách đến thăm cảnh đẹp ở Ngũ Hành Sơn vẫn thường được nghe kể về sự tích thú vị của dãy núi này.

kỳ vĩ *wonderful*
ly kỳ *sensational*
thú vị *interesting*
xanh rờn *lush*
xiêu vẹo *wobbly*
xinh xắn *pretty*

VERBS
bảo toàn *to preserve*
bê *to carry*
bén mảng *to come near*
bừng tỉnh *to wake up abruptly*
chạy tán loạn *to run off helter-skelter*
chiếm đoạt *to usurp*
dám *to dare*
đón mừng *to welcome*
gào rống *to roar*

hè nhau *to do something hastily at the same time*
hư *to rot*
hướng về *to head for*
kéo nhau đến *to arrive in a group*
lấy cắp *to steal*
nở ra *to hatch into*
sinh lòng tham *to become greedy*
thay nhau *to take turns*
tối sầm *to darken*
trườn *to sprawl*
xoa *to rub*

ADVERBS
chậm chạp *slowly*
chợt *suddenly*

cứ thế *in that manner*
dữ dội *violently*
ngậm ngùi *compassionately*
ngay lập tức *immediately*
ngoài khơi *offshore*

IDIOMATIC EXPRESSIONS
che nắng che mưa *to protect from sun and rain*
hồn phi phách tán *completely startled*
kể từ hôm ấy *from that day on*
khó ai bì *no one can compare*
kinh thiên động địa *causing Heaven to tremble and Earth to quake*
chậm chạp *slowly*

Discussion Questions

1. Referring to the cultural notes section above, explain why the story line has it that the sea dragon laid an egg instead of giving live birth to a baby dragon.
2. What can you theorize about the detail that the egg hatched into a human being, although her birth mother was a sea creature?
3. What would be the significance of the Golden Turtle's involvement in the matter of the sea dragon laying an egg?

The Forever Indebted Lord Chom
A Young Man with Royal Blood

A Vietnamese popular verse goes, "A king's son will become king, whereas a temple guard's son will keep sweeping the leaves of the pagoda tree." This verse is aptly applied to the fate of a king's son who is born under unfortunate circumstances. Since it is commonly believed that kings are the sons of the Heavenly Emperor, so tales of royal people always contain fantastic details about the ones born to rule other people. Although they might have some setbacks in their lives, these people will eventually come back to positions of favor with the supernatural powers that be.

In the Latter Le Dynasty, a drink vendor often frequented a prison to sell her products to the guards and prisoners. Of all the prisoners, she took a special liking towards a man who was unusually good looking and dignified. The man also found himself moved by her beauty as well as her eloquence.

Oftentimes, the vendor served excessive drinks to the guards so that she could later sneak in and talk to the man. One day, she shyly told him that she was pregnant. The prisoner sat pensively for a moment then gave her a strange-looking object from his pocket and said, "I am none other than the imperiled King Le Chieu Tong. Please keep this jade seal as proof. If you have a boy, give it to him so that he can avenge his father."

A short time later, a rebellious mandarin named Mac Dang Dung ordered that the king, the queen, the princes, the princesses, and his concubines all be killed to avoid any possible consequences. On her due day, the vendor gave birth to a baby boy whom she named Chom.

When he got older, every time Chom asked his mother about his father's origin, the woman would sadly say, "Your father was killed by a tiger when you were still very young."

Nợ Như Chúa Chổm

Chàng Thanh Niên Mang Mạng Đế Vương

Ca dao Việt Nam có câu: "Con vua thì lại làm vua, con sãi ở chùa lại quét lá đa."
Câu này thật đúng với số phận của một cậu bé con vua nhưng ra đời trong một
hoàn cảnh khốn cùng. Người ta thường tin rằng vua là thiên tử nên những câu
chuyện về vua chúa bao giờ cũng có những tình tiết ly kỳ về những người sinh ra là
để trị vì thiên hạ. Cho dù những người ấy có gặp trắc trở trong cuộc sống, cuối cùng
rồi họ cũng trở lại với địa vị của những người được trời đất ưu đãi.

Vào thời nhà Hậu Lê, có cô hàng rượu thường đến chỗ nhà tù để bán rượu cho lính cai
ngục và phạm nhân. Trong số các phạm nhân, có một người tù mặt mũi sáng sủa, phong
thái đĩnh đạc khác người nên nàng có cảm tình đặc biệt với chàng ta. Về phần người tù,
chàng cũng rung động trước sắc đẹp của cô hàng rượu cũng như tài ăn nói của nàng.

Nhiều lần cô bán hàng phục rượu lính để lẻn vào tình tự với người tù đó. Một hôm,
nàng thẹn thùng báo cho chàng biết là mình đã có mang. Người tù tư lự hồi lâu rồi móc
túi trao cho nàng một vật lạ và nói:

– Ta chính là vua Lê Chiêu Tông đang gặp nạn. Nàng giữ cái ấn ngọc này làm tin.
Nếu sau này đẻ con trai, nàng hãy giao cho con để nó phục thù cho cha.

Ít lâu sau, viên quan phản loạn Mạc Đăng Dung ra lệnh giết vua Lê lẫn hoàng hậu,
hoàng tử, công chúa, phi tần của nhà vua để trừ hậu hoạn. Đến ngày khai hoa nở nhụy,
cô hàng rượu cho chào đời một đứa bé trai, đặt tên là Chổm.

Lớn lên, mỗi khi chàng hỏi mẹ về gốc tích của cha, người mẹ lại buồn bã trả lời:

– Cha con bị hổ vồ chết lúc con còn nhỏ.

Believing the story to be true, Chom studied hard and trained himself to be strong so that he could avoid a tragic death like his father's. Curiously, every time he shopped or ate at a place, without fail that place's business would thrive for the remainder of the day. Thinking that he had good energy, all the shopkeepers competed for his business. Chom soon became a big spender, shopping and eating excessively, but always on credit. When his creditors asked for payment, he would keep promising to pay them back, but never did.

Meanwhile, a mandarin named Nguyen Kim wanted to help the Le Dynasty restore its reign. However, he was not sure if any Le offspring were even still alive.

One night, Nguyen Kim dreamt of a stern-looking old man who said, "The heavenly son was born a long time ago. What are you still waiting for? Go to the west side of the city tomorrow. When you reach the marketplace, exactly at noon, you will see a black dragon wrapped around a pillar. That will be the king."

At exactly the time specified, Nguyen Kim went to the marketplace. He saw only a dark-skinned young man hugging a pillar in a food shop, and decided to return home.

That very night, the same old man appeared in his dreams and chided the mandarin, "Why did you just go home after having met the king? Tomorrow, go to the river bank. If you see anyone in a dragon boat wearing an iron hat, then that will be the king."

Nguyen Kim obeyed and went to the river bank the next morning. Just as rain started coming down, he saw a boat sailing by and a young man in rags using a cast-iron pan to shield himself from the rain. Nguyen Kim paid little attention to him, again going home frustrated.

Once again, the old man returned in his dreams and scolded, "What is wrong with your eyes? Tomorrow morning, go back to that food shop! If you see anyone walking away like the character for 'big' and walking back like the character for 'king,' just invite him home."

The next morning, Nguyen Kim saw the same young man entering the shop, his limbs moving in the shape of the character for "big" (大). The young man then sat down on a chair and wrapped his arms tightly around his knees, suggesting the shape of the character for "king" (王). Suddenly, Nguyen Kim understood, and so he came up to Chom to tell him the whole story. The young man took him home to meet his mother, who showed him the jade seal. The next day, Chom went with this loyal subject to his hideout, where he trained day and night so that one day he could take revenge and seize back the throne.

After killing Mac Dang Dung, Chom and his triumphant troops went to the royal palace. Everyone stood along the street to welcome the king. Many people recognized the young man who owed them money from before. Word spread among the creditors, and they all went to him asking for the debts to be repaid. It took Chom months to pay off all his debts. From this story came the expression "as deeply in debt as Lord Chom." Lord Chom was none other than the historical king, Le Trang Tong.

Chổm tưởng thật, càng ra sức học hành, luyện võ để có sức mạnh, không bị chết oan uổng như cha. Có điều lạ là chàng mà ghé vào quán nào để mua sắm, ăn uống thì y như rằng ngày đó quán bán đắt hàng như tôm tươi. Thấy chàng nhẹ vía, các hàng quán thi nhau mời chàng chiếu cố. Chổm được thể, càng ngày càng tiêu xài hoang phí, ăn uống thả cửa, mà toàn mua chịu, ăn chịu. Ai đòi chàng trả nợ, chàng lại khất lần khất hồi mà chẳng thấy bao giờ trả.

Lúc bấy giờ có vị quan tên Nguyễn Kim muốn giúp nhà Lê khôi phục lại cơ đồ nhưng không biết có hậu duệ nào còn sống sót không. Một đêm, Nguyễn Kim nằm mộng thấy một ông già nghiêm nghị bảo:

– Thiên tử ra đời đã lâu, ngươi còn chần chờ gì nữa? Ngày mai ngươi hãy đi về phía tây của kinh thành. Đến chợ, đúng vào giờ ngọ, hễ thấy có con rồng đen quấn cột thì đó chính là thiên tử.

Đúng ngày giờ nói trên, Nguyễn Kim ra đến chợ, nhìn vào quán ăn thì chỉ thấy một thanh niên đen đủi đứng ôm cây cột nên lại trở về nhà.

Đêm ấy, ông già hiện ra trong mộng, trách:

– Sao đã gặp thiên tử mà còn quay về? Ngày mai ngươi hãy ra bờ sông, thấy ai đi thuyền rồng, đội mũ sắt thì đó là thiên tử.

Nguyễn Kim y lời, sáng hôm sau ra bờ sông. Vừa lúc trời đổ mưa, ông thấy một chiếc thuyền đi ngang, trên đó có một thanh niên rách rưới dùng một cái chảo gang để che mưa. Nguyễn Kim không chú ý lắm, lại buồn bực đi về nhà.

Ông già lại hiện ra trong giấc mộng, la rầy Nguyễn Kim:

– Nhà ngươi quả có mắt không tròng! Sáng mai hãy quay lại quán cơm ngày trước. Thấy ai đi chữ đại, trở lại chữ vương thì đón về.

Sáng hôm sau, Nguyễn Kim thấy chàng trai hôm trước đang bước vào quán, dang tay dang chân như hình chữ "đại" 大 rồi ngồi xuống một cái ghế, bó gối như hình chữ "vương" 王. Nguyễn Kim chợt hiểu ra, đến thưa đầu đuôi câu chuyện với Chổm. Chổm đưa ông về nhà gặp mẹ. Người mẹ đem ấn ngọc ngày trước ra cho Nguyễn Kim xem. Ngày hôm sau, Chổm theo vị trung thần về nơi trú ẩn, ngày đêm tập luyện để báo thù cho cha, chiếm lại ngôi báu.

Khi diệt được Mạc Đăng Dung, Chổm cùng đoàn quân chiến thắng trở về cung điện. Mọi người đứng đón nhà vua hai bên đường. Nhiều người nhận ra kẻ mắc nợ năm xưa. Thế là người nọ bảo người kia, kéo nhau đến đòi Chổm trả nợ. Phải mấy tháng trời Chổm mới trả hết nợ. Thành ngữ "nợ như chúa Chôm" là từ đó mà ra. Chúa Chổm chính là vua Lê Trang Tông trong lịch sử.

Cultural Notes

1. Royal dynasties in Vietnamese history were numerous, but the following are usually mentioned as the most important ones, in chronological order, spanning from 968 to 1945: Dinh, Le, Ly, Tran, Le and Nguyen. As can be observed, the Le Dynasty ruled twice (the Latter Le Dynasty is the background of this story), interrupted by two other major dynasties by more than 400 years.

2. The Chinese writing system, or "chữ Nho" ("the Scholarly Script"), was used in Vietnam as early as the 1st century, when the first Chinese domination began. From the 10th century on, a Vietnamese adaption of the Chinese script was used, called the "chữ Nôm" ("the Southern Script"). Finally, the modern writing system, the "chữ Quốc ngữ" ("The National Script") was created in the 16th century. While the vernacular language used among people has always been Vietnamese, for centuries the written language used in government administration and literature was Classical Chinese. From this, many Chinese characters entered the Vietnamese language, but with a Vietnamese pronunciation. These are called Sino-Vietnamese words.

Vocabulary and Expressions

NOUNS

ấn ngọc	*gemstone seal*
cảm tình	*liking*
chảo gang	*cast-iron pan*
cơ đồ	*legacy*
cô hàng rượu	*drink vendor*
giờ ngọ	*hour of the horse; noon*
gốc tích	*origin*
hậu duệ	*offspring*
hậu hoạn	*consequence*
lịch sử	*history*
lính cai ngục	*prison guard*

ngôi báu	*throne*
người tù	*prisoner*
nhà tù	*prison*
nợ	*debt*
nơi trú ẩn	*haven*
phạm nhân	*criminal*
phi tần	*royal concubine*
phong thái	*manners*
tài ăn nói	*eloquence*
thành ngữ	*expression*
thiên tử	*heavenly son (i.e., king)*
trung thần	*loyal subject*

ADJECTIVES

buồn bực	*frustrated*
đĩnh đạc	*dignified*
nhẹ vía	*light-spirited, auspicious*
phản loạn	*rebellious*
rung động	*moved*
sáng sủa	*bright*
tư lự	*pensive*

VERBS

bó gối *to wrap one's arms tightly around one knees*
chần chờ *to waver*
chiếm lại *to take back*
chiếu cố *to deign*
có mang *to be pregnant*
được thể *to take advantage*
gặp nạn *to be in danger*
khôi phục *to restore*
la rầy *to reprimand*
lẻn vào *to sneak in*
mắc nợ *to be in debt*
mua chịu *to buy on credit*

phục rượu *to serve drinks excessively*
phục thù *to take revenge*
sống sót *to survive*
tiêu xài *to spend money*
tình tự *to talk intimately*
vồ *to attack*

ADVERBS

nghiêm nghị *sternly*
oan uổng *unfairly*
thả cửa *without control*

IDIOMATIC EXPRESSIONS

có mắt không tròng *to fail to see something*
dang tay dang chân *to stretch one's limbs*
đắt hàng như tôm tươi *to have a flourishing business*
đi chữ đại, trở lại chữ vương *to walk away in the form of the Chinese character "đại", walk back in the form of the Chinese character "vương"*
khai hoa nở nhụy *to give birth*
khất lần khất hồi *to keep asking for a delay*
y như rằng *without fail*

Discussion Questions

1. Explain why a king is usually referred to as "heavenly son" or " dragon" in the Vietnamese culture.
2. In your culture, is it also believed that some customers really have "good energy" and bring good business to vendors? If not, what do vendors usually believe in instead?
3. A king used to be considered "untouchable." What do you think of the king in this story, who had to pay back his debts to the people once he was on the throne?

Teaching Your Husband a Lesson
Doing Something Bad to Mean Well

Are words and actions equally powerful? That depends on different situations. When a wife has failed to use words to persuade her husband of something, maybe it is time for her to use actions instead. While her way of solving a problem in the following story may not be suitable in the context of our modern society, at the very least, it does not advocate evil, and at the same time, it is a vivid illustration of the expression "The end justifies the means."

Once upon a time, there lived two brothers who were both married. The older brother's family was well off, while the younger one's was always in need. The mild-mannered and hard-working little brother loved and respected his brother a great deal. On the other hand, the older brother, relying on his fortune, hardly worked at all, but regularly hung around with friends. He never felt sorry for his brother's poverty or wanted to help him. To his friends, though, he was quite generous, throwing one party after another, drinking and gambling night and day.

His wife thought this situation to be intolerable, and reminded him from time to time, "You have never made it a point to help out Brother Ba. You have made your friends your only priority."

The husband would get upset and rudely say, "What the heck do you know? Haven't you heard the saying 'A man's riches are from friends, and his class from his wife'?"

Finding it useless to repeat herself, his wife thought of a way to teach him a lesson. One day while he was away, she went to the market and bought a big dog. She brought the dog home, killed it, and carefully wrapped it inside a mat.

When her husband came home, she pretended to look scared and told him, "We're in danger, dear. A while ago a little beggar boy came and asked for some rice. I only had half a bowl left, and that wicked boy cursed at me. I was so angry that I grabbed a broom and gave him a few whacks. I didn't realize that I hit him on a weak spot on his body, and he died instantly. I was scared, so I rolled his body in a mat and put it in the kitchen corner!"

The husband's face turned pale when he heard the story. While he was still figuring out what to do, his wife went on, "Go quickly and get some friends of yours over here so they can help bury the body in a field before anyone finds out."

Obeying his wife's wishes, the husband hurriedly ran to the houses of some of his best friends. He told them about the unfortunate incident and asked them to help dispose of the little beggar's body. To his surprise, every one of them gave him some fake excuse, not wanting to help. Disappointed, the man went home to tell his wife.

The woman appeared to be very pensive. Finally, pretending that she had suddenly remembered something, she said, "How about asking Brother Ba for help?"

Giết Chó Khuyên Chồng

Làm Điều Xấu Để Mang Lại Điều Tốt

Lời nói và hành động có sức mạnh như nhau hay không? Điều đó còn tuỳ thuộc vào nhiều tình huống khác nhau. Khi một người vợ đã hết lời khuyên răn chồng mình về một điều gì đó mà không có kết quả, có lẽ đã đến lúc hành động phải thay thế lời nói. Cách giải quyết vấn đề của người vợ trong câu chuyện sau đây có thể không thích hợp trong xã hội hiện tại, nhưng ít nhất nó cũng không bênh vực cho cái ác, và cũng là một ví dụ điển hình của câu "Lấy cứu cánh biện minh cho phương tiện."

Ngày xưa có hai anh em đều đã thành gia thất. Gia đình người anh khá giả còn gia đình người em lúc nào cũng túng bấn. Người em tính tình hiền lành, chịu khó làm lụng, rất thương yêu và kính trọng anh mình. Trái lại, người anh cậy có của ăn của để, làm thì ít mà ăn chơi đàn đúm thì nhiều. Anh ta chẳng bao giờ xót cho cảnh nghèo túng của người em, không hề có ý giúp đỡ. Còn đối với bạn bè thì anh ta lại tỏ ra vô cùng hào phóng, nay tiệc mai tùng, ngày đêm rượu chè cờ bạc. Người vợ thấy vậy lấy làm bất nhẫn lắm, lâu lâu lại nhắc nhở chồng:

– Mình chẳng để ý đến giúp đỡ chú Ba nhà này gì cả, lúc nào cũng bạn bè là chính.

Người chồng bực mình gắt:

– Mẹ mày thì biết gì! Giàu vì bạn, sang vì vợ. Không nghe người ta nói à?

Người vợ thấy nói mãi cũng chẳng được gì, bèn nghĩ cách cho chồng một bài học. Một hôm, nhân lúc chồng đi chơi vắng, nàng ra chợ mua một con chó lớn, đem về nhà đập cho nó chết tươi rồi lấy một tấm chiếu quấn lại thật kỹ. Lúc chồng vừa đi chơi về, nàng ra vẻ sợ hãi nói:

– Nguy rồi, mình ạ. Lúc nãy có thằng bé ăn mày đến nhà xin cơm. Em chỉ còn lưng bát cho nó mà nó tai quái chửi ầm ĩ cả lên. Tức mình, em vớ cái chổi quất nó mấy cái. Chẳng ngờ trúng ngay chỗ hiểm, nó lăn ra chết tốt! Em sợ quá, bó tạm xác nó vào tấm chiếu, còn để ở góc bếp kìa!

Người chồng nghe kể chuyện, tái xanh cả mặt. Anh ta chưa biết phải làm gì thì vợ đã tiếp luôn:

– Mình mau mau chạy đi gọi vài anh bạn đến giúp mang xác nó ra đồng mà chôn ngay kẻo lộ ra thì nguy to.

Người chồng nghe vợ nói phải, liền tất tả chạy đến nhà những người bạn vẫn thường lui tới, kể lại chuyện không may và nhờ họ giúp một tay đem xác thằng bé ăn mày đi phi tang. Chẳng ngờ nghe xong chuyện, anh bạn nào cũng tìm cớ thoái thác, không chịu giúp đỡ. Người chồng tiu nghỉu quay về cho vợ biết.

Người vợ ra điều suy nghĩ lung lắm rồi cuối cùng làm như sực nhớ ra điều gì, bảo chồng:

– Hay là mình qua gọi chú Ba giúp vậy?

The husband ran hurriedly to his brother's for help. No sooner had he heard his brother's story than the younger one urged his older to get started. The brothers waited until nightfall to carry the mat with the boy's body to a faraway field and bury it.

When everything had been taken care of, the wife finally said, "Don't you see it now? When you were in trouble, all you friends simply disappeared! And our Brother Ba didn't mind helping. Blood is thicker than water."

Hearing his wife's words, the husband just stayed silent and appeared remorseful. Meanwhile, his friends came barging into his house, demanding that he give them a large amount of money so they would keep mum about the incident, or else they would report it to the authorities. The man became so frightened that he was about to give them the money when his wife stopped him. She calmed him down and told him to just let the friends do whatever they needed to do. Unable to get the money, the friends decided to go report the case. The mandarin ordered that the couple be summoned for interrogation.

At the mandarin's office, the wife told him the whole story, explaining the trick she used in order to give her husband a wakeup call. The mandarin sent some soldiers to the burial site to dig up the body, which they found was indeed that of a dog. The couple was then acquitted, while the greedy and ungrateful friends were each held down and whipped one hundred times.

From that day on, the older brother, repentant of his faults, stopped hanging out with bad friends. With all his heart, he loved and helped his little brother and his wife.

Cultural Notes

1. In most families living in the northern part of the country, the eldest brother or sister is referred to as "cả" ("big") rather than his or her first name, while the younger siblings are referred to by their first names. In the southern regions, the eldest sibling is usually referred to as "hai" ("second") and the younger ones with the numbers ba, bốn, năm, etc. ("three, four, five") in lieu of their first names, which are used mostly on birth certificates or other official documents.

2. The dog plays an interesting role in people's everyday lives in Vietnam. Many families keep a dog so it can guard their house, rather than as a pet. Superstition has it that "Mèo đến nhà thì khó, chó đến nhà thì sang" ("A stray cat brings poverty to your house and a stray dog, good fortune"). Unfortunately, dogs are considered food items to a number of people, more in the countryside than in the urban areas. For that reason, dog meat is also known as "nai đồng quê" ("country deer").

Vocabulary and Expressions

NOUNS
ăn mày   *beggar*
cánh đồng   *field*
chiếu   *mat (made of bamboo or rattan)*
chỗ hiểm   *weak spot*
chổi   *broom*
lúc hữu sự   *troubled times*
mưu mẹo   *trick*

PRONOUNS
mẹ mày   *you (addressing one's wife condescendingly)*
mình   *you (addressing one's spouse)*

ADJECTIVES
bạc bẽo   *ungrateful*
bất nhẫn   *intolerant*
bực mình   *upset*
hào phóng   *generous*

khá giả   *well-off*
lưng bát   *half a bowl*
sợ hãi   *scared*
tai quái   *mischievous*
tái xanh   *pale*
tham lam   *greedy*
thân thiết   *close*
tỉnh ngộ   *disillusioned*
tức mình   *angry*
túng bấn   *poor*

Anh chồng lại hối hả chạy qua cầu cứu người em. Vừa nghe dứt lời, người em đã giục anh bắt tay vào việc. Hai anh em đợi đến khi đêm vừa xuống liền cùng nhau khiêng tấm chiếu có xác thằng bé ra tận một cánh đồng thật xa để chôn.

Khi mọi việc đã xong xuôi, người vợ mới nói:

– Mình đã thấy chưa? Lúc hữu sự bạn bè thân thiết của mình biến đi đâu mất cả! Còn chú Ba nhà mình chẳng nề hà gì mà không giúp đỡ. Một giọt máu đào hơn ao nước lã có khác.

Người chồng nghe vợ nói, chỉ biết làm thinh và tỏ vẻ hối hận. Về phần những người bạn, chúng kéo nhau đến nhà anh ta và đòi phải cho chúng một số tiền lớn thì chúng mới ém nhẹm chuyện này, bằng không chúng doạ sẽ tố cáo đến cửa quan. Người chồng sợ mất vía, toan lấy tiền cho chúng thật thì người vợ cản lại. Nàng trấn an chồng, bảo cứ để lũ bạn muốn làm gì thì làm. Đòi không được tiền, lũ bạn đi tố cáo thật. Quan truyền bắt hai vợ chồng lên để hỏi tội.

Nơi cửa quan, người vợ khai rõ đầu đuôi, giải thích mưu mẹo của mình chỉ là để cho chồng tỉnh ngộ. Quan cho lính ra đến chỗ chôn xác, đào lên thì thấy quả là xác của một con chó thật. Thế là hai vợ chồng được quan tha cho về, còn lũ bạn tham lam, bạc bẽo thì bị căng ra quất mỗi đứa trăm roi.

Người anh từ đó về sau ăn năn, hối lỗi, không giao du với bạn xấu nữa và hết lòng thương yêu giúp đỡ vợ chồng người em tốt bụng.

❖ ❖ ❖

VERBS

cầu cứu   *to ask for help*
cậy   *to rely on*
chết tốt   *to die instantly*
chết tươi   *to die instantly*
chửi   *to call names*
doạ   *to threaten*
đàn đúm   *to gang up*
ém nhẹm   *to keep as a secret*
gắt   *to speak irritatingly*
giải thích   *to explain*
giao du   *to be friends with*
giục   *to push*
làm ra vẻ   *to pretend to look*
làm thinh   *to keep silent*
lộ ra   *to come out*
lui tới   *to frequent*
nhắc nhở   *to remind*
phi tang   *to destroy evidence*
quất   *to lash*

ra điều   *to make believe*
sực nhớ   *to remember suddenly*
thành gia thất   *to be married*
thoái thác   *to refuse*
tố cáo   *to report*
trấn an   *to calm down*
vớ   *to grab*
xót   *sympathize*

ADVERBS

ầm ĩ   *stridently*
hối hả   *hurriedly*
lâu lâu   *from time to time*
tất tả   *hastily*
tiu nghỉu   *disappointedly*
trái lại   *on the contrary*

CONJUNCTION

kẻo   *lest*

IDIOMATIC EXPRESSIONS

bắt tay vào việc   *to set out to do something*
chẳng nề hà gì mà không   *would not mind doing something at all*
của ăn của để   *great wealth*
giàu vì bạn, sang vì vợ   *a man becomes rich thanks to his friends, and classy thanks to his wife*
một giọt máu đào hơn ao nước lã   *blood is thicker than water*
nay tiệc mai tùng   *partying all the time*
rượu chè cờ bạc   *drinking and gambling*
sợ mất vía   *scared to death*
suy nghĩ lung lắm   *to think long and hard*

Discussion Questions

1. Do you agree with the saying "A man's riches are from friends and class from his wife"? Why or why not?
2. Do you think the wife's killing of the dog to teach her husband a lesson was an extreme measure? Explain your answer.
3. If you were one of the man's friends, how would you have dealt with the situation?

Paying Back What is Owed
Friendship and Betrayal

The famous Anglo-Scottish poet, Lord Byron (1788–1824), once said, "Love is friendship without his wings". Indeed, a friendship consists of many nice things, including trust. Once you trust your close friend, you can do everything, even sacrificing yourself for him or her. If your friendship is unfortunately returned with betrayal, at least two questions can be asked: "Should the betrayed friend forgive her or his friend?" and "Would the betraying friend be faced with any consequences?" Let's read the story below to find some answers.

Long ago there lived two close friends who were both orphaned and poor. One was named Thien and the other, Dia. The friends made ends meet by working in the fields belonging to a landlord. Dia was hard working and kind-hearted, while Thien was very brilliant.

One day, Dia said to Thien, "I am diligent, but you are the smart one. Why don't you try to pursue your studies and let me work to support you? When you become successful, you could in turn support me."

Thien thought Dia was right, so he agreed at once. Afterwards, he focused only on his studies while his friend worked day and night to support him. One by one, Thien passed the Huong, the Hoi, and finally the Dinh examinations, in which he was the first laureate. The king made him a mandarin, granting him a magnificent mansion and countless servants. As Thien moved into the mansion to start living a new life, Dia stayed behind to return the rented buffalo and fields to their landlord and then to finally join his friend, his heart filled with joy. Unexpectedly, when Dia arrived at the mansion, Thien broke his promise and told his soldiers to stop Dia at the gate.

Của Thiên Trả Địa

Tình Bạn Và Sự Phản Trắc

Thi sĩ người Anh Byron (1788-1824) có nói: "Tình bạn là tình yêu không có cánh". Thực vậy, tình bạn bao gồm rất nhiều điều tốt đẹp, kể cả sự tin tưởng. Khi đã tin tưởng vào người bạn thân của mình, chúng ta có thể làm mọi thứ, thậm chí chịu nhiều hy sinh của bản thân vì bạn. Nếu chẳng may tình bạn bị đáp lại bằng lòng phản trắc, ít nhất có hai câu hỏi được đặt ra: Người bị phản trắc có nên tha thứ cho bạn mình không? Còn người bạn phản trắc có lãnh chịu hậu quả gì hay không? Chúng ta hãy đọc truyện dưới đây để có câu trả lời.

Ngày xưa có một đôi bạn chí thân, cùng mồ côi và nghèo khổ như nhau. Một anh tên là Thiên, còn anh kia tên là Địa. Cả hai kiếm sống qua ngày bằng cách cày thuê cuốc mướn. Địa là người cần cù và tốt bụng, còn Thiên rất sáng dạ. Một ngày nọ, Địa bảo Thiên:

— Tôi chỉ được tính cần mẫn, còn anh thì lại thông minh. Hay là anh thử gắng việc đèn sách, để tôi lo làm việc nuôi anh ăn học. Mai này anh thành tài, anh sẽ nuôi lại tôi.

Thiên nghe Địa nói có lý nên ưng thuận ngay. Thế là từ đó anh chỉ việc trau dồi bút nghiên, còn Địa thì ngày đêm làm việc để nuôi bạn. Thiên lần lượt đỗ các khoa thi Hương, thi Hội, và cuối cùng đỗ trạng nguyên trong khoa thi Đình. Nhà vua bổ Thiên làm quan, ban cho dinh thự nguy nga, có kẻ hầu người hạ. Khi Thiên đã vào dinh trước để bắt đầu một cuộc sống mới, Địa ở nhà lo trả trâu trả ruộng cho chủ rồi hớn hở đi sau. Nào ngờ, khi Địa vừa đến dinh, thì Thiên trở mặt bảo lính hầu không cho vào.

Dia was stunned. Stumbling, he turned to walk away. He wandered to a deserted river bank, and sat down and wept, feeling very sorry for himself. From out of nowhere, Buddha appeared and asked him what had happened. Dia sobbingly told him everything.

Buddha took pity on him and said, "Don't you cry anymore. That man does not deserve to be your friend. Look here, I am magically making you this small boat, which you can use to carry people across the river to make a living."

From that day on, Dia became a ferryman, carrying people back and forth across the river from dusk to dawn. This job, however, was just enough for him to save up to build a small thatch house and buy his daily food, with not much left over. Late one afternoon, Dia was getting ready to go home when a young woman hysterically called out for his boat.

Once on board, she told him, "It's getting dark, and there is still a long way from here to my destination. Could you please let me stay overnight at your place?"

Dia said in hesitation, "It's not that I am inconsiderate, but my abode is very small, barely enough for a person to go into and out of it. Besides, I am a single man, so I'm afraid it's not appropriate for you to stay at my house."

The young woman smiled and said, "You are indeed a decent man. Truth be told, I am a fairy from heaven. The Jade Emperor has sent me down here to become your wife because he sees that you are gentle and kind-hearted."

With these words, she stepped out of the boat and quickly led the way. The simple ferryman could not help but follow suit. When they got to Dia's modest house, the young woman used her magic to turn it into a grand palace. They did not lack anything inside the house, and it had servants inside busily going to and fro. After that, Dia lived happily with his fairy wife, and they later had two beautiful kids.

During a conversation with his wife one day, Dia impulsively told her the story of his ungrateful friend. Hearing the story, his wife suggested that they throw a feast, and she told Dia to invite Thien over. Dia sent Thien a convoy of servants with generous gifts to deliver his invitation. Curious, Thien accepted the invitation to come visit his old friend. He was dazzled by Dia's wealth and his heavenly beautiful wife.

After a few drinks, Thien started to talk, tipsily telling Dia, "I would agree to give you my properties and career in exchange for living your life."

Dia's wife told him to do exactly as Thien said. The friends then swapped their lives. Instantly, Dia became a dignified mandarin who had a grand mansion surrounded by servants and soldiers. As for Thien, when he sobered up, he no longer saw his huge palace nor his beautiful wife and children. All he saw was a tattered, wobbly thatch hut.

Địa sững sờ, thất thểu quay gót đi. Anh lang thang ra một bờ sông vắng, tủi thân ngồi ôm mặt khóc. Thình lình, Bụt hiện ra, hỏi đầu đuôi câu chuyện. Địa tấm tức kể lại sự tình cho Bụt nghe. Ngài thương hại bảo:

– Thôi, con đừng khóc nữa. Kẻ ấy không xứng đáng để con xem là bạn đâu. Đây, ta hoá phép cho con chiếc đò nhỏ này. Con hãy dùng nó mà chở khách sang sông để kiếm tiền độ nhật.

Kể từ hôm đó, Địa trở thành anh lái đò, sáng chiều chở khách xuôi ngược sang sông. Nghề lái đò chỉ đủ cho Địa dành dụm cất được một nếp nhà tranh nho nhỏ, có cơm no ngày hai bữa chứ chẳng dư dả gì. Một hôm, trời đã về chiều, Địa sửa soạn về nhà thì có một thiếu nữ hớt hải gọi đò. Khi đã xuống đò, thiếu nữ bảo Địa:

– Trời đã tối rồi. Chỗ tôi đến hãy còn xa lắm. Anh lái đò cho tôi tá túc ở nhà anh qua đêm có được không?

Địa ngần ngừ nói:

– Tôi thật chẳng hẹp hòi gì, nhưng nhà tôi nhỏ lắm, chỉ đủ chỗ cho một người chui ra chui vào. Vả lại, tôi là trai chưa vợ, cô ở lại nhà tôi e không tiện.

Thiếu nữ mỉm cười nói:

– Anh quả là người tử tế. Nói thật với anh, tôi vốn là tiên nữ trên trời, được Ngọc Hoàng sai xuống đây nâng khăn sửa túi cho anh vì ngài thấy anh là người hiền lành, nhân hậu.

Nói xong, thiếu nữ bước lên bờ, thoăn thoắt đi trước. Anh lái đò chất phác cũng vội tiếp bước theo sau. Khi cả hai về đến mái nhà tranh đạm bạc của Địa, thiếu nữ dùng phép tiên hoá nó thành một dinh cơ đồ sộ, nguy nga. Trong nhà không thiếu thức gì, kẻ hầu người hạ qua lại tấp nập. Từ đó Địa sống hạnh phúc với người vợ tiên và có hai đứa con xinh xắn.

Một hôm, Địa vui miệng kể lại cho vợ nghe chuyện người bạn bạc bẽo ngày xưa. Vợ Địa nghe chuyện, nảy ra ý bày một mâm tiệc thịnh soạn, bảo chồng mời Thiên sang chơi. Địa cho một đoàn gia nhân mang quà cáp hậu hĩ sang dinh của Thiên để chuyển lời mời. Tò mò, Thiên nhận lời sang thăm bạn cũ. Anh ta loá mắt khi thấy bạn mình nay đã giàu có, lại có vợ đẹp như tiên nga. Rượu vào lời ra, khi đã ngà ngà say, Thiên bảo Địa:

– Tôi sẵn lòng đánh đổi cơ nghiệp của tôi để được sống cuộc đời của anh.

Vợ của Địa bảo anh hãy y lời Thiên nói. Thế là Địa và Thiên đổi cơ nghiệp cho nhau. Bỗng chốc, Địa trở thành một ông quan oai vệ, dinh cơ, lính hầu đầy đủ. Còn Thiên sau khi tỉnh rượu, không còn thấy nhà to cửa rộng, vợ đẹp con khôn đâu, mà chỉ thấy mình trơ trọi trong một túp lều tranh xiêu vẹo, rách nát.

Cultural Notes

1. The "Đình" ("front yard") examination was the highest examination given by the royal court, which candidates took in the courtyard of the royal palace. The exams were given and graded by the king himself. Successful candidates were divided into three levels: the highest level consisted of three candidates, the best of whom was given the title "trạng nguyên" (like the character Thien in this story). The second best was called "bảng nhãn" and the third best, "thám hoa." The two lower levels each had several candidates, who were given different titles.

2. The names of the characters in the story are "Thiên" ("Heaven") and "Địa" ("Earth"). This apparently is based on the yin and yang theory in Chinese philosophy, which basically is about balance or complementation in nature. According to the yin and yang concept, opposite forces, or dualities, are actually complementary and interrelated. Some of the dualities are fire (yang) and water (yin), light (yang) and dark (yin), and man (yang) and woman (yin). Heaven is yang and Earth is yin.

Vocabulary and Expressions

NOUNS
anh lái đò   *boatman*
cơ nghiệp   *property and career*
dinh cơ   *mansion*
dinh thự   *mansion*
quà cáp   *gifts*
thi Đình   *the highest examination given at the royal court*
thi Hội   *the middle examination given at the central schools*
thi Hương   *the lowest examination given locally*

ADJECTIVES
cần cù   *diligent*
cần mẫn   *diligent*
chất phác   *simple, rustic*
chí thân   *very close*
đạm bạc   *shoddy*
đồ sộ   *grandiose*
dư dả   *superabundant*
hậu hĩ   *generous*
hẹp hòi   *selfish*
ngà ngà say   *tipsy*

nhân hậu   *kind-hearted*
oai vệ   *majestic*
rách nát   *tattered*
sáng dạ   *brilliant, smart*
thịnh soạn   *sumptuous*
thông minh   *intelligent*
tò mò   *curious*
tốt bụng   *kind-hearted*
trơ trọi   *lonely*
xứng đáng   *worthy*

VERBS

bổ *to assign*
dành dụm *to save up*
đỗ *to pass (an exam)*
hoá phép *to use magic*
loá mắt *to be dazed*
quay gót *to turn around*
thành tài *to be successful*
thương hại *to pity*
trở mặt *to have a change of heart*
tủi thân *to feel sorry for oneself*
ưng thuận *to agree*

ADVERBS

có lý *reasonably*
hớt hải *hysterically*
lần lượt *in sequence*
tấm tức *disconcertedly*
xuôi ngược *back and forth*

IDIOMATIC EXPRESSIONS

cày thuê cuốc mướn *to do farm work for a landlord*
cơm no ngày hai bữa *to have enough food every day*
của thiên trả địa *render to God the things that are God's*
kẻ hầu người hạ *countless servants*
kiếm sống qua ngày *to earn one's living from day to day*
kiếm tiền độ nhật *to earn one's living from day to day*
rượu vào lời ra *a drunk mind speaks a sober heart*
trau dồi bút nghiên *to study diligently*

Discussion Questions

1. Do you think the characters are named Thien and Dia to send any message to the reader? Explain why.
2. Discuss Dia's personality and how it helps him get what he deserves.
3. What is the moral of this story in your opinion?

The Magic Bottle of Water
A Reversal of Fortune

Who says that only artists can express their love through bold, uncanny ideas and acts? A countryman is stunned by his wife's newly acquired beauty, thanks to a magic potion. Infatuated, he hires someone to paint her portrait so he can contemplate it while at work. Her love for him is no less powerful. Taken away by the king, she brushes aside the rich, luxurious life offered by him and only feels alive again when reuniting with her husband. At last, their true love is deservingly rewarded.

In a remote village there lived an unmarried woodcutter who went to the forest every day to fetch wood for a living. One day, while cutting trees in the woods, the man suddenly saw a crow flying by with a small sparrow in his claws. He quickly grabbed a rock and threw it at the crow, forcing it to let go of the sparrow. The crow flew away angrily, threatening him that it would take revenge one day. The woodcutter picked up the dying sparrow from the ground and wrapped it in his hands to warm it up. After only a few moments, the small bird gained consciousness. Before flying off, it thanked him profusely and told him to wait for it to come back.

As promised, the sparrow returned, bringing with it a small bottle, and said, "In this bottle there is a magic liquid that can turn anything from small to big, anyone from ugly to attractive, or old to young."

With these words, the bird flew away. The woodcutter opened the bottle and smelled a strong scent. He put the lid back on, took the bottle home, and placed it under his bed. In the following days, he was busy again with chopping wood and completely forgot about the small bird's gift.

Lọ Nước Thần

Một Cuộc Đổi Đời

Ai bảo chỉ có những nghệ sĩ mới bày tỏ tình yêu của mình bằng những ý tưởng và hành động táo bạo, khác thường? Một anh chàng nhà quê ngây ngất trước vẻ đẹp mới có của người vợ nhờ một loại nước mầu nhiệm đã thuê thợ vẽ tranh cho vợ mình để ngày ngày đi làm mang theo ngắm nghía. Tình yêu của cô vợ dành cho chồng cũng mãnh liệt không kém. Khi bị vua bắt đi, nàng coi thường cảnh giàu sang phú quý của nhà vua đem lại và chỉ như sống lại khi được gặp mặt chồng. Cuối cùng, tình yêu chân thật của hai người đã được đền bù xứng đáng.

Trong ngôi làng xa xôi nọ có một anh tiều phu độc thân, ngày ngày vào rừng đốn củi để sinh sống. Một hôm, đang chặt cây trong rừng, anh bỗng thấy một con quạ tha một con chim sẻ nhỏ bay qua. Anh vơ vội một hòn đá, ném vào con quạ làm nó phải thả con chim xuống. Con quạ vừa hậm hực bay đi, vừa doạ sẽ báo thù. Anh tiều phu nhặt con chim sẻ đang nằm thoi thóp lên, ủ nó vào hai lòng bàn tay để truyền hơi ấm cho nó. Chỉ một lúc sau, con chim nhỏ đã hồi tỉnh. Trước khi bay đi, nó cám ơn anh không tiếc lời và bảo anh đợi nó một lát. Đúng như lời hứa, con chim sẻ quay lại, mang theo một cái lọ nhỏ. Nó bảo:

– Đây là lọ đựng nước thần, có thể làm bất cứ vật gì từ nhỏ thành lớn và bất cứ ai từ xấu thành đẹp, từ già thành trẻ.

Dặn dò xong, con chim bay mất. Anh tiều phu mở nút lọ ra xem thì ngửi thấy một mùi thơm ngào ngạt. Anh đóng nắp lọ lại, đem về nhà, để dưới chân giường. Những ngày sau, anh lại bận rộn đi kiếm củi, quên bẵng đi món quà của con chim nhỏ.

85

A few years passed, and the woodcutter got married. His wife was as poor as he was, and with a homely appearance. They toiled and moiled, but had a passionate love for each other. Day in and day out, the husband would go look for wood, and the wife would sell it at the market. At home, she took care of chores and prepared meals for her husband. One day, while sweeping the floors, she happened to find the tiny bottle under the bed. She opened the bottle and from inside an exquisite fragrance floated out. She suddenly decided to mix the liquid inside the bottle with water in a basin to wash her hair. Inexplicably, after the wash, the woman became incredibly beautiful. She then used the liquid in the basin to water the onion patch in the back of her house. Curiously enough, both the leaves and the bulbs of the onions grew unnaturally big.

The woodcutter later came home and saw that his wife was now as beautiful as a fairy, and this made him love her even more than before. He became so infatuated with his wife that he asked a painter to paint her portrait, which he took with him to the forest to look at while he worked. One day, while the woodcutter was completely absorbed in his work, the crow from the past flew over and stole the painting out of revenge. It carried the painting as far as the royal court and dropped it there. The king saw the radiantly beautiful woman in the painting, and immediately ordered his soldiers to search the country for her. The royal soldiers took the painting to every single household looking for the woman. At long last, they came to the woodcutter's house and immediately seized the wife to bring her to the king.

As the woodcutter cried and lamented at home, his wife also felt extreme agony in the royal palace. Despite the luxurious lifestyle, she was always depressed and never talking nor smiling. The king had invited countless performers to sing and dance for her, or entertain her in order for her to smile, but she would not budge. The king announced a huge reward for anyone who could make the beauty smile. Upon hearing the news, the woodcutter went to the back of his house and pulled up the giant onions, which he carried to the capital city.

As he approached the royal palace, he cried out,
"Their stems are as long as yokes,
Their bulbs, as big as pots,
Anyone who wants to buy my onions
Must love me very much!"

The wife was feeling depressed in the palace when she heard the cries. She quickly recognized her husband's voice, and immediately ordered her maids to go out and invite him inside. Hearing him cry out about his onions, she merrily burst out laughing. The king asked the woodcutter to exchange clothes. He picked up the baskets, and started crying out like the woodcutter. The woodcutter put on the royal robes and immediately told the soldiers to throw the fake onion vendor into the dungeon. That was how the woodcutter and his wife suddenly became king and queen, and lived together happily ever after.

Mấy năm sau, anh tiều phu cưới vợ. Vợ anh cũng nghèo như anh, cũng chân lấm tay bùn, nhan sắc tầm thường. Được cái là hai vợ chồng thương yêu nhau rất mực. Ngày ngày, chồng đi kiếm củi về cho vợ đem ra chợ bán. Cô vợ ở nhà lo dọn dẹp nhà cửa, cơm nước cho chồng. Một hôm, lúc đang quét nhà, cô tình cờ thấy một cái lọ bé xíu dưới chân giường. Tiện tay, cô mở ra xem thì thấy trong lọ có nước toả ra một mùi thơm đặc biệt. Cô chợt nảy ra ý pha chất lỏng trong lọ vào một chậu nước để gội đầu. Lúc gội xong, bỗng dưng cô trở nên xinh đẹp lạ kỳ. Chậu nước gội đầu, cô đem tưới cho luống hành sau nhà. Lạ lùng thay, cả lá lẫn củ hành bỗng trở nên to lớn khác thường.

Anh tiều phu về đến nhà, thấy vợ bây giờ đẹp như tiên nga giáng thế, vô cùng mừng rỡ, càng yêu vợ hơn trước nữa. Anh mê vợ đến nỗi phải nhờ người vẽ một bức tranh chân dung của vợ để khi đi làm mang theo ngắm. Một ngày nọ, anh đang lúi húi làm việc thì con quạ năm xưa bay ngang, cắp mất bức tranh để báo thù. Quạ mang bức tranh bay đến tận cung vua, thả xuống trước sân rồng. Nhà vua xem tranh, thấy người đẹp lộng lẫy, liền truyền cho quân sĩ đi kiếm trong dân gian cho ra ai là người đẹp ngần ấy. Lính nhà vua mang tranh đi khắp nơi, vào nhà nào cũng hỏi cho ra người đàn bà nọ. Cuối cùng, họ vào nhà vợ chồng anh tiều phu và bắt ngay cô vợ xinh đẹp trong tranh về cho nhà vua.

Trong khi ở nhà anh tiều phu ngày đêm than khóc, vợ anh trong cung vua cũng vô cùng đau khổ. Mặc cho cảnh sống giàu sang, lúc nào cô cũng âu sầu, suốt ngày không nói, không cười. Nhà vua cho vời không biết bao nhiêu là nghệ nhân đến múa hát, làm trò cho cô cười nhưng cô nhất định không nhếch mép. Vua treo giải thưởng thật lớn cho ai có thể làm cho người đẹp cười. Anh tiều phu nghe tin ấy bèn ra sau nhà nhổ hết đám hành khổng lồ và gánh lên kinh đô. Đến gần hoàng cung, anh vừa đi vừa rao:

– Dọc bằng đòn gánh,
   Củ bằng bình vôi,
   Ai mua hành tôi,
   Thì thương tôi với!

Người vợ đang ngồi rầu rĩ trong cung nghe tiếng rao, nhận ra giọng của chồng, liền bảo tỳ nữ ra mời anh vào cung. Nghe anh rao hàng, cô vợ bật cười lên sung sướng. Nhà vua đòi anh tiều phu đổi áo quần rồi gánh hành lên, cất tiếng rao như anh ta. Anh tiều phu mặc long bào vào, lập tức kêu quân lính bắt anh bán hành giả hiệu, nhốt vào ngục tối. Thế là vợ chồng anh tiều phu nghiễm nhiên trở thành vua và hoàng hậu, sống hạnh phúc bên nhau đến trọn đời.

Cultural Notes

1. The wife in this story, as well as many others in most stories and in real life in old Vietnam, has the traditional role of a homemaker. Although she does not typically sew at home, and her husband is not a learned man, as in the verses by Nguyen Trai (1380–1442) "Gái trong kim chỉ, trai ngoài bút nghiên" ("The woman's place is inside working with needles and threads, and the man's is outside studying with his pens and ink wells"), the couple still live by the tradition that the wife takes care of the family while the husband goes out into the world.

2. The husband uses a popular form of poetry for his crying out about his merchandise. This poetry form has stanzas with four lines, each of which contains four feet. Since Vietnamese is a tonal language, the tones of the feet in each line must follow strict rules. In this stanza, the first and the last lines end with a foot bearing an uneven tone (the uneven tones being high-rising, low-rising, high-rising-glottalized and low-glottalized), while the second and third lines end with a foot bearing an even tone (the even tones being high-level and low-falling). As can be observed, the last foot of the second line rhymes with the last foot of the third line, a rhyming method called "embracing rhyming."

Vocabulary and Expressions

NOUNS

bình vôi   *pot of slaked lime*
bức tranh   *painting*
chân dung   *portrait*
chất lỏng   *liquid*
chậu   *basin, pot*
củ   *root*
dọc   *stem*
đòn gánh   *yoke*
hoàng cung   *royal palace*
hơi ấm   *warmth*

lọ   *bottle*
long bào   *royal robe*
luống hành   *bed of onions*
mùi thơm   *scent*
nghệ nhân   *artist*
ngục tối   *dungeon*
quạ   *crow*
sân rồng   *royal court*
sẻ   *sparrow*
tiều phu   *woodcutter*

ADJECTIVES

bất cứ   *any*
lúi húi   *absorbed*
ngào ngạt   *fragrant*
rầu rĩ   *somber*
sung sướng   *delighted*

VERBS

bật cười   *to burst out laughing*
doạ   *to threaten*
đốn củi   *to cut wood*

gánh   *to carry, to shoulder*
gội đầu   *to wash one's hair*
hồi tỉnh   *to gain consciousness*
làm trò   *to perform a burlesque*
  show
nhếch mép   *to move one's lips*
rao   *to cry out (one's*
  merchandise)
than khóc   *to lament*
thoi thóp   *to breathe faintly*
toả ra   *to emit*

treo giải thưởng   *to announce*
  a reward
truyền   *to transmit*
tưới   *to water*
ủ   *to cover to keep warm*
vời   *to invite*

ADVERBS
hậm hực   *with suppressed*
  anger
lập tức   *immediately*
lộng lẫy   *splendidly*

ngần ấy   *that much*
nghiễm nhiên   *automatically*
tiện tay   *while at it*

IDIOMATIC EXPRESSIONS
chân lấm tay bùn   *to toil and*
  moil
đẹp như tiên nga giáng thế   *as*
  beautiful as a fairy
đúng như lời hứa   *as promised*
được cái là   *for what it's worth*

Discussion Questions

1. Discuss the significance of gratitude and vengeance in this story.
2. Are the effects of the magic water aptly applied to the wife's hair and the onions?
3. What observations could be made regarding royal authority from the detail that the king wants to have the woman brought to him just because he happens to see her beautiful portrait?

A Parent's Love
Some Love is Beyond Comparison

Speaking of how much parents love their children, we usually think of the saying, "Tears only roll downwards." This expression means that children's love for their parents, no matter how much, can never be compared with their parents'. It even implies that children's love for their parents is an "anti-physical" phenomenon, for tears would never roll upwards! Therefore, as children, we should never take credit for anything we have done for our parents.

There was a couple that had three sons. They were always very thrifty with their own money in order to save up for their children. With their parents' help, when the sons grew up, not only did they each marry a beautiful wife, but they also received a lot of money with which to start their new lives.

One day, the husband told his wife, "To avoid any undesirable disputes in the future, I think it's time we wrote our will to clearly and equitably distribute our fortune to our children."

The wife agreed immediately. Her husband then drafted a will in which he bequeathed almost all of the couple's property and money to their children. They kept only enough for themselves to enjoy in their old age. In the meantime, the sons did not fare as well as their parents. The eldest one did not work very hard, and his money slowly decreased over time. The middle son did try his hand at a business, but was out of luck and always losing money. The youngest one had a big-spending wife, so he was not in any better shape than his brothers. One day, the sons met to figure out a way to ask their parents to release their fortune to them without having to wait until the parents' deaths. Afterward, the sons went to their parents' house to make their request.

The eldest son said, "Dear parents, we have not met with good fortune in making our living and are always in need of money. We ask that you please distribute your fortune right now to help out our families."

The middle son continued, "We will use your money to have a business and take good care of you, from your meals to your sleep. You will not have to worry about a thing."

The youngest one added, "We and our wives will take turns attending to you. There will always be someone by your side in case you need anything at all."

The parents looked at each other for a moment, then the father gently said, "You are already busy with your families. How could you find the time to take care of us?"

The mother also said, "Granted that you may take care of us, but could your wives also care for us as they would their own parents?"

All the sons outdid each other promising that they would arrange their time to take care of their parents, between the husbands and wives taking turns to come over to their

Cha Mẹ Nuôi Con

Tình Thương Không Gì Sánh Bằng

Khi nói về tình thương yêu của cha mẹ dành cho con cái, chúng ta thường nhớ đến câu "Nước mắt chảy xuôi". Câu này hàm ý rằng tình thương yêu của con cái dành cho cha mẹ, dù có nhiều đến đâu chăng nữa, cũng không thể nào so sánh với tình yêu của cha mẹ mình. Thậm chí, câu này còn ngụ ý rằng đây là một hiện tượng "phản vật lý" vì nước mắt có chảy ngược bao giờ! Vì vậy, làm con không bao giờ nên kể lể về những gì mình đã làm cho cha mẹ.

Có hai vợ chồng sinh được ba người con trai. Hai người lúc nào cũng nhịn ăn nhịn mặc để dành dụm cho các con. Ba người con trai trưởng thành, lần lượt được cha mẹ cưới cho ba người vợ đẹp, lại còn được cho nhiều tiền bạc để làm vốn.

Một ngày nọ, người chồng nói với vợ:

– Tôi nghĩ là đã đến lúc chúng ta lập chúc thư phân chia tài sản rõ ràng và đồng đều cho các con để tránh sự tranh giành đáng tiếc sau này.

Người vợ ưng thuận ngay. Thế là người chồng thảo một bức chúc thư, chia gần hết ruộng vườn và tiền bạc cho các con. Ông bà chỉ giữ lại một phần vừa đủ cho hai người để an hưởng tuổi già. Trong lúc đó, ba người con lại không thành công như cha mẹ. Người anh cả không chịu làm ăn chí thú, lâu ngày tiền bạc cũng vơi dần. Người con thứ hai thì cố gắng làm ăn buôn bán nhưng không gặp thời, lúc nào cũng thua lỗ. Người em út gặp phải cô vợ tiêu xài hoang phí nên cũng chẳng khá hơn hai anh bao nhiêu. Một hôm, họ gặp nhau, bàn bạc tìm cách xin cha mẹ chia tài sản mà không phải đợi đến ngày ông bà qua đời. Sau đó, cả ba cùng đến nhà cha mẹ để ngỏ ý. Người con cả nói:

– Thưa cha mẹ, chúng con không may làm ăn thua lỗ, tiền bạc thiếu trước hụt sau. Xin cha mẹ chia của ngay từ bây giờ để giúp gia đình chúng con.

Người con thứ tiếp lời:

– Chúng con sẽ dùng tiền của cha mẹ để làm ăn và lo cho cha mẹ chu đáo từ miếng ăn cho tới giấc ngủ. Cha mẹ không phải lo gì cả.

Người con út nói thêm:

– Vợ chồng chúng con sẽ luân phiên hầu hạ cha mẹ. Lúc nào cũng có người túc trực bên cha mẹ lúc tối lửa tắt đèn.

Hai ông bà nhìn nhau một lúc, rồi người cha từ tốn nói:

– Các con còn bận bịu việc gia đình, lấy đâu ra thì giờ để lo cho cha mẹ?

Người mẹ cũng bảo:

– Các con lo cho cha mẹ đã đành, vợ của các con lẽ nào lại có thể hầu hạ cha mẹ như người ruột thịt được?

Ba người con thi nhau hứa hẹn, thề thốt rằng họ sẽ sắp xếp thì giờ để lo cho hai ông bà, chia phiên cho nhau để đến nhà hai ông bà mỗi ngày từ sáng đến tối, hết vợ đến

house every day from sunrise to sunset. They kept talking and talking until their parents were persuaded to divide all of their fortune among their children.

During the first few years afterwards, the sons did indeed keep their word. With the abundant money they received, they started their businesses, which brought back profit upon profit, and they grew richer and richer. They did not mind sending their servants to find exotic items and delicious food for their parents, and saw to it that everything was taken care of around the house. The three daughters-in-law also enthusiastically helped out with the cooking and washing for the old couple. The parents were very pleased, telling each other that they were blessed to have such devoted and successful children.

But, alas, the happy days passed by so quickly! After only a few years, the sons and their wives had already begun to neglect their promised filial duties. Their businesses became increasingly time-consuming, while the wives were taking turns having babies. All of them had gradually paid less and less attention to the parents. They started fighting over the chores and stopped buying things for their parents. Not only did they care less for them, they did not even want to hire caretakers to attend to their aging parents. The old couple, both ailing and unhappy, finally passed away, one after the other. This is precisely reflected in the popular verse:

What parents do for their children can be compared to oceans and lakes,
While their children count every single day of taking care of them.

Cultural Notes
1. Filial duties are one of the most important virtues in the teachings of Confucianism, which used to be of great influence in Vietnamese society. Originating in China, this philosophical and socio-ethical system was credited to the Chinese philosopher Confucius (551–479 BC). The terms referring to this virtue, both in Chinese and Vietnamese, literally mean unconditional devotion to one's parents. Filial piety is considered an essential part of a person's character.
2. "Phước" ("good fortune"), "lộc" ("prosperity") and "thọ" ("longevity"), according to the Chinese culture, are the three attributes of a good life. These concepts are represented by gods whose statues can be seen in many places, such as temples and business facilities, both in China and Vietnam. When a person feels blessed, he or she is believed to have "good fortune," or "có phước" in Vietnamese.

Vocabulary and Expressions

NOUNS	ADJECTIVES	vơi *empty, not full*
ca dao *folksong, popular verse*	bận bịu *busy*	
chúc thư *will*	bệnh hoạn *sickly*	VERBS
con cả *eldest child*	buồn rầu *sorrowful*	bàn bạc *to discuss*
con thứ *middle child*	có phước *blessed*	chểnh mảng *to neglect*
con út *youngest child*	đáng tiếc *regrettable*	chia phiên *to share one's time*
của cải *fortune*	đẹp ý *pleased*	cố gắng *to try one's best*
giấc ngủ *sleep*	ê hề *abundant*	dâng *to offer respectfully*
miếng ăn *food*	ruột thịt *related by blood*	hầu hạ *to attend on*
phận sự *duty*	thành công *successful*	hứa hẹn *to promise*

chồng, hết chồng lại đến vợ. Ba người con nói mãi, nói mãi, đến khi hai ông bà xiêu lòng, ưng thuận chia hết của cải cho các con.

Trong những năm đầu tiên, quả thật ba người con đã giữ đúng lời hứa. Với tiền của ê hề được chia ra, họ lấy làm vốn buôn bán, lãi mẹ đẻ lãi con, càng ngày càng giàu có. Họ không ngại cho người đi kiếm của ngon vật lạ mua về dâng lên cho cha mẹ, lo lắng mọi việc trong nhà. Ba nàng dâu cũng sốt sắng giúp đỡ cơm nước, giặt giũ cho hai ông bà. Hai vợ chồng rất lấy làm đẹp ý, bảo nhau rằng họ phải có phước lắm mới có những người con vừa thành công, vừa hiếu thảo như vậy.

Nhưng, than ôi, ngày vui quả qua mau! Chỉ vài năm sau, ba người con trai và ba nàng dâu bắt đầu chểnh mảng phận sự làm con mà họ đã hứa hẹn. Công việc làm ăn của họ ngày càng bận rộn, còn các nàng dâu thi nhau sinh con đẻ cái, dần dần ai cũng lơ là việc chăm sóc cha mẹ. Họ bắt đầu tị nạnh nhau về công việc, không sắm sửa gì cho cha mẹ nữa. Không chăm sóc cha mẹ được như xưa, cũng chẳng ai trong bọn họ muốn bỏ tiền ra để thuê người chăm sóc ông bà đang mỗi ngày thêm già yếu. Hai vợ chồng già, phần thì bệnh hoạn, phần thì buồn rầu, cuối cùng kẻ trước người sau đều qua đời cả. Quả đúng như câu ca dao truyền nhau trong dân gian:

Cha mẹ nuôi con Biển Hồ lai láng,

Con nuôi cha mẹ tính tháng tính ngày.

lơ là *to lose sight of*	**ADVERBS**	không gặp thời *to miss one's*
ngại *to mind*	chu đáo *thoughtfully*	*opportunities*
nuôi *to raise (a child)*	hoang phí *extravagantly*	làm ăn chí thú *to work*
phân chia *to distribute, to*	luân phiên *in turns*	*enthusiastically*
divide	sốt sắng *willingly*	làm ăn thua lỗ *to suffer losses*
sắm sửa *to purchase*		*in business*
thảo *to draft*	**INTERJECTION**	lãi mẹ đẻ lãi con *profits*
thề thốt *to swear*	than ôi *alas*	*yielded from profits*
thi nhau *to vie*		nhịn ăn nhịn mặc *to be very*
tị nạnh *to fight over task*	**IDIOMATIC EXPRESSIONS**	*thrifty*
sharing	an hưởng tuổi già *to enjoy*	tiền bạc thiếu trước hụt
tranh giành *to dispute*	*one's golden years*	sau *in dire need of money*
trưởng thành *to come of age*	của ngon vật lạ *delicious and*	tối lửa tắt đèn *unexpected*
túc trực *to keep watch*	*exotic foods*	*situation*
xiêu lòng *to become*	kẻ trước người sau *one after*	
convinced	*another*	

Discussion Questions

1. Do you think the sons really meant it when they promised to take care of their parents? What made them break their promise?
2. In your culture, is it common for a daughter-in-law to take care of her in-laws? If not, should this be encouraged? Why or why not?
3. If the sons had realized that they themselves were parents, do you think they would have behaved differently? Explain your answer.

Gratitude from an Animal
How Animals Behave

Many a Vietnamese folktale have the same motif as the fables by the French writer La Fontaine. Details in such type of stories are meant to teach a certain moral. Perhaps animals are not actually "grateful" as we might think, but by depicting some grateful animals next to a few people who are not only unthankful but also harmful to their benefactors, the story below can more or less remind us of how to behave in life.

Once upon a time there lived a poor widower who did all kinds of odd jobs to make ends meet. One day, he went to catch fish to sell at the market, but he sat there from morning to evening without catching anything. As he got ready to go home, the fishing buoy was suddenly yanked hard. He delightedly pulled up the rod only to see that a small water snake was caught on the hook. Frustrated, he took it off the hook and threw it back into the water. A few moments later, the buoy moved again. He pulled up the rod and saw the same water snake. This went on for four or five times.

The man got very angry and was about to kill the snake when the animal declared, "Please do not kill me. I am the son of the River King. Let me be friends with you, and I will help you out of your poverty."

The poor man decided to keep the snake. From that day on, he was indeed always able to make big catches of shrimp, crab, and fish. One day, the water snake told him that there would be a huge flood, so he should make a raft to survive the disaster. No sooner had the man finished building his raft than, exactly as the snake had said, a big storm thunderously came, and the water rose really high. The loss of houses, crops, and human lives was innumerable. The widower and the snake paddled the raft to find shelter. Seeing a pack of rats taken away by the water, the snake told the man to stop and rescue them.

Cứu Vật, Vật Trả Ơn

Loài Vật Xử Sự Thế Nào

Rất nhiều truyện dân gian Việt Nam có chủ đề tương tự như những truyện ngụ ngôn của nhà văn Pháp La Fontaine. Những tình tiết trong loại truyện như thế là cốt để răn dạy một luân lý nào đó. Có thể loài vật không "biết ơn" như chúng ta nghĩ, nhưng khi vẽ ra hình ảnh của những con vật biết trả ơn bên cạnh những con người không những vô ơn mà còn làm hại người đã cứu giúp mình, câu chuyện sau đây có thể nhắc nhở chúng ta ít nhiều về cách sống.

Ngày xưa có anh chàng nghèo khổ goá vợ, làm đủ nghề vặt vãnh để kiếm sống. Một hôm, anh ngồi câu cá để mang ra chợ bán nhưng từ sáng đến chiều chẳng được con nào. Lúc sửa soạn ra về thì phao bỗng giật mạnh. Anh mừng rỡ kéo cần câu lên thì chỉ thấy một con rắn nước nhỏ xíu mắc câu. Anh bực mình gỡ con rắn ra rồi ném nó xuống nước. Một lát sau, phao lại động đậy. Anh giật cần câu lên thì lại thấy con rắn nước ban nãy. Cứ thế, con rắn mắc câu đến bốn năm lần.

Anh giận lắm, định giết rắn thì con vật mới bảo:

– Anh đừng giết tôi vì tôi chính là con của vua Thuỷ Tề. Hãy cho tôi làm bạn với anh rồi tôi sẽ giúp anh thoát cảnh nghèo khó.

Anh chàng nghèo khổ nghe lời, giữ con rắn lại. Quả nhiên, từ đó về sau anh câu đâu được đó, nào tôm, nào cua, nào cá. Một hôm, con rắn nước cho anh biết sẽ có một trận lụt lớn và bảo anh phải đóng bè để tai qua nạn khỏi. Anh vừa đóng bè xong thì y như rằng trời đất đùng đùng nổi giông bão, nước dâng thật cao. Nhà cửa, mùa màng, nhân mạng thất thoát không biết bao nhiêu mà kể. Anh chàng goá vợ cùng con rắn chèo bè đi kiếm chỗ trú thân. Thấy một đàn chuột đang trôi theo dòng nước, con rắn bảo anh dừng lại cứu.

While he was still hesitating, the snake urged him, "Rescue them, and they will pay you back!"

Though not really believing the snake, the man scooped the rats onto his raft anyway. A few moments later, a man hugging a piece of wood floated by. This time, without waiting for the snake to tell him, the widower pulled his raft closer to the man to rescue him.

Unlike the last time, the snake warned him, "Don't rescue him, or this bad man will harm you later on!"

The widower pretended not to hear the snake and continued to pull the man onto his raft. A few days later, when the water receded, the rats bid farewell to their rescuer and left, while the rescued man stayed behind and became friends with the one who had saved his life.

Some time afterwards, the snake invited the widower to come visit the River Palace. The River King thanked him for having saved his son, giving him a magic bow that could kill thousands of soldiers with one shot. Back home on Earth, the widower told his friend about his voyage to the River Palace and the River King's precious gift. This wicked man decided to steal the magic bow and take it to the king of the country to earn his favor. Since the country was in the middle of a war, the treacherous friend was sent by the king off into battle. He used the magic bow to kill all the enemy soldiers. For this, the king made him a general, and engaged him to his daughter. The sad princess, being forced in the marriage, fell seriously ill. The wedding, therefore, had to be postponed.

The widower had lost both his friend and the magic bow. He wandered everywhere in hopes of finding clues as to their whereabouts. One day, the palanquin of the general, his treacherous friend, happened to go past where the man was resting. Recognizing his old friend, the widower excitedly ran to the cart and called out his name. The bad friend, however, immediately shouted to his soldiers, ordering them to take the widower to prison.

In the dark jail, the widower lamented his unfortunate lot. All of a sudden, he saw the rats from the storm cutting a hole in the wall to crawl in. They told him to wait patiently for them while they figured out a way to rescue him. The rats then went to their best friend the boa and asked for his precious gem, which they took to the king to use as medicine to cure the princess. Once inside the royal palace, the rats told the king the whole story. The king ordered that the gem be ground into powder for the princess to wash down with water. Magically, as soon as the princess had taken the powder, she instantly felt as strong as before. The king ordered that the disloyal friend be imprisoned. He then married the princess to the kind-hearted man caught in injustice. When people heard this story, they came up with the saying, "When an animal is rescued, it pays back with a favor. When a man is rescued, he pays back with hatred."

Anh còn đang ngần ngừ thì rắn hối thúc:

– Anh hãy cứu chúng đi, rồi chúng sẽ trả ơn.

Tuy không tin lời rắn lắm, anh cũng vớt đàn chuột lên bè. Một lúc sau, có một người ôm một khúc cây trôi ngang. Lần này, không đợi rắn nhắc, anh vội chèo bè đến để cứu người ấy. Khác với lần trước, rắn cản anh:

– Đừng cứu hắn ta, kẻo sau này hắn ta sẽ hại anh đấy!

Anh vờ không nghe rắn, vẫn cứu người đàn ông kia lên bè. Mấy hôm sau, nước rút xuống, bầy chuột từ giã ân nhân ra đi, còn người đàn ông ở lại, kết bạn với người đã cứu mình.

Ít lâu sau, rắn nước mời anh chàng goá vợ xuống Thuỷ cung chơi. Vua Thuỷ Tề trả ơn anh đã cứu con mình bằng cách tặng cho anh một cái cung thần, mỗi lần bắn một mũi tên ra là đủ giết hàng ngàn quân giặc. Trở về quê quán, anh chàng goá vợ kể cho bạn nghe chuyến thuỷ du và món quà quý báu của vua Thuỷ Tề. Anh bạn xấu bụng này nảy ra ý đánh cắp cung thần rồi đem vào cung vua lập công. Gặp lúc có giặc, vua sai tên phản bạn này ra chiến trường. Hắn dùng tên thần giết sạch quân giặc, được vua phong tướng và muốn gả con gái cho hắn. Công chúa bị ép duyên, buồn bã nên ngã bệnh nặng. Đám cưới đành phải hoãn lại.

Anh chàng goá vợ vừa mất bạn lẫn cung thần, ngày ngày đi lang thang khắp nơi xem có kiếm ra manh mối gì không. Một hôm, kiệu của tướng quân, vốn là tên phản bạn ngày trước, tình cờ đi ngang qua chỗ anh chàng đang ngồi nghỉ. Nhận ra bạn cũ, anh mừng rỡ chạy đến gần gọi tên bạn nhưng tên tướng quân xấu bụng này vội thét gọi quân lính bắt giam anh chàng.

Từ trong ngục tối, anh đang ngồi than thân trách phận thì bỗng thấy đàn chuột năm xưa đục vách bò vào. Chúng bảo anh kiên nhẫn đợi để chúng tìm cách cứu anh. Đàn chuột tìm đến anh bạn chí thân là trăn, xin mượn viên ngọc trăn quý để đem vào cung cho vua dùng chữa bệnh cho công chúa. Vào đến hoàng cung, đàn chuột kể lại ngọn ngành cho vua nghe. Vua liền sai đem ngọc mài ra lấy bột cho công chúa uống. Đúng là thuốc tiên, công chúa vừa uống xong là thấy khoẻ mạnh như trước. Vua truyền bắt giam tên phản bạn và gả công chúa cho anh chàng hiền lành mắc hàm oan. Nhân gian nghe chuyện nên từ đó đặt ra câu "Cứu vật, vật trả ơn, cứu nhân, nhân trả oán".

Cultural Notes

1. While the Chinese believe in an underwater world that they call "Long cung" ("Dragon's Palace"), the Vietnamese people have their own version called "Thuỷ cung" ("Underwater Palace"). Due to various names given to this imaginary world in folklore and myths, the rulers of this world are also given different names. The king of a dragon's palace is called "Long vương" ("Dragon King") whereas the one ruling an underwater palace (in the river or the ocean) is popularly known as "Thuỷ vương" or "vua Thuỷ tề" ("King of the River" or "King of the Ocean").

2. Friendship is one of the most appreciated relationships in Vietnamese society, but this is not without some touch of the Chinese culture. A pair of best friends is usually referred to as "bạn tri âm tri kỷ" (a friend who understands your music and your self"), or friends who understand each other perfectly. The phrase originates from the story of two best friends in old China, one named Bo Ya, a woodcutter who played the *qin*, a musical instrument, and the other named Ziqi, a mandarin. Only Ziqi could enjoy and understand the sound of Bo Ya's *qin*. When Ziqi died, Bo Ya broke his instrument because he believed no one would ever understand its sound anymore.

Vocabulary and Expressions

NOUNS

ân nhân   *benefactor*
bạn chí thân   *best friend*
bè   *raft*
bột   *powder*
cá   *fish*
chiến trường   *battlefield*
chỗ trú thân   *shelter*
chuột   *rat, mouse*
chuyến thuỷ du   *voyage to the sea palace*
cua   *crab*
cung thần   *magic bow*
giông bão   *storm*

hàm oan   *injustice*
kiệu   *palanquin*
manh mối   *clue*
món quà   *gift*
mùa màng   *crop*
nghề vặt vãnh   *odd job*
nhân mạng   *life*
nhân   *human*
phao   *buoy*
quê quán   *hometown*
rắn nước   *water snake*
thuỷ cung   *river palace, sea palace*
tôm   *shrimp*

trận lụt   *flood*
trăn   *boa*
tướng quân   *general*
vua Thuỷ Tề   *King of the River, King of the Sea*

ADJECTIVES

giận   *angry*
nhỏ xíu   *tiny*
phản bạn   *disloyal to a friend*
quý báu   *precious*
xấu bụng   *black-hearted*

VERBS

cản *to stop someone from doing something*
câu cá *to fish*
chèo *to paddle*
cứu *to rescue*
động đậy *to move*
đục vách *to dig a hole in the wall*
dừng lại *to stop*
ép duyên *to force someone to marry someone else*
giật *to pull, to yank*
giết *to kill*
gỡ *to pull away*
hoãn *to postpone*
hối thúc *to urge*

kết bạn *to make friends with*
kiếm sống *to make one's living*
lập công *to do something to earn a favor*
mắc câu *to get caught on the hook*
mài *to grind*
ném *to throw*
ngã bệnh *to fall ill*
ngần ngừ *to hesitate*
sửa soạn *to get ready*
thất thoát *to be lost*
trả oán *to revenge*
trả ơn *to pay back a favor*
từ giã *to say good-bye*
vớt *to pull up from the water*

ADVERBS

ban nãy *a while ago*
kiên nhẫn *patiently*
mừng rỡ *happily*

IDIOMATIC EXPRESSIONS

kể lại ngọn ngành *to tell from beginning to end*
không biết bao nhiêu mà kể *impossible to count*
tai qua nạn khỏi *safe from accidents and disasters*
than thân trách phận *to lament one's fate*

Discussion Questions

1. Why do you think the man listens to the snake the first time and rescues the rats, but not the second time when he decides to rescue a man?

2. If friendship involves understanding, do you think what the men have between them can be called "friendship"? Explain your answer.

3. Discuss the king's view of marriage, in the light of the fact that he seems to be ready to marry his daughter to whomever is in his opinion a "good man."

Indebted Love
Forever Loving in Life and Death

We usually hear loving couples vow to each other, "Till death do us part." What happens to the powerful love that surpasses even death? How could we prove that love still exists in the great beyond? Like a number of other love stories, the one below makes use of some fantastic elements that science cannot account for to show that there is such a powerful kind of love.

A mother and her son lived at a river wharf and ferried people across the river on their boat. The aging mother worked perfunctorily, while the son was the main breadwinner. After work, the young man also studied diligently in hopes of one day becoming successful and escaping their poverty. The student was good looking and possessed a beautiful voice, driving many young women in the area to be secretly in love with him. In particular, there was a rich man's daughter in the region who paid the most attention to the poor student. Her house was located near the river. Every evening, she would hear the ferryman's familiar and charming voice, and this haunted her day and night. Finally, she boldly sent a maid to him, giving him a hairpin and a letter in which she revealed her passionate love. In it, she told him to find a matchmaker to come see her father and ask for her hand.

Upon receiving the gift and the letter, the young man was very perplexed. He himself also had special feelings for her, whom he had had many chances to take across the river on his boat.

When he asked his mother for her opinion, she said, "'Even the bells would not mean anything, let alone a broken piece of clay left near the bamboo grove.' Their family is from wealth and class, and your status is that of a poor man. I think it's best that you forget all about this."

Hearing his mother give this popular verse as advice, the young man reciprocated with a verse himself: "'When in love, one does not mind any impediments. Even hundreds of incompatibles could be adjusted.' She and I are truly in love, so I think that we could overcome any obstacle."

The mother so loved her son that she begrudgingly found a matchmaker, who brought betel leaves and areca nuts to the rich man's family to ask for his daughter's hand on her son's behalf. The man received the matchmaker with obvious scorn.

Ignoring the matchmaker's praise for the young man's filial piety and diligence in his studies, he curtly said, "In order to marry my daughter, bring us exactly five hundred taels of gold as a wedding present."

Hearing from the matchmaker what the rich man demanded as a gift, the poor student felt both self-pity and indignant.

Nợ Tình Chưa Trả
Yêu Vào Cõi Chết

Chúng ta thường nghe những người yêu nhau thề thốt : "Chỉ có cái chết mới làm chúng ta chia lìa". Vậy còn những tình yêu mãnh liệt hơn, vượt qua cả cái chết thì sao? Làm sao chứng minh được tình yêu vẫn tồn tại bên kia thế giới? Như một số câu chuyện tình khác, câu chuyện dưới đây dùng những chi tiết ly kỳ mà khoa học không thể giải thích được để cho thấy có những mối tình mãnh liệt như thế.

Ở một bến sông nọ có hai mẹ con làm nghề lái đò. Bà mẹ đã tuổi già sức yếu nên chỉ lái đò cầm chừng, còn người con mới là người kiếm cơm chính trong nhà. Ngoài lúc đưa đò, người con trai còn chăm chỉ học hành, mong một ngày đỗ đạt để sớm thoát khỏi cảnh nghèo khó. Anh học trò này mặt mũi sáng sủa, lại có giọng hò rất hay, làm các cô gái trong vùng thầm yêu trộm nhớ. Đặc biệt, có cô con gái của một phú ông trong vùng để ý đến anh chàng học trò nghèo này nhiều hơn cả. Nhà cô ở gần bờ sông, cứ chiều chiều cô lại nghe giọng hò quen thuộc, quyến rũ của anh lái đò mà đâm ra tơ tưởng ngày đêm. Cuối cùng, nàng đánh bạo sai đứa tớ gái mang một cái trâm đến tặng anh chàng cùng một bức thư nói lên tấm tình sâu nặng của mình. Trong thư, nàng bảo chàng hãy nhờ người mai mối đến gặp phú ông để hỏi nàng làm vợ.

Nhận được quà tặng và lá thư, chàng trai rất đỗi phân vân. Chính chàng cũng có nhiều cảm tình với cô gái con nhà giàu mà chàng đã nhiều lần có dịp đưa sang sông. Chàng hỏi ý mẹ thì bà bảo:

– *Chuông khánh còn chẳng ăn ai, nữa là mảnh chĩnh vứt ngoài bờ tre.* Nhà người ta quyền quý, còn con thân phận nghèo hèn. Mẹ nghĩ tốt hơn hết là con quên chuyện này đi.

Nghe bà mẹ đọc ca dao để khuyên nhủ con, chàng trai cũng đáp lại:

– *Yêu nhau vạn sự chẳng nề, dẫu trăm chỗ lệch cũng kê cho vừa.* Cô ta và con yêu nhau thật tình nên con nghĩ khó khăn mấy chúng con cũng sẽ cố vượt qua.

Bà mẹ thương con, bấm bụng tìm người mai mối đem trầu cau đến nhà phú ông hỏi vợ cho con. Phú ông tiếp bà mai bằng một thái độ khinh miệt ra mặt. Mặc cho bà mai ca tụng lòng hiếu thảo và tính hiếu học của chàng trai, phú ông chỉ nói vắn tắt:

– Muốn cưới con gái ta, hãy nạp đủ năm trăm lạng vàng làm sính lễ.

Nghe bà mai về nói lại số tiền phú ông thách cưới, anh học trò nghèo vừa buồn tủi, vừa uất ức. Chàng nói với mẹ:

– Mẹ đừng buồn. Con sẽ đi xa một thời gian để kiếm đủ tiền cưới vợ, cho gia đình mình hết bị khinh khi.

Lúc bấy giờ, cô gái nhà giàu hết sức thất vọng khi biết mình không thể lấy được anh học trò nghèo. Nàng trở nên buồn bã, u uất, rồi lâu ngày lâm bệnh nặng. Phú ông chạy đủ thầy đủ thuốc cho nàng nhưng không sao cứu được cô gái bệnh vì si tình. Cuối cùng,

He told his mother, "Please do not be upset. I will go away for a while to work and save up for my wedding. Then nobody will look down on our family anymore."

Meanwhile, the daughter was extremely disappointed when she realized that she could not marry the poor student. She became very sad and angry, and eventually fell gravely ill. The rich man tried all kinds of treatments and medicine on her, but could not save the love-stricken young woman. In the end, she passed away, leaving behind a grieving and remorseful father. As her last words, she asked that her body be cremated, and her ashes sprinkled onto the river where she used to travel on her beloved's boat. The man cremated his daughter's body as he was told. To his utmost astonishment, he found in the ashes a red mass that was shaped like a heart. He sprinkled the ashes onto the river and kept the heart-shaped mass on his daughter's altar. When people heard about this heart-breaking love story, they circulated the following verses among themselves:

Since the debt of love has not been paid off,
The mass of love cannot dissolve even in the great beyond.

A year passed. The young man came back bursting with money thanks to his hard work and good fortune. He now had enough gold for the wedding present. After finding out that his love had passed away, he suffered intensely. He went to the rich man's house and asked for his permission to burn some incense for the ill-fated woman. The man welcomed him and profusely apologized for what had regrettably happened. He showed the young man the red mass on the altar. The young man took the mass and placed it in the palms of his hands. The image of his love appeared vividly in his memory. As he burst out crying, his tears fell on the blood-red mass in his hands. Strangely enough, as the young man's sorrowful tears touched the mass, it completely dissolved.

Cultural Notes

1. A "hò" or chantey, is a type of work song very popular in the life of people in the countryside. It is the singing of a folksong to the rhythm of the workers' movements to alleviate tedium, or to exchange flirtatious words between men and women. Each type of work has its own chanteys that express the singer's emotions and things associated with their work.
2. A young woman used to wear a hairpin as a symbol of her coming-of-age. The time she wore a hairpin is called "tuổi cập kê" or "the age of wearing a hairpin." This was based on a Chinese custom, according to which girls started wearing hairpins at the age of fifteen (similar to sweet sixteen in the U.S., or quinceañera in Mexico). The hairpin becomes inseparable from the woman, so when she gives it to a man it is a sign that she completely trusts him.

Vocabulary and Expressions

NOUNS
bến sông   *river wharf*
cảnh nghèo khó   *poverty*
tớ gái   *maid*
người mai mối   *matchmaker*

phú ông   *rich man*
chuông khánh   *bell*
mảnh chĩnh   *broken piece of terra-cotta*

ADJECTIVES
quen thuộc   *familiar*
quyến rũ   *charming*
sâu nặng   *profound*
phân vân   *undecided*

cô con gái nhà giàu qua đời, để lại người cha vừa đau khổ, vừa hối hận. Lúc trăn trối, người con gái yêu cầu xác mình được hoả thiêu và tro đem rắc xuống dòng sông, nơi nàng từng qua lại trên những chuyến đò có chàng trai nàng yêu quý. Phú ông y lời, thiêu xác con, và bàng hoàng thấy trong tro cốt có một khối nhỏ màu đỏ với hình dạng như một trái tim. Ông rải tro xuống sông và giữ lại khối tim đỏ để đặt trên bàn thờ của cô gái. Nhân gian nghe câu chuyện thương tâm, truyền nhau hai câu thơ như sau:

Nợ tình chưa trả cho ai,
Khối tình mang xuống tuyền đài chưa tan.

Một năm sau, chàng trai trở về, rủng rỉnh tiền bạc nhờ chăm chỉ buôn bán và may mắn gặp thời. Chàng đã có đủ số vàng để làm sính lễ cưới vợ. Khi nghe tin người yêu của mình đã mất, chàng vô cùng đau khổ. Chàng đến nhà phú ông, xin phép được thắp hương trước bàn thờ người xấu số. Phú ông tiếp chàng, hết lời xin lỗi về chuyện đáng tiếc ngày xưa. Ông đưa cho chàng trai xem khối tim đỏ để trên bàn thờ, Chàng trai cầm lấy khối tim, để vào lòng bàn tay. Hình ảnh người xưa hiện ra rõ rệt trong trí nhớ chàng. Chàng bật khóc nức nở, nước mắt rơi xuống khối tim đỏ như máu trong tay chàng. Lạ lùng thay, những giọt nước mắt tiếc thương của chàng trai vừa chạm đến khối tim thì nó tan biến mất.

VERBS
đỗ đạt *to be academically successful*
thoát khỏi *to escape, get out of*
để ý *to pay attention*
đâm ra *to start having (a feeling, a thought)*
đánh bạo *to make a bold move*

ADVERBS
cầm chừng *perfunctorily*
chăm chỉ *diligently*

IDIOMATIC EXPRESSIONS
người kiếm cơm *bread winner*
thầm yêu trộm nhớ *to be secretly in love*

Discussion Questions

1. Analyze the mother's opinion about social class versus the son's opinion about love. Under what circumstances can one concept overcome the other?
2. What do you think about the custom of demanding a bride-price? Discuss the negative implications of this custom.
3. Do you believe in love in the afterlife? Can the end of the story be true or is it just something symbolic?

The Patriotic Songstress
The Self-Made Spy

What should we do when put into a pressing situation? We could just lament without doing anything, or we could try to get out of it. Some people even turn that pressure into a good opportunity to achieve something beneficial. The third case is exactly what the character in the actual, historical story that follows, when she was captured by the enemy to entertain them with her musical talents.

At the end of the 15th century, armies from the Ming kingdom invaded Vietnam. They were stationed in different parts of the country in order to quell any resistance by the people. The Ming army would pillage everywhere it went. Anyone who fought back would be killed instantly, without mercy. When they were off duty, these invaders indulged in drinking and gambling all night long. They even forced beautiful young women in the area to come and attend to them for entertainment.

There was a company of hundreds of Ming troops stationed in a remote hamlet. This hamlet was near marshes and forests that were swarming with mosquitoes. Unfamiliar with this foreign land's insects, each soldier had to crawl into a gunnysack at night and have another soldier help tie up the bag tightly in order to have a peaceful sleep until morning. Only the soldiers on night watch could tie up the last bags of their comrades. The next morning, the soldiers again needed each other's help to untie the bags so that they could crawl back out.

All the young men in that hamlet had been taken away for slave labor, leaving behind only old people, women, and children. The villagers here were poor, making their living from cotton weaving. However, most of the young women with good looks and good singing voices worked as songstresses, as this line of work was both easier and higher paying. Among the songstresses was one whose beauty and talent excelled those of her peers. Her name was Dao Thi Hue, but every one called her Dao Nuong.

In addition to her singing talent, Dao Nuong also nurtured an intense love for her country. She hated the Ming enemy for imposing so much suffering on her people. She spent days and nights trying to devise some way to take revenge on the cruel and greedy enemy. As songstresses, she and her co-workers were frequently around these soldiers. The soldiers would often call for these women to sing and play stringed instruments, as well as to serve them with alcohol and food until they passed out, completely intoxicated. They paid the most attention to Dao Nuong and trusted her more than any other songstresses. After the long nights of feasting, when all the other songstresses had left, they would ask Dao Nuong to stay behind to help with their gunnysacks before leaving.

Dao Nuong found this to be a golden opportunity for revenge. In secret, she discussed her plan with the other songstresses. One night, she brought the soldiers a large

Ả Đào Yêu Nước

Cô Gái Làm Gián Điệp

Chúng ta phải làm gì khi bị dồn vào một hoàn cảnh bức bách? Chúng ta có thể than vãn mà không làm gì cả, hay chúng ta có thể tìm cách thoát ra khỏi hoàn cảnh đó. Có người lại biến sự bức bách đó thành một cơ hội tốt để thực hiện một điều gì có ích. Trường hợp thứ ba chính là điều mà nhân vật trong câu chuyện lịch sử có thật dưới đây đã làm khi bị quân giặc bắt để phục vụ đàn ca hát xướng cho chúng.

Vào cuối thế kỷ 15, giặc Minh đang xâm chiếm nước ta. Chúng đóng quân rải rác khắp nơi trong nước để kiểm soát mọi hành vi chống cự của người dân. Quân Minh đi đến đâu cướp bóc đến đó. Ai chống cự thì chúng giết ngay không thương tiếc. Ngoài những lúc hành quân, bọn giặc tha hồ rượu chè, bài bạc thâu đêm suốt sáng. Chúng còn bắt các cô gái đẹp trong vùng đến hầu hạ để chúng mua vui.

Có một đoàn quân Minh cả trăm người đóng đồn tại một thôn xa xôi nọ. Thôn này ở gần một vùng đầm lầy, rừng rú nên rất nhiều muỗi. Vì không quen với muỗi mòng ở vùng đất lạ, tối nào quân giặc đi ngủ mỗi người đều phải chui vào một cái bao tải, nhờ một người khác cột kín lại rồi mới yên tâm đánh một giấc đến sáng. Chỉ có những tên lính gác đêm không ngủ mới cột được những bao tải cuối cùng cho đồng bọn. Sáng hôm sau, bọn lính lại phải nhờ nhau tháo bao để chui ra ngoài.

Trong thôn, tất cả trai tráng đều đã bị quân Minh bắt đi làm nô dịch, chỉ còn lại người già, đàn bà và trẻ em. Đây là một thôn nghèo, chuyên về nghề dệt vải, nhưng đa số các cô thiếu nữ có nhan sắc và giọng hát hay đều làm nghề ả đào vì nghề này vừa nhàn vừa dễ kiếm tiền hơn. Trong số các ả đào, có một nàng sắc đẹp và tài năng vượt trội hơn tất thảy chị em, tên là Đào thị Huệ, mà mọi người vẫn thường gọi là Đào Nương.

Đào Nương, ngoài tài ca hát, còn có một lòng yêu nước mãnh liệt. Nàng rất căm hận bọn giặc Minh đã mang lại cho người dân nước Nam bao nhiêu điều thống khổ. Ngày đêm, nàng miên man nghĩ đến cách trả thù đối với những tên giặc vừa tham lam, vừa hung ác. Làm nghề ả đào, nàng cùng các chị em khác thường gần gũi với giặc. Bọn chúng thường bắt các nàng đến đàn ca hát xướng, phục vụ rượu thịt cho chúng đến khi chúng say tuý luý mới thôi. Chúng để ý đến Đào Nương và tin cậy nàng nhiều nhất. Sau những bữa tiệc thâu đêm, khi các ả đào khác đã về cả, chúng còn nhờ Đào Nương ở lại cột giúp các túi ngủ cho mọi người rồi mới ra về.

Đào Nương thấy đây là một cơ hội bằng vàng cho nàng trả thù giặc. Nàng bí mật bàn bạc với các chị em ả đào khác về kế hoạch của mình rồi một đêm nọ bắt đầu ra tay. Đêm hôm ấy, nàng mang thật nhiều rượu đến cho quân giặc, trong đó nàng lén pha những liều thuốc ngủ cực mạnh. Sau khi quân giặc đã thoả thuê với tiếng đàn lời ca cùng rượu thịt ê hề, chúng chui vào bao tải, ngủ say như chết. Đào Nương cùng các bạn cứ hai ba người xúm lại khiêng một cái bao ra đến bờ sông. Ở đó, các nàng buộc đá vào cho

amount of drinks with which she had stealthily mixed very powerful doses of sleep-ing drugs. After the soldiers had fully gratified themselves with the women's songs and music, along with plenty of food and drink, they crawled into their bags and went fast asleep. Dao Nuong and her friends, two by two, carried one bag after another to the riverbank. When they reached the bank, they tied rocks to the bags to add more weight, and then threw them into the river. Inside the heavy and tightly tied bags, the soldiers died instantly when tossed into the water. Each night the women threw only a few hu-man bags into the river to avoid any suspicion from the enemy.

At first, due to their large number, no one paid attention. However, day after day, month after month, their station became more and more deserted, and the commander could not understand why. The station was surrounded by vast swamps and layers of forests. He thought that the area was dangerous, so perhaps many of his troops might have fallen ill and eventually died, and had their bodies hidden somewhere. He had not the slightest suspicion against the songstresses, who continued to come every night and entertain his troops. One day, the commander, realizing that there were so few troops left, became alarmed and decided to move the remaining soldiers to another place. The small hamlet thus became peaceful again, without a trace of the arrogant and ruthless enemy troops. To this day, in the province of Hung Yen, one can still catch sight of the temple commemorating Lady Dao Thi Hue, the patriotic songstress.

Cultural Notes

1. The type of singing mentioned in the story is called "Hát ả đào" or "ca trù" or "tally card songs." To enjoy this geisha-like performance, male customers in northern Vietnam, mostly of high social class or from the academic world, would purchase bamboo cards to get the female songstress of their choice. The songstress would collect money afterwards based on the number of cards she had been given by the customers. Aside from singing traditional music, songstresses also carried on conversations with their customers and served them food and drink.

2. This story is set in the fourth Chinese domination of Vietnam (1407–1427), when the Ming dynasty army was invading the country. During this period, the northern Vietnamese territory under domination was called "Jiaozhi" ("Giao Chỉ") by the Chinese. There were several revolts by Vietnamese people during these two decades, the two most important of which were the one by the Late Tran Dynasty (1407), which was defeated; and another by the future Le Dynasty (1427), which took back the country from the Ming army.

Vocabulary and Expressions

NOUNS

ả đào *songstress*	hành vi *action*	sắc đẹp *beauty*
bao tải *jute bag*	kế hoạch *plan*	tài năng *talent*
bóng dáng *shadow, silhouette*	liều thuốc ngủ *dose of sleeping drug*	tên chỉ huy *person in charge*
cơ hội *opportunity*	lòng yêu nước *patriotism*	thống khổ *suffering*
đá *rock, stone*	mòng *gadfly*	trai tráng *young men*
đầm lầy *swamp, marsh*	muỗi *mosquito*	túi ngủ *sleeping bag*
đền thờ *temple*	nghề dệt vải *weaving trade*	
đồng bọn *ally*	nô dịch *labor slave*	

nặng bao rồi thả xuống sông. Bao tải nặng, lại cột kín, tên giặc nào nằm trong đó khi bị ném xuống sông là chết tốt. Mỗi đêm, các nàng chỉ khiêng vài bao bỏ xuống sông để cho giặc khỏi nghi ngờ.

Mới đầu, vì quân số khá đông, bọn giặc không để ý. Song ngày qua tháng lại, đồn giặc cứ dần dần vơi đi mà tên chỉ huy không hiểu vì sao. Quanh đồn là đầm lầy mênh mông, rừng núi chập chùng. Tên chỉ huy cho rằng ở đây rừng thiêng nước độc, chắc có nhiều quân lính của hắn đã ngã bệnh và chết bỏ xác đâu đó. Hắn hoàn toàn không nghi ngờ gì về các ả đào vẫn đêm đêm đến giúp bọn lính giặc mua vui. Đến một hôm, thấy quân lính của mình chẳng còn bao nhiêu nữa, tên chỉ huy hoảng sợ quyết định dời cả toán quân thưa thớt còn lại sang một vùng khác. Thế là cái thôn nhỏ nay lại yên tĩnh, không còn bóng dáng những tên giặc nghênh ngang, hung ác như trước. Ngày nay, ở tỉnh Hưng Yên còn đền thờ của bà Đào thị Huệ, ả đào nặng lòng yêu nước.

ADJECTIVES
bằng vàng *golden*
chập chùng *row upon row*
gần gũi *close, intimate*
hung ác *cruel*
mãnh liệt *vehement*
mênh mông *immense*
nghênh ngang *impudent*
nhàn *idle*
say tuý luý *completely drunk*
tất thảy *all*
thưa thớt *sparse*
yên tĩnh *quiet, tranquil*

VERBS
buộc *to tie*
căm hận *to resent*
chui vào *to crawl into*
chuyên về *to specialize in*
cột kín *to tie tightly*
cướp bóc *to rob, to ransack*
đóng đồn *to headquarter*

đóng quân *to station*
hành quân *to carry out military operations*
khiêng *to carry*
kiểm soát *to control*
mua vui *to entertain oneself*
nghi ngờ *to suspect*
pha *to mix*
phục vụ *to serve*
ra tay *to get started*
thả *to let go*
tháo *to untie*
tin cậy *to trust*
vơi đi *to become fewer and fewer*
vượt trội *to surpass*
xâm chiếm *to invade*
xúm lại *to get together*

ADVERBS
bí mật *secretly*
hoảng sợ *in fear*

miên man *continually*
mới đầu *in the beginning*
rải rác *scatteringly*
tha hồ *without restraint*
yên tâm *without worry*

IDIOMATIC EXPRESSIONS
đàn ca hát xướng *to sing and play musical instruments*
đánh một giấc *to lose oneself in slumber*
ngày qua tháng lại *month after month*
ngủ say như chết *to sleep like a log*
rừng thiêng nước độc *inviolable forests and harmful water*
rượu chè, bài bạc *drinking and gambling*
thâu đêm suốt sáng *all night long*

Discussion Questions
1. Having to work for the enemy is not something one can be proud of. However, in Dao Nuong's case, it can be said that it is a blessing in disguise. Explain why.
2. Aside from her singing talent, what other talents do you think Dao Nuong also had that helped her achieve her goal?
3. Did the commander do a good job in supervising his troops? Explain why or why not.

The Earthen Phoenix
How to Take a Challenge

There are different ways for a person to understand her or himself. One of those ways is to ask another person to help with that task. Being eccentric, perhaps because he is too rich, a man looks for a husband for his daughter, not by trying to find a man who loves her, or someone as talented or as rich as he is. He wants to find someone who could challenge a characteristic of his, of which he is very proud. How could there be such a peculiar story? Let us read the tale below to know what is going on.

There was a rich man who considered himself to have many virtues, especially his ability to never become angry. He came up with a very odd way to find a husband for his daughter, who was coming of age. He announced near and far that he would marry her off to the man who could make him angry. If unsuccessful, then that young man would be whipped one hundred times. All the young men in the area flocked to his house to try to make him angry and win a wife. Many of them used all kinds of tricks hoping to infuriate him, but no one was successful. Because of this, several months passed, and the young woman still remained unmarried.

One day there came a frail, slender student asking to take on the challenge.

The rich man looked at the young man from head to toe and asked, "So you want to become my son-in-law, huh? Would your skimpy frame be able to endure one hundred strikes of the cane?"

To which the young man calmly replied, "Sir, I will be able to make you angry."

The next day, he invited the rich man to go hunting. The latter said, "I do like hunting. Only, we don't have any hunting dogs."

Phượng Hoàng Đất

Vượt Qua Thử Thách

Có nhiều cách khác nhau để một người hiểu rõ chính con người của mình. Một trong những cách đó là nhờ người khác giúp mình làm việc ấy. Có lẽ vì giàu quá hoá ngông, một ông nhà giàu kiếm chồng cho con gái không phải bằng cách tìm một người đàn ông biết thương yêu con gái mình hay một người nào đó hoặc là tài ba hoặc là giàu có như chính ông ta. Ông ta muốn tìm người nào có khả năng thách đố một tính cách cá nhân của ông mà ông vẫn thường lấy làm tự đắc. Sao lại có chuyện lạ kỳ như vậy? Xin mời đọc câu chuyện thú vị dưới đây sẽ rõ.

Có một ông nhà giàu nọ tự cho mình có nhiều đức tính tốt, đặc biệt là không bao giờ nổi nóng. Ông nghĩ ra một cách kiếm chồng cho cô con gái đã đến tuổi cập kê rất kỳ cục. Ông đánh tiếng gần xa là chàng trai nào có thể làm ông nổi nóng thì ông sẽ gả con gái cho người ấy. Nếu không thành công thì chàng trai đó sẽ bị đánh một trăm roi. Các chàng trai trong vùng nô nức đến xin thử tài chọc giận ông ta để được vợ. Rất nhiều chàng trai dùng đủ mưu mẹo khác nhau để mong ông nhà giàu nổi nóng nhưng chưa ai thành công cả. Vì thế mà đã nhiều tháng trời trôi qua mà cô con gái vẫn còn phòng không gối chiếc.

Một ngày nọ, một chàng trai mảnh khảnh, dáng điệu thư sinh tìm đến xin thử tài. Ông nhà giàu nhìn anh ta từ đầu đến chân, chất vấn:

– Cậu muốn làm rể ta ư? Liệu cái tướng ốm yếu của cậu có chịu nổi một trăm hèo không đấy?

Trước những câu hỏi của ông ta, chàng trai điềm đạm trả lời:

– Thưa bác, cháu sẽ làm bác nổi giận được ạ.

Hôm sau, chàng trai rủ ông nhà giàu cùng anh đi săn. Ông ta bảo:

– Đi săn thì ta cũng thích. Ngặt nỗi không có chó săn.

The young man quickly said, "That should not be a problem. I will be the hunting dog for you."

So the men got dressed to go hunting. Shortly after arriving in the forest, they killed a large deer. Taking the game deer home, the rich man told his hunting partner, "Go ahead and butcher it up! We are going to eat it and drink together."

The young man appeared to be lost, "Sir, how could a dog butcher a deer?"

The rich man scratched his head, "Go buy some drinks then."

The young man burst out laughing, "Sir, what shop would sell drinks to a dog?"

Running out of arguments, the rich man had to prepare the deer and then go out for the drinks by himself. At home, the young man ate up all the meat and immediately fell soundly asleep. Returning home with the drinks, the rich man saw that the meat was gone, and the young man lying there thunderously snoring.

Swallowing his anger, the rich man woke him up and calmly told him, "You could have at least saved a few bites for me."

The young man said, matter-of-factly, "Have you forgotten the saying 'Hang food away from dogs and cover it from cats'? Are you angry with me, sir?"

The rich man forced himself to speak with a pleasant tone, "I don't even know how to become angry!"

The following day, the young man asked to borrow a basket from the rich man, saying that he was going out to the fields to catch some crabs to make a meal.

Minutes later, he hurriedly ran home and said, "Sir, I've just caught a beautiful earthen phoenix. For the moment, I have covered it up with the basket and put a few rocks on top. Please hurry and go out there to hold the basket for me so that the bird won't get away. I'm getting a net to catch it safely."

The rich man ran off head over heels to the place where the young man had told him, tightly holding down the basket. A bit later, the king and his soldiers happened to be passing by. When he saw the rich man holding down a basket, the king ordered for his palanquin to be lowered and asked what was going on. The rich man told him that there was a great earthen phoenix inside. The king then commanded that the rich man lift up the basket for him to see. Alas and alack, there was nothing but a big heap of buffalo dung! The king ordered his soldiers to hold down the rich man and cane him twenty times.

Right after that, the young man ran up and asked, "Did the beatings hurt, sir? Aren't you upset with me?"

The rich man sullenly replied, "Not only am I angry but I also wish that a tiger will tear you into pieces! I almost lost my head for holding the king in contempt!"

Suddenly, realizing that he had been tricked by the young man, the rich man just laughed it off. Keeping his word, he organized a lavish wedding for the clever young man and his beloved daughter.

Chàng trai nhanh nhẩu nói:

– Không sao ạ. Cháu sẽ làm chó săn cho bác.

Thế là hai người đàn ông nai nịt lên đường đi săn. Vào đến rừng, chỉ một chốc sau hai người đã săn được một con nai lớn. Đem nai về nhà, ông nhà giàu bảo chàng trai:

– Cậu làm thịt con nai này đi. Rồi bác cháu ta sẽ đưa cay với nhau.

Chàng trai ra vẻ ngơ ngác:

– Chó thì làm sao biết làm thịt nai hả bác?

Ông nhà giàu gãi đầu:

– Nếu thế thì cậu đi mua rượu vậy.

Chàng trai phì cười:

– Nhà hàng nào mà bán rượu cho chó ạ?

Đuối lý, ông nhà giàu bèn hì hục làm thịt nai và đích thân đi mua rượu. Ở nhà, chàng trai chén hết chỗ thịt rồi lăn ra ngủ ngon lành. Đem rượu về, ông nhà giàu không thấy thịt thà đâu nữa, mà chàng trai thì đang ngủ, ngáy vang như sấm. Nén giận, ông đánh thức anh ta và nhẹ nhàng bảo:

– Cậu có ăn thịt thì cũng chừa cho ta vài miếng chứ!

Chàng trai thản nhiên nói:

– Bác quên câu "Chó treo, mèo đậy" rồi ư? Bác có giận cháu không đấy?

Ông nhà giàu cố ngọt ngào:

– Ta không biết giận là gì cả!

Hôm sau, chàng trai mượn ông nhà giàu cái rổ, bảo là đi ra đồng bắt cua về làm bữa. Đi được một lát, anh ta hớt hải chạy về nhà bảo:

– Bác ơi, con vừa bắt được một con phượng hoàng đất rất đẹp. Con đã lấy cái rổ úp nó lại và dằn tạm mấy cục đá lên trên. Bác mau mau ra ôm cái rổ hộ cháu kẻo nó xổng mất. Cháu sẽ đi kiếm lưới tóm nó lại cho chắc ăn!

Ông nhà giàu ba chân bốn cẳng chạy ra đến chỗ chàng trai chỉ, khư khư ôm lấy cái rổ. Một lúc sau, tình cờ có vua và quân lính đi qua. Thấy ông nhà giàu đang ôm cái rổ, vua truyền cho kiệu dừng lại và hỏi duyên cớ. Ông nhà giàu cho biết có một con phượng hoàng đất trong rổ. Vua ra lệnh giở rổ ra cho ngài xem, thì hỡi ôi chỉ thấy lù lù một đống phân trâu! Vua cho lính nọc ngay ông nhà giàu ra đánh hai mươi hèo tại chỗ. Vừa lúc ấy, chàng trai chạy đến hỏi:

– Bác bị đánh có đau không? Bác có giận cháu không, bác?

Ông nhà giàu cáu kỉnh bảo:

– Không những giận mà ta còn muốn cho cọp phanh thây cậu ra thành từng mảnh! Suýt chút nữa thì ta đã mất đầu vì tội khi quân!

Chợt nhận ra là mình đã mắc mưu chàng trai, ông nhà giàu cười xoà và giữ lời hứa, tổ chức một đám cưới thật linh đình cho chàng trai láu lỉnh và cô con gái cưng của mình.

Cultural Notes

1. An earthen phoenix is the nickname of a real bird whose popular name is the "hornbill." This nickname is given to the bird due to how rarely it can be sighted in Vietnam. Only in a few forests in northern Vietnam can one catch sight of this rare bird. For this reason, it is believed that this bird will bring good luck to those who happen to see it once in their lifetime.

2. When it comes to using crabs as a food source, Vietnamese people have a choice between marine crabs and freshwater crabs. More common in the countryside than in the urban areas, freshwater crabs are easy to catch and therefore very affordable for country people. They can be found in the holes along rice fields or canal banks, hence the name "field crabs" in Vietnamese. One of the most common dishes in the countryside in the North is crab paste cooked in soup. Freshwater crabs are also one of the ingredients in a hot pot meal.

Vocabulary and Expressions

NOUNS

chó săn   *hunting dog*
dáng điệu   *appearance*
đống phân trâu   *buffalo-dung heap*
đức tính   *virtue*
nai   *deer*
phượng hoàng đất   *earthen phoenix; a great hornbill*
rổ   *basket*
tội khi quân   *contempt of the king*
tuổi cập kê   *coming of age*

ADJECTIVES

chắc ăn   *certain*
cưng   *beloved*
kỳ cục   *odd, strange*
láu lỉnh   *clever*
linh đình   *lavish*
lù lù   *looming*
ngọt ngào   *sweet*

VERBS

nổi nóng   to *lose one's temper*
chất vấn   *to interrogate*
chén   *to chow down*
chọc giận   *to provoke*
chừa   *to spare*
cười xoà   *to laugh it off*
dẫn   *to put on top*
đánh thức   *to wake someone up*
đánh tiếng   *to make an announcement*
đi săn   *to go hunting*

đưa cay *to have a drink*
đuối lý *to run out of arguments*
gãi đầu *to scratch one's head*
khư khư *to grip, clutch*
làm bữa *to prepare a meal*
làm thịt *to butcher*
mắc mưu *to fall into someone's trap*
nai nịt *to dress properly for an outing*
nén giận *to swallow one's anger*
ngáy *to snore*
phanh thây *to tear up a body*
phì cười *to burst out laughing*
ra vẻ *to seem*
thử tài *to have one's talent tested*
xổng *to get away*

ADVERBS
cáu kỉnh *sullenly*
đích thân *in person, by oneself*
nhanh nhẩu *quickly*
nhẹ nhàng *gently*
suýt chút nữa *barely, almost*
thản nhiên *flatly*

INTERJECTION
hỡi ôi *alas*

IDIOMATIC EXPRESSIONS
ba chân bốn cẳng *(run) one's feet off*
chó treo, mèo đậy *hang up food away from dogs and cover it away from cats*
ngặt nỗi *the only problem is*
phòng không gối chiếc *unmarried (woman)*
vang như sấm *sounding like thunder*

Discussion Questions

1. What details show that the young man had calculated carefully the first time he tried to provoke the rich man?
2. Would you say that the young man is culturally savvy? Highlight two pieces of evidence from the story.
3. The young man seemed to luck out the second time he tried to provoke the rich man. Discuss why he was successful.

The Two Stone Dogs
Greed is a Bottomless Pit

The Swiss have a saying, "The poor lack much, but the greedy lack more." Many stories have been written about human greed, from generation to generation, from country to country. Those stories not only recount cases of human greed but also make fun of it to teach people a lesson. The following story has its own witty way of mocking greed: Human greed is so ridiculous that even a stone dog has to burst out laughing!

There were two brothers whose circumstances were very different. The older one had a happy family and a lot of wealth, but he was very stingy. The younger one was still single and as poor as a church mouse, but he was kind-hearted and always ready to help those in need. One day, while the older brother and his wife were having lunch, an old beggar appeared at the gate and asked for some rice. Not only did the rich but stingy couple give him nothing to eat, but they released their dog on him to chase him away. The old man then went over to the younger brother's house, where the poor brother was eating his porridge. The brother eagerly offered the beggar a bowlful of porridge. Finishing it, the old man still craved for more. The younger brother gave him another bowl, then another one after that.

Completely full now, the old man got up and told the younger brother, "You are a poor man with a big heart. I am in fact a deity. Follow me, and I will show you where there is a lot of gold, silver, and precious gems."

The younger brother followed the old man to a high mountain peak. In front of an ancient temple, he saw two stone dogs sitting to guard the door. The deity used his cane to knock on the head of one of the dogs. The animal immediately opened his mouth widely.

The deity ordered, "Put your hand into the dog's mouth. There are a lot of riches inside. You can take as much as you wish."

The younger brother did as told. There was indeed countless gold and silver, but he just took as much as his hands could hold and went home. With the unexpected fortune, he bought land, built a nice house, and married a beautiful wife. Seeing that his younger brother had suddenly become rich and lived a completely different life, the older one was very curious. He asked his brother how he had acquired wealth like this. The younger one candidly told him about the deity disguised as a beggar. The older brother then went home and told his wife the story. From that day on, both husband and wife kept hoping for the old beggar to return asking for food.

Not too long after, the beggar actually did. As soon as they saw him at the gate, they hurriedly invited him in and offered him plenty of rice, meat, and drink to his heart's

Hai Con Chó Đá

Lòng Tham Vô Đáy

Người Thụy Sĩ có câu: "Người nghèo thiếu thốn rất nhiều, nhưng người tham lam còn thiếu thốn nhiều hơn nữa". Có rất nhiều câu chuyện nói về lòng tham của con người, từ đời này qua đời khác, từ nước này sang nước nọ. Những câu chuyện đó không những kể lại những trường hợp tham lam của con người mà còn diễu cợt lòng tham để răn dạy người đời. Câu chuyện dưới đây có cách diễu cợt lòng tham riêng một cách hóm hỉnh của nó: Lòng tham của con người lố bịch đến nỗi một con chó bằng đá cũng phải bật cười!

Có hai anh em nhà nọ gia cảnh rất khác nhau. Người anh thì vợ con đề huề, nhà cao cửa rộng nhưng lại rất keo kiệt. Người em còn độc thân, nghèo rớt mồng tơi, song tính tình dễ thương, ai cần gì anh cũng hết lòng giúp đỡ. Một ngày nọ, hai vợ chồng người anh đang ngồi ăn cơm trưa thì có một ông lão ăn mày đến xin cơm trước cổng. Hai vợ chồng giàu mà keo kiệt này không những không cho ông lão chút cơm nào mà còn thả chó dữ ra đuổi ông chạy có cờ. Ông lão đi qua nhà người em, nơi anh nhà nghèo đang ngồi ăn cháo. Người em sốt sắng cho ông lão một bát cháo. Ăn hết một bát, ông lão vẫn còn thòm thèm. Người em lại múc cho ông thêm bát nữa, rồi một bát nữa. Khi đã no nê, ông lão đứng lên, bảo người em:

– Con nghèo khó mà bụng dạ rất rộng rãi. Ta thật ra là ông tiên đây. Hãy đi theo ta. Ta sẽ chỉ cho con một nơi có nhiều vàng bạc, châu báu.

Người em đi theo ông lão đến tận một đỉnh núi cao. Trước một ngôi đền cũ kỹ, anh ta thấy có hai con chó đá ngồi canh cửa. Ông tiên dùng cây gậy gõ vào đầu một con chó. Nó liền há mồm ra thật lớn. Ông tiên bảo:

– Con thò tay vào mồm chó đi. Trong ấy có rất nhiều vàng bạc. Con muốn lấy bao nhiêu thì lấy.

Người em làm theo. Trong mồm chó quả có cơ man nào là vàng bạc, nhưng anh ta chỉ lấy vừa hai tay cầm rồi mang về nhà. Với của cải bất ngờ có được, anh tậu ruộng tậu vườn, xây nhà dựng cột thật khang trang và cưới một cô vợ xinh đẹp. Người anh thấy em bỗng dưng phất lên, cuộc đời thay đổi hẳn thì lấy làm thắc mắc lắm. Anh ta hỏi em vì đâu lại trở nên giàu có như thế. Người em thật tình kể lại chuyện ông tiên giả dạng lão ăn mày. Người anh đem chuyện về nhà kể lại cho vợ. Từ hôm ấy hai vợ chồng cứ ngóng xem ông lão ăn mày có trở lại xin cơm không.

Ít lâu sau, ông lão trở lại thật. Vừa thấy bóng ông ngoài cổng, hai vợ chồng đã mau mắn mời ông vào rồi mang nào cơm, nào thịt, nào rượu mời ông ăn thỏa thuê. Ông chưa ăn xong thì hai vợ chồng đã nhắc chuyện đi lên núi gặp chó đá. Ông lão vui vẻ dẫn hai vợ chồng đi. Đến nơi, hai vợ chồng thi nhau lấy vàng bạc, kim cương từ mồm hai con chó, nhét đầy các bao lớn mà họ đã mang theo sẵn. Người chồng tham lam cứ thọc tay vào mồm chó lấy vàng mãi, lấy mãi, lấy mãi. Ông tiên đã biến mất từ lúc nào và trời đã

content. When he had hardly finished eating, they mentioned the trip to the mountain to see the stone dogs. The old man gladly took them with him. Once they arrived, the couple got as much gold, silver, and diamonds as they could from the dogs' mouth and stuffed everything into the huge bags that they had brought along. The greedy husband kept putting his hand into one dog's mouth to get more and more and more of the gold. The deity had long since disappeared and night was falling, but the man was obsessed with taking the riches despite his wife's urging to go home. Suddenly, the stone dog shut his mouth and the man's hand got stuck inside. No matter what both husband and wife did, they could not get it out. The couple just sat there and cried together for a long time.

The husband lamented, "I guess the deity has punished me for my greed. Now you have to go home and bring me food every day because I don't know what else to do."

From that day, the wife had to bring food to her husband in the mountain every day. After only a few months, she became exhausted and cried to him that she could not handle this any longer.

He sadly said, "I know you can only do so much. Let me just kill myself so that you won't have to worry about me any more."

With these words, he was about to bite his tongue off. Frightened, his wife leaped towards him in an attempt to stop him. Unfortunately, she slipped and fell flat on the ground—a scene that would make people laugh until they cried. Both of the stone dogs also burst out laughing. With the dog's mouth wide open, the husband quickly pulled out his hand. The couple then held on to each other's hands and ran for their lives down the mountain without daring to look back. Ever after, the couple abandoned their greedy and stingy ways and treated everyone around them very kindly.

Cultural Notes

1. Rice is the main staple of the Vietnamese people. While the most common dish made from this grain is steamed rice, porridge—or gruel—is only second to it. Plain rice porridge, for many Vietnamese people, is like chicken soup in the U.S. when you get sick. However, it can also be a delicacy, with such dishes as chicken porridge, fish porridge, and combination porridge. Traditionally, Buddhists offer rice porridge to the dead who are believed to be wandering in limbo during the month of the Ghost Festival in Vietnam.

2. This story features two stone dogs guarding a temple. However, another kind of animal statue is actually much more common: the foo dog, also known as the "stone lion." Stone lions have their origin in China (and before that in India), where they were used in pairs to guard tombs. Stone lions in China look fiendish and threatening, whereas their counterparts in Vietnam are modified to appear softer. Guardian stone lions are used in front of not only public or business buildings, but also private residences.

Vocabulary and Expressions

NOUNS

bụng dạ	*abdomen and stomach; (fig.) heart of hearts*	
cảnh tượng	*scene*	
cháo	*porridge*	
chó đá	*stone dog*	

cơm	*steamed rice*
đỉnh núi	*mountain top*
gậy	*cane*
gia cảnh	*family status*
kim cương	*diamond*
mồm	*mouth*

ông tiên	*deity*
sức người	*human strength*
thói	*habit*
vàng bạc	*gold and silver*

bắt đầu sụp tối mà người chồng vẫn mải mê lấy vàng bạc, mặc người vợ hối thúc đi về. Thình lình, con chó đá ngậm chặt miệng lại khiến tay người chồng kẹt luôn trong ấy, gỡ thế nào cũng không ra. Hai vợ chồng ngồi khóc lóc với nhau hồi lâu. Người chồng than:

– Chắc ông tiên phạt tôi vì tính tham lam. Bây giờ mình phải về nhà rồi mỗi ngày đem cơm nước lên cho tôi chứ biết sao hơn.

Từ hôm đó, ngày nào người vợ cũng phải mang cơm lên núi cho chồng. Được vài tháng thì chị ta kiệt sức, than với chồng là không còn kham nổi việc này nữa. Người chồng buồn rầu nói:

– Tôi cũng biết sức người có hạn. Thôi tôi đành cắn lưỡi tự vận cho mình khỏi bận tâm nữa vậy.

Nói đoạn anh ta toan cắn lưỡi thật. Chị vợ hoảng hốt nhảy xổ đến định ngăn chồng lại, chẳng may trượt chân ngã sóng soài trên đất, cảnh tượng trông muốn cười ra nước mắt. Hai con chó đá cũng bật lên cười. Người chồng nhân chó đang mở mồm, rút vội tay ra. Hai vợ chồng cứ thế nắm tay nhau chạy thục mạng xuống núi, không dám ngó lại phía sau. Từ đó, cả hai chừa hẳn thói tham lam, keo kiệt và sống hết sức tử tế với mọi người chung quanh.

ADJECTIVES
bận tâm *preoccupied*
có hạn *limited*
đề huề *crowded*
độc thân *single*
khang trang *spacious*
no nê *full*
phất lên *nouveau riche*
rộng rãi *generous*

VERBS
cắn lưỡi *to bite one's tongue*
canh *to watch, guard*
chừa *to give up*
giả dạng *to disguise oneself*
gỡ *to knock*
há miệng *to open one's mouth*
kẹt *to get stuck*
kham *to be able to handle*
khiến *to cause*
múc *to scoop*

ngậm miệng *to shut one's mouth*
ngăn *to stop (someone from doing something)*
ngóng *to expect*
nhảy xổ đến *to bounce upon*
nhét *to stuff*
phạt *to punish*
rút ra *to pull out*
sụp tối *to get dark*
thắc mắc *to wonder*
thò tay vào *to put one's hand into*
thòm thèm *to crave*
trượt chân *to slip*
tự vận *to kill oneself*

ADVERBS
bất ngờ *unexpectedly*
bỗng dưng *all of a sudden*

mau mắn *quickly*
vội *hurriedly*

PREPOSITION
mặc *despite, regardless of*

IDIOMATIC EXPRESSIONS
chạy có cờ *to run one's feet off*
chạy thục mạng *to run for one's life*
cơ man nào là *tons of*
cười ra nước mắt *to laugh on the wrong side of one's face*
ngã sóng soài *to fall down at full length*
nghèo rớt mồng tơi *as poor as a church mouse*
tậu ruộng tậu vườn *to purchase land and property*
xây nhà dựng cột *to build a house*

Discussion Questions

1. Why do you think the beggar wanted to have more porridge, although he was only a beggar in disguise?
2. Can you explain why the deity still took the stingy brother up to the mountain for treasure, knowing that he had only given him the food just to get there?
3. What did the twist at the end of the story—one of the dogs letting go of the husband's arm—mean for the stingy couple?

The Ant That Sued the Yam
Justice in the Great Beyond

There are issues, legal and otherwise, that cannot be resolved in one's lifetime. Many people believe that hell does exist and it is where worldly injustices can be fairly judged by the King of Hell. The following story bears a touch of Buddhism with its details about reincarnation and the worlds beyond this human realm. It also illustrates the human laws, "one good favor deserves another" and "an eye for an eye, a tooth for a tooth", be it in this world or in any other ones.

There once was a rich young man who wanted to marry a girl from a poor family because of her extraordinary beauty. He asked a matchmaker to ask for her hand on his behalf. While the couple was waiting for an auspicious date to get married, the greedy matchmaker suddenly had a change of heart.

In the same village, there lived a young woman of noble descent who had long been secretly in love with the handsome rich young man. She sought out the matchmaker and promised her a large sum of money to persuade the rich man to cancel his wedding plans with the poor woman. The matchmaker immediately went to see the young man and wove a tale about his fiancée having a secret affair with a poor student. The gullible man became very angry. Without verifying the facts, he immediately announced the annulment of the wedding plan, leaving the poor woman completely heart-broken and fallen from cloud nine.

Taking advantage of the rich man's anger about the affair, the matchmaker sweet-talked him: "Now, don't be sad anymore. One can only keep those who want to stay. I have yet another match for you, one whose family status is completely compatible with yours."

In order to quickly forget his resentment towards the unfaithful woman, the man hastily accepted an engagement with the noble woman. A wedding swiftly took place. In the meantime, the poor, shamed woman jumped into the river to kill herself, bringing along the injustice done to her into its silvery currents.

Not long afterwards, the rich man died in an unfortunate boat accident, and was survived by the still very young widow. Due to his untimely death, he was qualified to be reincarnated a few years later. Meanwhile, the young woman's lingering soul was still full of love's bitterness from her past life. She asked Yama, the god of death, to let her linger in the netherworld to collect her debt of love before returning to the human world. Yama compassionately accepted her request.

The rich man was reincarnated into a poor family and grew up to be a student without a penny to his name. Besides his study time, he had to work odd jobs to buy school supplies. While he worked for a rich man, the man's favorite daughter, whom everyone

Cái Kiến Mày Kiện Củ Khoai

Công Lý Bên Kia Thế Giới

Có nhiều sự việc, dù là về luật pháp hay là gì khác, không thể giải quyết xong trong cuộc sống của một cá nhân. Nhiều người tin rằng địa ngục là có thật và đó là nơi những oan ức trên trần gian được Diêm vương xét xử phân minh. Câu chuyện dưới đây nhuốm màu sắc của đạo Phật với những tình tiết về luân hồi và những thế giới ngoài đời sống con người. Câu chuyện cũng nói lên quy luật "ân đền, oán trả" giữa con người với nhau, dù ở thế giới này hay ở thế giới nào khác.

Có anh nhà giàu nọ muốn lấy một cô gái nhà nghèo làm vợ vì cô có một nhan sắc rất mặn mà. Anh ta nhờ một người đàn bà làm mai mối để hỏi nàng làm vợ. Cả hai còn đợi ngày lành tháng tốt để cử hành hôn lễ thì bà mai tham lam chợt thay lòng đổi dạ.

Trong cùng ngôi làng có một cô gái con nhà quyền quý từ lâu vẫn yêu thầm anh nhà giàu đẹp trai ấy. Ả tìm gặp bà mối, hứa cho bà một số tiền lớn để tìm cách thuyết phục anh nhà giàu huỷ bỏ hôn lễ với cô gái nhà nghèo. Bà mối liền đến gặp chàng trai, thêu dệt rằng lâu nay cô gái nhà nghèo vẫn lén lút tư thông với một anh học trò nghèo. Anh nhà giàu cả tin, đùng đùng nổi giận. Không cần tìm hiểu thực hư ra sau, anh ta tuyên bố huỷ ngay hôn sự, mặc cho cô gái nhà nghèo như từ cung trăng rơi xuống, vô cùng đau khổ.

Lợi dụng lúc anh nhà giàu đang tức giận vì bị phụ tình, bà mối dùng lời ngon ngọt bảo anh ta:

– Thôi anh đừng buồn nữa. Giữ người ở lại chứ ai giữ người đi. Tôi còn một mối khác cho anh. Người này mới thật là nơi môn đăng hộ đối.

Để mau khuây nỗi hận đối với con người bạc bẽo, anh nhà giàu mau mắn nhận lời xem mặt cô gái con nhà quyền quý. Đám cưới diễn ra thật chóng vánh. Trong lúc đó, cô gái nhà nghèo, với niềm tủi hận vô biên, đã gieo mình xuống sông tự vận, mang theo nỗi hờn oan xuống dòng nước bạc.

Sau đó không lâu, anh nhà giàu chẳng may bị đắm đò mà chết, để lại người vợ tuổi còn quá trẻ. Vì chết oan nên chỉ vài năm sau anh ta được cho đi đầu thai. Trong khi đó, oan hồn cô gái nhà nhà nghèo vẫn còn canh cánh mối hận tình ngày xưa. Nàng xin Diêm vương cho nấn ná lại dưới âm phủ để đòi xong món nợ tình rồi mới trở lại làm người. Diêm vương thương tình chấp nhận lời cầu xin của nàng.

Anh nhà giàu đầu thai vào một gia đình nghèo khó, lớn lên trở thành một gã học trò không một xu dính túi. Ngoài lúc đèn sách, anh phải làm những việc lặt vặt trong làng để kiếm tiền mua giấy bút. Lúc vào làm công cho một phú ông, anh ta được cô con gái cưng của phú ông, mà mọi người vẫn gọi là cái Kiến, để mắt đến vì vẻ khôi ngô và tính cần cù của mình. Chẳng bao lâu hai người đã trở thành một đôi tình nhân rất khắng khít. Cô con gái phú ông bảo anh học trò nghèo:

called Miss Ant, noticed him because of his handsomeness and diligence. Before long, they became inseparable.

"You must hurry and ask for my hand before my father forces me to marry someone else," said the rich man's daughter to the poor student. "This is the gold that I have been saving up so far, which I have molded into the shape of a yam. Take it and bring it to my father as your wedding present."

The poor student went to a matchmaker to ask for her help in arranging the marriage. The rich man was not pleased but reluctantly accepted the marriage request out of love for his daughter. On the auspicious day, the matchmaker accompanied the poor student to the rich man's house. Unbeknownst to them, the poor woman's bitter soul had taken the golden yam and replaced it with a real one. When the matchmaker opened the gift box in front of the rich man's large family, there was nothing but a huge, rough-skinned yam inside!

The rich man became furious and reported the incident to the local mandarin, who ordered soldiers to whip both the student and the matchmaker one hundred times for their deception. As for Miss Ant, she felt so embarrassed and resentful that she fell ill and died. Once in the netherworld, she asked to meet with Yama to bring the deceiving student to justice. Yama told her what happened and asked her to wait until his death, as only then would his debt from his past life be paid.

Cultural Notes

1. While most popular stories inspire sayings or proverbs, this particular story seems to have been inspired by a pre-existing expression, "Con kiến mà kiện củ khoai". The interpretation of this expression is based on the reading of the verb "kiện". The first possible meaning of this verb is "to sue", which is used for the plot of the story. However, the verb could also be understood as "to carry" (something heavy). With the second meaning, the expression is used to refer to a person who has to do a task that seems to be too much for her or him to handle.

2. Buddhism has been the predominant religion in Vietnam, so the belief in karma and reincarnation is very popular among the people. Many expressions in the language reveal this belief, and are used even by non-Buddhist speakers. For example, to show sympathy for someone in trouble, people usually say, "Tội nghiệp!" which literally means "Pitiful karma!" Nguyen Du, the most renowned poet in Vietnamese classic literature, penned the following verse in his world-famous, 3,254-verse-long epic *The Tale of Kieu* (1820) in the same vein, "Đã mang lấy nghiệp vào thân, cũng đừng trách lẫn trời gần trời xa" ("Karma is a part of your life, so do not blame any supernatural power near or far").

Vocabulary and Expressions

NOUNS

âm phủ *hell, netherworld*
củ khoai *potato, yam*
Diêm vương *Yama, King of Hell*
hôn sự *marriage matter*
lời cầu xin *petition*

mâm quả *trays and boxes (for the groom's wedding presents)*
mối hận tình *love's bitterness*
niềm tủi hận *self-pity and rancor*
nợ tình *debt of love*

nỗi hờn oan *resentment for an injustice*
oan hồn *lingering soul*
thực hư *myths and facts*
tình nhân *lover*
việc lặt vặt *odd job*

– Anh phải mau mau xin cưới em kẻo em bị cha ép duyên lấy người khác. Em dành dụm lâu nay được ngần này vàng và nhờ đúc thành hình một củ khoai. Anh cầm lấy rồi đến gặp cha em, nộp sính lễ này để xin cưới em.

Anh học trò nghèo tìm đến một bà mai để nhờ bà đánh tiếng xin cưới vợ. Phú ông trong bụng không vui nhưng vì thương con, ông bất đắc dĩ phải nhận lời. Đến ngày lành tháng tốt, bà mai cùng đi với anh học trò nghèo đến nhà phú ông. Nào ngờ, oan hồn cô con gái nhà nghèo đã lấy mất củ khoai vàng và thế vào đó là một củ khoai thật. Đến lúc bà mai mở sính lễ ra trước mặt đông đảo nhà gái, chỉ có một củ khoai sần sùi, to tướng nằm trong mâm quả!

Phú ông nổi giận cho người lên trình quan. Quan sai lính đánh anh học trò và bà mai mỗi người một trăm roi về tội lường gạt. Về phần cái Kiến, nàng vừa xấu hổ, vừa uất hận nên lâm bệnh mà chết. Khi xuống âm phủ, cái Kiến xin gặp Diêm vương, kiện anh học trò trên dương thế về tội bạc tình bạc nghĩa. Diêm vương kể lại đầu đuôi câu chuyện cho nàng nghe và bảo nàng chờ đến khi anh học trò chết, sẽ xem anh tiếp tục trả món nợ ngày xưa cho đến hết mới thôi.

ADJECTIVES
cả tin   *overly trusting*
canh cánh   *hauntingly obsessed*
khắng khít   *close-knit, intimate*
mặn mà   *captivating*
ngần này   *this much*
sần sùi   *scabrous*
to tướng   *huge*
uất hận   *resentful*
vô biên   *boundless*
xấu hổ   *ashamed*

VERBS
chấp nhận   *to accept*
chết oan   *to die an untimely death*
cử hành   *to perform*

đắm đò   *to be in an accident that sinks a boat*
dành dụm   *to save up*
đầu thai   *to reincarnate*
để mắt đến   *to lay eyes on*
diễn ra   *to take place*
đúc   *to forge*
huỷ bỏ   *to cancel, annul*
khuây   *to alleviate*
kiện   *to bring to justice*
làm mai mối   *to do matchmaking*
lợi dụng   *to take advantage*
lường gạt   *to defraud*
thêu dệt   *to fabricate*
thương tình   *to sympathize*
tuyên bố   *to announce*
thuyết phục   *to persuade*

ADVERBS
chóng vánh   *rapidly*

IDIOMATIC EXPRESSIONS
bạc tình bạc nghĩa   *unfaithful and ungrateful*
không một xu dính túi   *penniless*
môn đăng hộ đối   *compatible in social class and family status*
ngày lành tháng tốt   *good date chosen for an activity based on the lunar calendar*
thay lòng đổi dạ   *to have a change of hearts*
từ cung trăng rơi xuống   *to jump out of one's skin*

Discussion Questions
1. Choosing a good date to do some thing important is common among many Vietnamese people, based on superstition. Can you discuss a practice of similar nature in your culture?
2. Do you believe in the underworld, where bad people can be punished for their misdeeds? Explain your answer.
3. If you are a Buddhist, do you believe in reincarnation? If you practice another religion or are an atheist, what is your opinion about it?

The Fair Judge
A Mandarin Who Uses Psychological Tricks

In feudal times, most local mandarins acted as judges to settle legal disputes between people, serving as both the judge and the jury. A competent mandarin, therefore, would have to be knowledgeable, skilled, impartial, etc. A few of them even employed psychology to solve cases thought to be insoluble.

In a small district, the people's lives were very peaceful because they were fortunate to have an honest and trustworthy mandarin. He was always on the side of the poor and vulnerable. In any legal case in the area, he would make fair and skillful judgments. One day, two women came to his office and asked him to judge a case. They brought along a hen.

The first woman said, "Respectfully, sir! This hen belongs to me, and that broad stole it. I ask you to bring her to justice."

The second woman quickly responded, "Sir, this hen belongs to me. She's telling a lie. Please resolve this for me!"

The mandarin asked the first woman, "Do you own a chicken coop?"

"Yes, I do, sir."

The mandarin turned to the second woman and asked, "What about you?"

"Yes, sir, I have a chicken coop, too."

The mandarin then sent his soldiers to check the women's houses, where they indeed saw the coops.

He thought for a while and said, "Honestly, there is nothing difficult about this. I shall order my soldiers to bring in a knife and cut this hen in half for each of you. It's as simple as that."

The first woman quickly said, "Sir, it is so fair of you to have ruled this case like that. I am indebted to you."

The second woman burst out crying. Her lips twisting with distress, she said, "Sir, your decision is truly unfair for me. This hen is mine, and now that broad will get half of it! I raised it when it was this tiny. I love it so much, sir."

The mandarin laughed loudly, "Now I know to whom this hen really belongs. This woman only covets the hen, without feeling sorry about it being cut in half. The other one is crying because the hen is indeed hers."

The mandarin then ordered the second woman to take her hen home, and that the first woman should be punished with fifty lashes for stealing, and another fifty for lying.

On another occasion, the head monk of the district temple came to ask the mandarin to investigate a theft. All the offering money inside the charity box placed in the main hall had mysteriously disappeared. The head monk had questioned all the junior monks

Phân Xử Tài Tình

Vị Quan Sành Tâm Lý

Dưới thời phong kiến, quan lại địa phương thường kiêm cả vai trò quan toà để xử những vụ tranh cãi trong dân chúng. Họ làm tất cả những công việc mà ngày nay một phiên toà phải cần rất nhiều người mới làm được: chánh án, luật sư và bồi thẩm đoàn. Vì vậy, một vị quan xử kiện giỏi phải có kiến thức, tài năng, tính công minh, v.v. Có vị còn dùng cả khoa tâm lý để giải quyết những vụ kiện tưởng chừng như vô cùng khó xử!

Ở một huyện nọ, cuộc sống của người dân rất an bình vì họ may mắn có một ông quan thanh liêm, chính trực. Lúc nào ông cũng bênh vực người nghèo khó hay thân cô thế cô. Trong dân gian có vụ kiện cáo nào ông cũng xử phạt công minh và khéo léo. Một ngày nọ, có hai người đàn bà kéo nhau đến cửa quan nhờ phân xử một việc. Hai người mang đến một con gà mái. Người đàn bà thứ nhất thưa:

– Bẩm quan, đây là con gà của con mà mụ này lấy cắp. Con xin quan đèn trời soi xét.

Người đàn bà thứ hai vội tiếp lời:

– Bẩm quan, gà này chính là của con. Mụ này nói điêu ạ. Xin quan xử giùm con!

Quan hỏi người đàn thứ nhất:

– Nhà mụ có chuồng gà không?

– Bẩm, có ạ.

Quan quay qua hỏi người đàn bà thứ hai:

– Còn nhà mụ thì sao?

– Dạ, nhà con cũng có chuồng gà ạ.

Quan sai lính đến xem nhà của hai người thì thấy đúng là nhà nào cũng có chuồng gà thật. Quan suy nghĩ một hồi rồi bảo:

– Thật ra cũng chẳng có gì khó. Ta bảo lính mang dao vào, xẻ con gà này làm hai chia cho hai mụ. Thế là xong.

Người đàn bà thứ nhất nhanh nhẩu nói:

– Bẩm, quan xử thế thật là công minh. Con xin đội ơn quan!

Người đàn bà thứ hai chợt bật khóc nức nở. Bà ta mếu máo nói:

– Bẩm quan, quan xử như thế thật là oan uổng cho con. Con gà là của con mà mụ kia không dưng được một nửa! Con gà này này con nuôi từ lúc nó còn nhỏ xíu. Con thương nó lắm, quan ạ.

Quan cười ha hả:

– Bây giờ ta đã biết con gà này chính thật là của ai. Mụ này, mụ chỉ tham gà mà không hề xót khi nghe nó bị xẻ làm hai. Còn mụ kia, đúng là gà của mụ nên mụ mới khóc thương như thế!

Thế là quan truyền cho người đàn bà thứ hai được mang gà về, còn người đàn bà thứ nhất bị đánh năm mươi roi vì tội ăn cắp và năm mươi roi về tội nói láo.

to find out who had violated the precept against stealing, but none of them admitted to it. The mandarin arrived at the temple with a number of his soldiers to help the monk find the culprit. He summoned all the junior monks in the temple to the main hall and told his soldiers to ask for a basketful of mung beans and a bowl of water.

When everything was ready, the mandarin told the head monk, "Buddha is omnipotent! No small things can go unnoticed in his holy eyes. We will now perform an offering ritual to Buddha and ask him to help find the culprit. Each of you junior monks will get a handful of mung beans, dip them into the water, then walk around the hall three times. Buddha will make the beans sprout in the hand of the thief."

The head monk began the ritual by offering Buddha incense, and then sat down to chant prayers to the rhythm of his knocking on a wooden fish-shaped bell. One by one, the junior monks got some mung beans, dipped them into the water, and started walking around the hall amid the sound of the monk's prayers and banging. The mandarin closely observed every single junior monk. From the group, one in particular appeared to be the most restless. His eyes were always half-closed while slowly walking like the others. Every now and then, he would open his hand and glance to see if the beans had sprouted. The mandarin ordered a soldier to bring the junior monk over. He hardly had a chance to question him before the young monk started crying and admitted to the theft. It was the mandarin's skillful judgment that helped him easily find the thief.

Cultural Notes

1. Most families in the Vietnamese countryside raise domestic animals for food and for small business. It is common to see chicks, hens, roosters, ducks, pigs and dogs chase each other in the front or the back yard of a country house. Many proverbs and sayings show that these domestic animals are a part of people's life: "Vắng chủ nhà gà vọc niêu tôm" ("when the house owner is away, the chickens will mess with the pot of shrimp," i.e., when the cat is away, the mice will play); "Giàu lợn nái, lãi gà con" ("One can get rich by raising sows and chicks"); "Chó cậy gần nhà, gà cậy gần chuồng" ("A dog relies on his house, a hen on her coop", i.e., a cock is valiant on his own dunghill), etc.

2. In Buddhist teachings, the Five Precepts refer to the ethical behavior that a Buddhist should follow as part of the training process to become a good person. The five precepts include the following DON'TS: Do not kill, do not steal, do not be lascivious, do not lie, and do not get intoxicated. In the Vietnamese version of Buddhism, vegetarianism is a practice based on the first precept. This is expected of Buddhist monks and nuns, but is only optional for lay Buddhists.

Vocabulary and Expressions

NOUNS

chánh điện   *main hall (of a temple)*
chú tiểu   *junior monk*
chuồng gà   *chicken coop*
cọng giá   *bean sprout*
cuộc sống   *life*
dân gian   *people, mass*
dao   *knife*
đậu xanh   *mung bean*

đức Phật   *Buddha*
gà mái   *hen*
lễ cúng   *offering ritual*
mõ   *wooden fish*
một nửa   *half*
mụ   *woman (derogatory)*
phật tử   *Buddhist*
sư trụ trì   *head monk (of a temple)*
thau   *washbasin*

thủ phạm   *culprit*
thùng công đức   *charity box*
tiền cúng dường   *offering money*
tội   *crime, sin*
vốc   *handful*
vòng   *round*
vụ kiện cáo   *lawsuit*

Một lần khác, vị sư trụ trì ngôi chùa trong huyện đến nhờ quan điều tra hộ một vụ mất cắp trong chùa. Trọn số tiền cúng dường của phật tử trong chiếc thùng công đức để trong chánh điện bỗng dưng không cánh mà bay. Sư trụ trì đã tra hỏi các chú tiểu trong chùa xem có chú nào đã lỡ phạm giới trộm cắp không nhưng không ai chịu nhận. Quan đi cùng một số lính hầu đến tận chùa để giúp nhà sư tìm ra thủ phạm. Quan cho gọi hết những chú tiểu trong chùa ra chánh điện và bảo lính hầu xin nhà chùa một rổ đậu xanh và một thau nước đầy. Chuẩn bị xong xuôi, quan nói với nhà sư:

— Đức Phật linh thiêng lắm! Chẳng có việc nhỏ nhặt nào mà qua được mắt Ngài. Bây giờ chúng ta sẽ làm lễ cúng Phật và xin Ngài giúp tìm ra thủ phạm. Mỗi chú tiểu sẽ lấy một vốc đậu xanh nhúng vào nước, đoạn đi ba vòng trong chánh điện. Ai mà lấy cắp thì Đức Phật sẽ làm cho đậu xanh nảy mầm thành cọng giá trong tay mình.

Nhà sư bắt đầu làm lễ, dâng hương cúng Phật và ngồi xuống gõ mõ, tụng kinh. Các chú tiểu lần lượt lấy đậu xanh nhúng vào nước và đi vòng quanh chánh điện trong tiếng gõ mõ và tụng kinh của nhà sư. Quan chăm chú quan sát từng chú tiểu. Trong cả bọn, chỉ có một chú tiểu là tỏ ra bồn chồn hơn cả. Hai mắt chú không luôn khép hờ lại như các chú kia trong lúc chậm rãi đi từng bước. Chốc chốc, chú lại xoè tay ra, hé mắt nhìn các hạt đậu xanh, ý chừng chờ xem chúng có nảy mầm thành giá hay chưa. Quan sai lính dắt chú tiểu đến, chưa kịp hỏi tiếng nào thì chú đã oà ra khóc và nhận tội lấy cắp tiền. Vị quan nhờ tài phân xử mà đã kiếm ra kẻ có tật giật mình một cách dễ dàng!

❖ ❖ ❖

ADJECTIVES
an bình   *peaceful*
bồn chồn   *restless*
chính trực   *trustworthy*
linh thiêng   *holy, omnipotent*
nhỏ nhặt   *trifling*
thanh liêm   *honest*
xong xuôi   *finished*

VERBS
bênh vực   *to defend*
chuẩn bị   *to get ready*
cười ha hả   *to laugh loudly*
dâng hương   *to offer incenses*
điều tra   *to investigate*
đội ơn   *to be profoundly grateful*
gõ   *to tap*
hé mắt nhìn   *to keep half an eye on*
nảy mầm   *to germinate*

nhận tội   *to admit guilt*
nhờ   *to ask for help*
nhúng   *to dip*
nói điêu   *to tell a lie*
oà ra khóc   *to burst out crying*
phạm giới   *to violate one of the Buddhist precepts*
phân xử   *to judge*
quan sát   *to observe*
quay qua   *to turn over to*
tỏ ra   *to appear, look*
tra hỏi   *to question*
tụng kinh   *to chant prayers*
xẻ làm hai   *to cut in half*
xoè tay   *to open one's hand*
xử phạt   *to judge and punish*

ADVERBS
chăm chú   *attentively*
chốc chốc   *every now and then*

công minh   *fairly*
đoạn   *then*
khéo léo   *skillfully*
khép hờ   *ajar*
không dưng   *without reason*
mếu máo   *with lips twisted in distress*
vòng quanh   *around*

IDIOMATIC EXPRESSIONS
có tật giật mình   *he who excuses himself, accuses himself*
đèn trời soi xét   *to judge fairly*
không cánh mà bay   *taken or stolen mysteriously*
thân cô thế cô   *helpless, vulnerable*
ý chừng   *as if*

Discussion Questions

1. Instead of relying on evidence, what did the mandarin rely on to find out who was the real thief?
2. Did the mandarin use the same method as in the first case to find the thief at the temple? What would you call this method?
3. A scientific element combined with a supernatural one was used in the mandarin's second judgment. What are these two elements? Why do you think they were successful for his purpose?

The Entrapped Con Man
Diamond Cut Diamond

When will you reach the top of your game? If you read on, you will find out that the answer is "Never!" A notorious thief, nicknamed the "Super Con Man" by everyone in his world, has lamentably failed in his latest attempt to steal someone's possessions. Was it because he was as cocky as ever? Or, did he underestimate his opponent? Draw your own conclusion after reading the end of this story.

On an early summer day, the atmosphere of the district became distinctively lively because the market-fair season had arrived. Vendors and buyers came bustling together. Hundreds of different kinds of goods were spotted everywhere. The fair was lively and filled with sounds of people talking, laughing, hollering, haggling, and arguing. This also was a perfect opportunity for thieves to show off how they made a living. Among them was a well-known, first-rate crook. His talent for stealing included thousands of tricks and ruses. Many a market-goer had carefully hidden their money and valuables, only to get robbed of their entire fortune by this master crook before they knew it. All they could do was pull out their hair and lament to God.

On the second day of the fair, a jeweler arrived. As dusk was falling, he looked for a nearby inn to spend the night.

Seeing that he was piled high with bags, the innkeeper told him, "Thieves here are as plenty as sand on the beach. If you pay me extra, I will keep your belongings in an iron trunk out of their sight."

The merchant politely answered, "My merchandise is nothing but second-hand clothes. Not even a ghost would bother stealing them!"

After dinner, the merchant withdrew to his room, saying that he was tired and needed to get to bed early. Outside the inn, the master crook had been stalking him ever since he arrived. Eavesdropping and hearing that the merchant refused to let the innkeeper safeguard his belongings, the crook rejoiced. He walked along the thatch walls outside the inn to locate the merchant's room, and then quietly sat waiting for him to fall asleep. The merchant was up doing a few things for a while before the crook saw the light through the hole in the wall go completely out.

The crook then used a sharp knife to cut open a hole big enough for one person to slip through. Crawling quietly inside, he had to adjust himself to the darkness of the room for a few seconds. The merchant must have been dead asleep because he was snoring like thunder. The crook observed that he rested his head on a big cloth bag with both of his hands tightly wrapping around it. He crawled around to the foot of the bed, poked the merchant's feet with his fingers and imitated a mouse's squeak. The merchant jerked awake, his feet kicking in all directions. The crook held his breath and lay flat on

Đại Bợm Mắc Bẫy

Kẻ Cắp Gặp Bà Già

Khi nào thì bạn đạt đến tuyệt đỉnh trong trò chơi của mình? Nếu bạn tiếp tục đọc thì sẽ thấy câu trả lời là không khi nào cả! Một tên trộm lẫy lừng trong chốn giang hồ, được mọi người phong danh là "đại bợm", đã thất bại thảm hại trong một âm mưu chiếm đoạt của cải. Có phải vì hắn đã tự cao tự đại như bao lần trước? Hay vì hắn đã đánh giá thấp đối thủ của mình? Bạn hãy rút ra kết luận ở cuối câu chuyện này.

Vào một ngày đầu hè, không khí trong huyện nhộn nhịp hẳn lên vì đã đến mùa chợ phiên. Người bán, người mua qua lại tấp nập. Hàng hoá trăm thứ nhan nhản khắp nơi. Tiếng người nói cười, rao hàng, mặc cả, cãi vã râm ran khắp chợ. Đây cũng là dịp cho những kẻ trộm cắp trổ tài kiếm ăn. Trong bọn họ, có một tên đại bợm nổi tiếng hơn cả. Tài lấy cắp của hắn thật trăm phương ngàn kế. Lắm người đi chợ đã giữ kỹ tiền bạc, của cải. Ấy vậy mà quay qua quay lại thế nào rồi họ cũng bị tên đại bợm cuỗm mất hết gia tài, chỉ còn biết vò đầu bứt tai, kêu trời như bọng.

Qua hôm thứ nhì, có một ông lái buôn vàng bạc ghé đến. Thấy trời đã chập choạng tối, ông tìm một quán trọ gần đó để ngủ qua đêm. Chủ quán thấy ông lái buôn tay xách nách mang, bảo khách:

– Ở đây trộm cướp như rươi. Ông trả thêm cho tôi năm quan tiền, tôi sẽ giữ đồ đạc của ông trong một cái rương sắt khỏi bị mất cắp.

Ông lái buôn nhã nhặn nói:

– Tôi chỉ buôn quần áo cũ thôi thì chắc chẳng ma nào thèm lấy cắp đâu!

Cơm nước xong xuôi, ông lái buôn lui về phòng, cáo mệt đi ngủ sớm. Bên ngoài quán trọ, tên đại bợm đã rình rập từ lúc ông lái buôn mới bước vào. Nghe ông ta từ chối không gởi đồ đạc cho chủ quán, trong bụng hắn đã mừng khấp khởi. Hắn men theo vách tranh bên ngoài quán, định rõ xem phòng ông lái buôn ở đâu, rồi ngồi im chờ ông ta ngủ. Ông lái buôn còn lục đục trong phòng một lúc lâu rồi tên bợm mới thấy ánh đèn trong phòng ông hắt qua kẽ hở của vách tranh tắt phụt đi.

Lúc bấy giờ, tên trộm liền dùng dao thật bén khoét một lỗ trên vách tranh vừa một người chui lọt. Bò thật nhẹ vào bên trong, hắn phải định thần một lát mới quen với bóng tối trong phòng. Người lái buôn chắc đã ngủ say vì ông ta ngáy vang như sấm. Tên trộm thấy ông ta nằm gối đầu trên một cái tay nải lớn. Hai tay ông ta vòng ngược lên đầu, ôm chặt lấy tay nải. Tên trộm bò xuống phía chân giường, lấy tay khều chân ông lái buôn và giả như tiếng chuột rúc. Ông ta choàng tỉnh, chân đạp tứ tung. Tên trộm nín thở nằm sát xuống nền đất. Một lúc sau, hắn lại lấy tay khều chân ông lái buôn và giả tiếng chuột như ban nãy, đoạn lăn mình thật lẹ về phía đầu giường. Ông lái buôn bực mình ngồi hẳn dậy. Nhanh như cắt, tên trộm vơ lấy cái tay nải của ông ta và chui tọt qua cái lỗ trong vách, chạy thục mạng trong bóng đêm dày đặc.

the floor. Moments later, he poked the merchant's feet, squeaked again and swiftly rolled himself up toward the head of the bed. Annoyed, the merchant sat right up. As quick as a flash, the crook grabbed the bag, slipped through the hole, and made off in the pitch darkness.

"Thief! Thief! Catch him!" the merchant cried out.

The innkeeper rushed in, scolding him in a sleepy voice, "See? I told you! But why are you making a big deal over stolen second-hand clothes anyway?"

The merchant dashed through the darkness, chasing after the crook. Within just a short distance, he already snatched him.

The crook knelt down, glibly shooting off his mouth, "I kowtow to you a thousand times, sir! Please forgive me."

The merchant draped the stolen cloth bag on his shoulder, and with the other hand, he dragged the crook back to the inn.

Upon his return, he yelled at the crook in the innkeeper's presence, "Open up the bag in front of me and the innkeeper to see if anything is missing inside."

The crook obediently did as told. He opened the bag and saw a whole bunch of old clothes, just as the merchant had told the innkeeper earlier on. The merchant laughed heartily and hauled the crook into his room. The innkeeper and the crook saw another cloth bag dangling on the roof beam, and wondered when it was put up there. The merchant took it down and opened it. In the light shed by the oil lamp that the innkeeper was holding, silver and gold bars sparkled as if they were taunting the entrapped master crook.

❖ ❖ ❖

Cultural Notes

1. Market fairs are more common in the northern part of the country than in the central and southern parts. Even in the North they are more common in the highlands than in the delta. Minority people (of different ethnicities and speaking different languages) live mostly in the northern highlands. Market fairs are a unique part of their culture, and include not only ethnic food and various merchandise, but also artistic performances featuring ethnic musical instruments and costumes.

2. Kowtowing, to most English speakers, may simply mean "bowing respectfully." However, in Asian cultures, it means more than that. The English word is borrowed from Cantonese, where "kow" means "knock" and "tow" means "head." When kowtowing, a person usually kneels down and touches his head on the ground to show submission and respect. In the Vietnamese culture, people kowtow for various reasons. For example, on their wedding day, the bride and the groom kowtow to their parents to show them respect and gratitude. People also kowtow in front of a shrine to pay respect to their deceased family members.

Vocabulary and Expressions

NOUNS

ánh đèn *lamp light*	gia tài *fortune*	quãng ngắn *short distance*
bóng đêm *darkness*	kẽ hở *gap*	rương sắt *iron trunk*
bóng tối *darkness*	không khí *air, atmosphere*	tay nải *cloth bag*
đại bợm *first-rate crook*	lái buôn *merchant*	tên trộm *thief*
đèn dầu *oil lamp*	lỗ *hole*	thỏi *bar*
dịp *occasion*	màn đêm *dark night*	vách tranh *thatch wall*
đồ đạc *belongings*	nền đất *dirt floor*	xà nhà *roof beam*
	quán trọ *inn*	

Ông lái buôn hô hoán lên:

– Trộm! Trộm! Bắt lấy nó!

Ông chủ quán chạy vội vào, nói giọng ngái ngủ:

– Đấy, tôi đã bảo ông mà! Nhưng mất quần áo cũ thì việc gì ông phải la toáng lên thế?

Ông lái buôn băng mình trong màn đêm đuổi theo tên trộm. Chỉ một quãng ngắn, ông ta đã tóm được hắn. Tên trộm quỳ xuống, mồm liến thoắng nói:

– Con lạy ông mớ bái! Xin ông tha tội cho con.

Ông lái buôn khoác tay nải lên vai, còn tay kia lôi xềnh xệch tên trộm về quán trọ. Về đến nơi, trước mặt ông chủ quán, ông quát tên trộm:

– Mày mở tay nải ra trước mặt tao và ông chủ để xem có mất món gì không!

Tên trộm riu ríu làm theo lời ông lái buôn. Hắn mở tay nải ra. Quả đúng như lời ông lái buôn nói với ông chủ quán lúc ban chiều, trong tay nải chỉ toàn là quần áo cũ. Ông lái buôn cười ha hả và kéo hắn vào phòng ngủ. Trên xà nhà, ông chủ quán và tên trộm thấy một tay nải khác đã treo ở đó tự bao giờ. Ông lái buôn lấy tay nải xuống và mở ra. Qua ánh đèn dầu trên tay ông chủ quán, những thỏi vàng, thỏi bạc lấp lánh như đang chế nhạo tên đại bợm mắc bẫy.

❖ ❖ ❖

ADJECTIVES
bén *sharp*
dày đặc *thick*
mừng khấp khởi *elated*
ngái ngủ *sleepy*
nhan nhản *abundant*
nhộn nhịp *lively*
quen với *used to*

VERBS
ăn cắp *to steal*
băng mình *to dash through*
bò *to crawl*
cãi vã *to argue*
chế nhạo *to taunt*
chui tọt *to creep through*
cuỗm *to steal*
đạp *to stamp*
định thần *to compose oneself*
đuổi theo *to chase after*
giả *to imitate*
gối đầu *to lay one's head*
hắt qua *to cast through*
hô hoán *to scream*

khều *to poke*
khoét *to pierce*
kiếm ăn *to make one's living*
la toáng *to cry out*
lăn mình *to roll over*
lạy *to kowtow*
lục đục *to do something noisily*
mắc bẫy *to get entrapped*
mặc cả *to haggle*
men theo *to walk along*
nằm sát *to lie flat*
ngủ qua đêm *to spend the night*
ngủ say *to sleep soundly*
nín thở *to hold one's breath*
ôm chặt *to hug tightly*
quỳ *to kneel*
râm ran *to rumble*
rình rập *to pry*
rúc *to squeak*
tắt phụt *to turn off completely*
treo *to hang*
từ chối *to refuse*
vơ *to grab*

ADVERBS
lẹ *swiftly*
liến thoắng *glibly*
nhã nhặn *politely*
riu ríu *obediently*
tứ tung *topsy-turvy*

IDIOMATIC EXPRESSIONS
ấy vậy mà *nonetheless*
chạy thục mạng *to make a run for it*
kêu trời như bọng *to cry out to God*
ngáy vang như sấm *to snore like a bear*
nhanh như cắt *as fast as a shark*
như rươi *as crowded as it gets*
tay xách nách mang *to be burdened with baggage*
trăm phương ngàn kế *tricks and ruses*

Discussion Questions

1. Why did the merchant declare to the innkeeper what type of merchandise he sold?
2. Do you think the merchant knew that he was being watched by someone? Give some details in the story to illustrate for your answer.
3. What did the merchant want to prove to the crook?

The Woman with Two Husbands
Being Spoiled for Choice

Male polygamy was acceptable in old Vietnam's society, but it was extremely rare for a woman to be married to more than one husband. A folktale has it that the Kitchen Gods' family consists of a woman and two men, but it would be hard to find such a family in real life. However, no matter how rigorous any social laws might be, there are always exceptions. Suppose you were a woman having to choose from two husbands, each of whom was in his turn legally married to you, one out of love and the other, of gratitude, how would you go about it?

A long time ago, there was a young couple that lived happily together. The husband studied day and night for an upcoming examination. His wife supported him with her weaving. One day, the husband unexpectedly contracted a serious disease. His wife had to take care of both her daily work and him. The husband became very depressed as his illness got worse and worse. On a day when his wife went out to the market, he decided to leave home for a faraway place, despite his torturing illness.

Returning from the market, his wife was alarmed because her husband was nowhere in sight. Her family and neighbors spread out everywhere to help her find him, but he had left no trace. Time swiftly passed by. The wife finally became desperate and decided to sell the couple's house and return to her village to live with her aging mother. She set up a shrine for her husband, assuming that he was dead. Her mother felt very sad seeing her youthful daughter living a widow's life. In the village, there was a student who had feelings for the hard-working and virtuous widow. He asked a matchmaker to propose to her on his behalf.

Her mother, feeling sorry for her, said, "Your husband has been gone for more than three years now. Your mourning period as a faithful wife has been more than adequate. You're still young. Move on."

At first, the young woman vigorously refused the proposal. However, in the light of her family's persistence, she had no choice but to agree, and so she became the wife of the student. Her new husband's marriage that year was followed by his passing of the examination in the next year to become a justice mandarin. His wife, now a mandarin's lady, gave birth to a boy, then a girl. The couple and their children lived in wealth and luxury. Her husband was a good-hearted mandarin who loved his country and people. He would hold charity events to hand out food and money to the poor. At one event, there appeared an emaciated and sickly man wearing tattered clothing. When it was this man's turn to receive rice, the mandarin noticed his unusual countenance. The mandarin found out that the man was once a student and was also knowledgeable of literature. When the mandarin tested the man's knowledge of literature and poetry, he answered clearly and fluently.

Người Đàn Bà Hai Chồng

Biết Tính Làm Sao

Xã hội Việt Nam ngày xưa chấp nhận tình trạng đa thê nhưng việc người đàn bà có hơn một người chồng là vô cùng hiếm hoi. Dân gian có câu chuyện hai ông táo và một bà táo là những vị thần cai quản bếp, nhưng khó mà thấy được một gia đình thật như thế ngoài đời. Tuy vậy, dù luật lệ xã hội nào có khắt khe tới đâu cũng vẫn có những ngoại lệ. Nếu bạn là một người đàn bà phải chọn giữa hai người chồng (mà người nào cũng là chồng có giấy tờ hẳn hoi lúc làm đám cưới), một bên vì tình, một bên vì nghĩa, thì bạn tính sao?

Ngày xưa có đôi vợ chồng trẻ sống bên nhau rất hạnh phúc. Người chồng còn đang dùi mài kinh sử để chờ khoa thi sắp đến. Người vợ làm nghề dệt vải để nuôi chồng ăn học. Nhưng đến một ngày kia, người chồng đột ngột mắc một chứng bệnh hiểm nghèo. Người vợ vừa phải làm việc hằng ngày, vừa phải chăm sóc chồng. Anh chồng trẻ buồn rầu vô hạn. Bệnh anh càng ngày càng nặng thêm. Một hôm, nhân vợ vừa chạy ra chợ, anh quyết định bỏ nhà ra đi thật xa, mặc cho cơn bệnh đang dày vò thân thể.

Đi chợ về, người vợ hốt hoảng không thấy chồng đâu. Gia đình, bà con chòm xóm toả ra khắp nơi giúp người vợ tìm chồng nhưng anh không khác gì bóng chim tăm cá. Thời gian thấm thoát trôi qua. Đến một hôm người vợ trở nên tuyệt vọng. Nàng bán ngôi nhà nhỏ của hai vợ chồng và trở về quê cũ sống bên người mẹ già. Nàng lập bàn thờ chồng, coi như anh đã chết. Người mẹ thấy con hãy còn xuân xanh mà phải ở giá, lấy làm đau lòng lắm. Trong làng có một anh học trò có cảm tình với người vợ goá đức hạnh, đảm đang, nhờ người mai mối hỏi nàng làm vợ. Mẹ nàng ái ngại bảo con:

– Chồng con đi mất đã hơn ba năm rồi. Con thủ tiết thờ chồng như thế cũng là quá đủ. Con còn trẻ; hãy đi thêm bước nữa.

Người thiếu phụ mới đầu còn nhất quyết chối từ. Sau thấy gia đình, bà con khuyên lơn mãi, nàng đành ưng thuận. Thế là nàng trở thành vợ của anh học trò. Người chồng vừa tiểu đăng khoa năm ấy, năm sau đã đại đăng khoa, trở thành quan án sát. Người vợ, nay đã là bà lớn, lần lượt sinh hai người con, một trai một gái. Hai vợ chồng cùng hai con sống trong cảnh giàu sang, phú quý. Chồng nàng là một vị quan nhân từ, biết thương dân, thương nước. Ông thường hay tổ chức những buổi phát chẩn cho dân nghèo. Trong một buổi phát chẩn nọ, có một người đàn ông gầy gò, bệnh hoạn, ăn mặc rách rưới. Khi đến lượt người này nhận gạo, quan án sát thấy tướng mạo anh ta thật khác thường. Ông hỏi thăm thì biết ngày xưa anh ta từng là học trò, cũng làu thông kinh sử. Ông bèn thử tài người đàn ông về văn chương, thi phú thì anh ta trả lời lưu loát, rành mạch.

Vị quan nhớ lại thuở hàn vi của mình mà đồng cảm nên đề nghị giúp đỡ người học trò kém may mắn này. Không cho vợ biết, ông cho anh ta ở trong một cái chòi nhỏ phía

The mandarin recalled his school days and sympathized with the man, so he then suggested that he could help the unfortunate student. Without letting his wife know, he let him live in a small cottage at the corner of the palace garden. Every day, he would send servants to bring the student medication and food. Because of this, the man's health clearly improved day by day. The mandarin even gave him many books so that he could go back to his studies. The man's health improved so much that he could even help the mandarin with miscellaneous gardening work. With the rest of his time, he devoted himself to his studies, since the mandarin had encouraged him to do his best for the upcoming local examination.

One day, the mandarin's wife stepped out to the garden and happened to see the man in front of his cottage. Her limbs went limp. She couldn't believe her eyes because it was none other than her former husband. She rushed back in, not knowing whether to laugh or to cry at this ironic situation. After that, she became like a ghost, walking around all day looking haggard.

Soon after, the student passed the local examination with high marks and was made a mandarin, and she decided to tell her current husband the story. The justice mandarin was baffled by what he had just heard. After nights of pondering, he invited his wife's former husband to his palace. The three of them talked and laughed with mixed emotions. Finally, they all agreed to cohabitate, because matrimonial fate, for better or worse, was meant to be indissoluble.

Cultural Notes

1. In the old days, matchmaking played a big part in the preparations for marriage. A matchmaker was more often than not a woman, and mostly held this as a paid job. A matchmaker usually started by meeting with the parents of the potential couple, who had not necessarily known each other before. In the modern days, matchmaking is not a paying profession anymore, but some people still do it for other reasons. It is usually thought of as a thankless job, and even blameful, which is expressed in the following popular verse, "Trên đời có bốn cái ngu, làm mai, lãnh nợ, gác cu, cầm chầu" ("There are four stupid things to do in life: matchmaking, borrowing money for another person, decoying cuckoos, and playing the drum for a songstress to sing").

2. Traditionally, there were different kinds of virtuous women, one of which was a widow who did not remarry (or, as in the popular expression, "take a second step") in order to show respect and faithfulness to her deceased husband. During feudal times, the king would honorably grant such widows a gold-plated plaque engraved with four words "Tiết hạnh khả phong" ("Granted to someone with firm virtues").

Vocabulary and Expressions

NOUNS
bà lớn   *mandarin's wife*
bàn thờ   *altar, shrine*
cảm xúc   *emotion*
cảnh ngộ   *plight, situation*
quan án sát   *provincial justice*
   mandarin

thân thể   *body*
thi phú   *poetry*
thuở hàn vi   *period of poverty*
văn chương   *literature*
xuân xanh   *youth*

ADJECTIVES
bủn rủn   *flaccid*
đau lòng   *broken-hearted*
đức hạnh   *virtuous*
éo le   *ironic*
gầy gò   *skinny*
hạnh phúc   *happy, blessed*

sau vườn của dinh án sát, ngày ngày cho gia nhân ra đưa thuốc thang, cơm nước cho anh. Nhờ vậy, bệnh tình của anh mỗi ngày một thuyên giảm thấy rõ. Quan án sát còn cho anh nhiều sách vở để anh có thể học hành trở lại. Người đàn ông nay đã khoẻ mạnh hơn trước và có thể giúp quan làm những việc lặt vặt trong vườn. Thì giờ còn lại anh dồn hết vào việc dùi mài kinh sử vì quan khuyên anh nên cố gắng để dự kỳ thi Hương sắp đến.

Một ngày nọ, quan bà bước ra sau vườn, tình cờ thấy người đàn ông trước mái chòi. Nàng bủn rủn tay chân, không tin vào mắt mình, vì đó không ai khác hơn chính là người chồng cũ. Quan bà vội vã trở vào trong nhà, không biết nên cười hay nên khóc trước cảnh ngộ éo le này. Từ ngày đó trở đi, nàng cứ như người mất hồn, suốt ngày cứ thẫn thờ vào ra.

Ít lâu sau, nhân anh học trò thi Hương đậu cao rồi được bổ làm quan, nàng quyết định kể lại cho chồng nghe chuyện cũ. Quan án sát nghe xong chuyện cũng bàng hoàng. Sau nhiều đêm suy nghĩ, ông mời người chồng cũ của vợ về dinh. Cả ba cùng nói chuyện, cùng khóc cười với bao nhiêu cảm xúc pha trộn. Cuối cùng, họ đồng tình sống chung với nhau vì cho rằng duyên nợ trước sau gì cũng không thể tách lìa được.

		IDIOMATIC EXPRESSIONS
hiểm nghèo *dangerous, serious*	tách lìa *to separate*	bà con chòm xóm *relatives and neighbors*
nhân từ *kind-hearted*	thuyên giảm *to improve (illness)*	bóng chim tăm cá *without a trace*
pha trộn *mixed*	toả ra *to span out*	đại đăng khoa *to pass an examination*
VERBS	**ADVERBS**	đi thêm bước nữa *to remarry (woman)*
đành *to cannot help but*	ái ngại *sympathetically*	làu thông kinh sử *literally knowledgeable*
dày vò *to torture*	đột ngột *unexpectedly*	thủ tiết thờ chồng *to stay faithful to a deceased husband*
đồng cảm *to sympathize*	lưu loát *fluently*	tiểu đăng khoa *to get married (man)*
đồng tình *to agree*	nhất quyết *resolutely*	
mắc *to contract (a disease)*	rành mạch *knowledgeably*	
ở giá *to stay unmarried*	thấm thoát *fleetingly*	
phát chẩn *to hand out charity items*	vô hạn *boundlessly*	

Discussion Questions

1. If the sickly husband's purpose for leaving his wife was to relieve her from suffering, was he successful? Explain your answer.
2. Do you agree that a widow should stay unmarried for the rest of her life to prove that she still loves her dead husband? Why or why not?
3. Is it a good idea for the three people to live together in a marriage because they believe in matrimonial fate? Justify your answer.

The Wise Wife and Her Idiotic Husband

Need You Be Outsmarting Your Spouse?

Regardless of whether or not a husband is older than his wife, according to Vietnamese culture, the wife usually addresses him as "big brother". At the same time, does a husband have to be smarter than his wife? Or, should it even an issue who is smarter? Oftentimes, only through an outsider's help do we realize that matrimonial happiness is not based on wisdom, but on the love that a couple have for each other.

There was a young couple living in a village. The wife was a smart and resourceful weaver, whereas the husband was a silly and clumsy good-for-nothing. The only thing he could do to help his wife was to take her fabric to the market for sale. Every time before he went to the market, she would repeatedly instruct him as to what to do. One time, he brought the fabric to the market and sold two sheets to an old man, who did not pay him immediately.

The old man told him, "Swing by my house later this afternoon to collect the money, will you?"

To which he asked, "Where is your house then?"

"In this very village," replied the old man, "where there is a crowd without vendors and whistles can be heard."

With these words, the old man took off. The husband came home. When his wife asked him where the money was, he told her the story.

"So do you know where to go this afternoon to collect the money or not?" his wife asked.

The husband looked stupefied and said, "Hmm! Where would there be a crowd without vendors, where whistles could be heard?"

"You don't know?" the wife laughed. "A crowd without vendors must be a school. As for the whistling, it is the sound made by the wind blowing through the white reeds. You should simply go to a school where there are white reeds in front. That's where he lives. Sounds like he is a village teacher."

She was right. Remembering his wife's directions, the husband found a house full of kids studying, in front of which was a bush of tall white reeds. Seeing him, the teacher happily got the money to pay him.

"How did you ever find this place?" he asked.

The husband candidly answered, "I could not have found it by myself. It was my wife who guessed it!"

Vợ Khôn Chồng Dại

Thiếp Chàng Ai Nệ Thắng Thua?

Bất kể người chồng có lớn tuổi hơn vợ hay không, theo văn hoá Việt Nam, người vợ vẫn thường gọi chồng bằng "anh". Thế nhưng người chồng có nhất thiết phải khôn ngoan hơn người vợ hay không? Hay trong hôn nhân chuyện ai dại ai khôn không nên đặt thành vấn đề? Lắm khi chúng ta phải nhờ một người ngoại cuộc giúp đỡ mới hiểu rõ được rằng hạnh phúc vợ chồng không đặt nền tảng trên sự hiểu biết của ai cả, mà chính là trên tình yêu của hai người dành cho nhau.

Trong ngôi làng nọ có một cặp vợ chồng trẻ. Vợ làm nghề dệt vải, thông minh, tháo vát, còn chồng thì chẳng nghề ngỗng gì, lại ngờ nghệch, vụng về. Anh ta chỉ giúp vợ được có mỗi việc là mang vải nàng dệt ra chợ bán. Trước khi anh ra chợ, lần nào vợ anh cũng dặn đi dặn lại đủ điều. Một hôm, anh ta mang vải đem bán thì có một ông lão chịu mua hai tấm nhưng không trả tiền ngay. Ông bảo anh chồng:

– Chiều anh đến nhà tôi lấy tiền nhé!

Anh chồng hỏi:

– Nhà ông ở tận đâu cơ?

Ông lão đáp:

– Cũng trong làng này thôi, chỗ "chợ đông không ai bán, chỗ kèn thổi tò te" ấy mà!

Nói đoạn ông lão cầm vải đi mất. Anh chồng về nhà, vợ hỏi tiền đâu thì anh kể lại ngọn ngành câu chuyện. Vợ anh hỏi:

– Thế thì chiều nay nhà có biết đâu mà đi đòi nợ không?

Anh chồng ngẩn ngơ bảo:

– Ừ nhỉ! Chỗ nào là chỗ chợ đông không bán, mà lại có kèn thổi tò te là thế nào?

Người vợ cười:

– Có thế mà cũng không biết! Đông mà không buôn không bán đích thị là chỗ trường học. Còn kèn thổi tò te là do gió thổi qua bông lau tạo thành tiếng. Nhà cứ đến chỗ nhà nào đằng trước có đám bông lau là nơi ông ấy ở. Ý chừng ông ta là cụ đồ cũng nên.

Quả đúng như vậy. Anh chồng theo lời vợ dặn, tìm đến một ngôi nhà có lau nhau con nít đang ngồi học, đằng trước có đám bông lau cao quá đầu. Ông thầy đồ thấy anh tới, vui vẻ mang tiền ra trả. Ông hỏi anh ta:

– Làm sao mà anh tìm ra chỗ tôi ở tài thế?

Anh chồng thật thà đáp:

– Nhà cháu thì thật không biết ở đâu ạ, nhưng bu nó đoán hộ đấy!

135

The teacher gave an underhanded compliment that this gullible man had such a smart wife. He then invited him to stay for dinner. As the young man was leaving, the teacher gave him a small bag saying that he wanted to send something home for her.

The husband excitedly said, "I am grateful, sir! I had a good meal, a nice talk, and still got some food to bring home!"

However, when his wife opened the bag, she saw only a drawing of a dragon wagging its tail in a pond.

The husband was perplexed when he tried to figure out the meaning, but his wife sadly thought, "How embarrassing! The old man wants to ridicule me by suggesting the popular verse, 'A golden dragon swimming in a stagnant pond: it is annoying for a smart person to live with a dumb one'!"

The more she thought about it, the more upset she became. It was true that while her friends had all married smart and talented men, she had gotten herself an idiotic good-for-nothing. Losing her mind, she threw aside the weaving shuttle, and ran out to the river in an attempt to kill herself and put an end to her ridiculous and ill-fated life.

Meanwhile, the old teacher regretted what he had done. Who knew if his drawing could agonize the wife and drive her to do something terrible? With this thought, he hurriedly grabbed his fishing rod and a bottomless basket, and headed for the river. He walked along the bank for a while before he saw a woman sitting and sobbing.

He quietly sat down next to her and said, "What is making you cry so much? May I sit here to fish and talk you out of your sadness?"

The wife looked up. She saw a gray-haired man with a fishing rod and a bottomless basket.

Despite her grief, she had to resist laughing, thinking to herself, "This old man is really dumb! Who on earth would use a bottomless basket for his catch? As dumb as my husband is, he would never do something like this!"

Her thought suddenly enlivened her and cheered her up. She stood up, ran straight home to her husband, and forgot about suicide.

Ông thầy đồ thầm khen anh chàng khờ khạo này có người vợ thông minh. Ông mời anh ở lại ăn cơm. Khi anh ra về, ông đưa cho anh ta một gói nhỏ, bảo là gởi phần về cho vợ. Anh ta hí hửng bảo:

– Đội ơn thầy ạ! Thế là nhà cháu vừa được ăn được nói, vừa được gói mang về!

Nhưng khi về anh đưa gói cho vợ mở ra, chỉ thấy có một bức tranh vẽ hình một con rồng đang vẫy đuôi trong một ao nước. Anh chồng đang ngẩn người chưa hiểu mô tê ra sao thì cô vợ buồn bã nghĩ thầm:

– Thật xấu hổ! Ý lão ta muốn mỉa mai ta với câu ca dao *"Rồng vàng tắm nước ao tù, người khôn ở với người ngu bực mình"* chứ gì!

Càng nghĩ ngợi, nàng lại càng buồn bực. Đúng là trong lúc chị em bạn của mình ai cũng có một tấm chồng thông minh, tài cán, nàng lại vớ phải một anh đần độn không ra gì. Nghĩ quẩn, nàng vứt cái thoi dệt vải, chạy ra bờ sông, toan gieo mình xuống nước tự trầm cho xong quách một đời vô duyên, bạc phận.

Trong lúc ấy, ông thầy đồ lại đâm ra hối hận đã làm một điều không phải. Biết đâu bức tranh ông vẽ lại chẳng làm cho người vợ buồn phiền mà quẩn trí làm điều đáng tiếc? Nghĩ thế, ông vội vàng lấy cần câu và một cái giỏ thủng trôn rồi bươn bả ra sông. Đến nơi, ông đi ven theo bờ sông một quãng thì thấy một người đàn bà đang ngồi khóc thút thít. Ông nhẹ nhàng ngồi xuống bên cạnh rồi bảo:

– Có chuyện gì mà cô khóc thế? Cho lão ngồi đây để câu cá và nói dăm câu chuyện đỡ buồn nhé!

Người vợ ngước lên nhìn. Nàng thấy một ông lão tóc bạc phơ mang cần câu và một cái giỏ rách. Tuy đang buồn mà nàng cũng phải cố nhịn để khỏi bật lên cười, bụng bảo dạ:

– Lão già này mới thật là đần độn! Ai đời lại dùng giỏ thủng trôn để đựng cá. Chồng mình có ngốc đến đâu cũng còn chưa đến nỗi!

Nghĩ vậy, nàng chợt tỉnh ngộ, vui vẻ hẳn lên. Nàng đứng dậy, chạy một mạch về nhà với chồng, không còn ý muốn tự vận nữa.

Cultural Notes

1. A common icon in old Vietnam was the "cụ đồ," or the traditional teacher, who was often between middle and advanced age (hence the term "cụ", which is used to refer to older people). These traditional teachers used to give private lessons in Chinese characters to kids. They were scholars who either passed only the lowest examinations, or had not passed any of them and chose to become educators (those who passed the high exams became mandarins). Nowadays, you can occasionally catch sight of a few of them squatting desolately on a sidewalk penning traditional calligraphy for a fee for passersby.

2. Most houses in the countryside have a pond in their backyard. A pond has multipurpose uses for the family members. For example, fish are raised in the pond, water lettuce is grown as a food source for pigs, and people can take a quick bath in the pond as well. The pond is depicted in many folk verses, such as the following: "Ta về ta tắm ao ta, dù trong dù đục ao nhà vẫn hơn" ("Let's go swim in our own pond, whether it is clear or not: a home pond is always better", i.e., home is home, be it ever so homely). The image of a pond is used in the following verse to express a person's emotions, "Đêm qua ra đứng bờ ao, trông cá cá lặn, trông sao sao mờ" ("Last night I was standing by the pond. When I looked at the fish, they dove down. When I looked at the stars, they became pale").

Vocabulary and Expressions

NOUNS
ao *pond*
bông lau *white reed*
bu *mother (Northern dialect)*
cụ đồ *traditional teacher*
giỏ *basket*
kèn *horn*
rồng *dragon*

thoi dệt vải *weaving shuttle*
trôn *bottom*

ADJECTIVES
bạc phận *ill-fated*
đần độn *dumb*
khờ khạo *silly*
mỉa mai *sarcastic*

ngờ nghệch *gullible*
quẩn trí *muddle-headed*
tài cán *talented*
thủng *holed, pierced*
tò te *horn sounding*
vô duyên *luckless*
vụng về *clumsy*

VERBS
đựng   *to contain*
khóc thút thít   *to sniff and cry*
nghĩ quẩn   *to not able to think*
  straight
ngước lên   *to raise one's eyes*
thổi   *to blow*
tự trầm   *to drown oneself*

vứt   *to throw away*
ý chừng   *to seem*

ADVERBS
đích thị   *doubtlessly*
hí hửng   *contentedly*
bươn bả   *hurriedly*
ngọn ngành   *in detail*

IDIOMATIC EXPRESSIONS
ai đời   *who would*
bụng bảo dạ   *to think to oneself*
chẳng nghề ngỗng
  gì   *unemployed*
chưa đến nỗi   *not as bad*
chưa hiểu mô tê ra sao   *not to*
  have a clue yet

Discussion Questions

1. Why did the old man give the husband such cryptic directions to his house?
2. Analyze the metaphor of the tail-wagging dragon in a stagnant pond.
3. What lesson did the old man want to teach the wife at the riverbank?

The Story of the Brooms
The Jade Emperor's Punishment

Are people in the fairy world pure, or do they still have human frailties? Many fairy tales depict them as being not so different from worldly people. They too have the same emotions and desires, and oftentimes violate heavenly laws just as we do our social norms. With trifling wrongdoings, they can be sent down to Earth to live as humans. With serious offenses, they could become animals or even objects on Earth, as told in the story below.

Long ago in the heavenly palace, there was a fairy in charge of the Jade Emperor's kitchen. She was the Emperor's favorite chef because no one came close to her talents as a cook. The elaborate and delicious dishes that she made were imperial meals, exclusively prepared for the Jade Emperor. Mandarins, soldiers, and servants all had their own separate food. No one could touch the Jade Emperor's meals, not even his leftovers. His unfinished food would only be handed down to the mandarins whom he had personally selected.

Aside from her busy time in the kitchen preparing lavish meals for the Jade Emperor, the fairy cook spent the rest of her time in romantic daydreams, for she had fallen in love with a male fairy who worked as the Jade Emperor's horse keeper. The fairy romance between the youths went smoothly and was unlimited in passion. He was a handsome fairy who, besides taking care of the heavenly horses, excelled in horseback riding and archery. His only vice was his love for food and drink.

As she was head over heels in love, the fairy cook completely ignored the strict rules of the kitchen that no one could touch the Emperor's exquisite and exotic food. From time to time, she would steal some imperial food and rare spirits from the kitchen and bring them to the fairy horse keeper. The heavenly kitchen was not very far from where he herded his horses. Every time he craved the strong flavor and bold taste of the imperial wine, all he had to do was signal her by singing in his melodic and charming voice. As soon as she heard his tune from afar, the fairy cook would stealthily take some of the rare wine and run out to give it to him.

One day the whole heavenly palace was busy with preparations for a special holiday, with the kitchen the center of all activity. Just then, the fairy cook heard the fairy horse keeper's song from a distance. She took some wine, rushed them out to him, and hurried back in order to finish her cooking in time. When all the dishes had been neatly prepared, the fairy cook and her assistants went to their rooms to change clothes so they could be ready to serve the meal to the Emperor and the whole court.

Meanwhile, at the stables, the fairy horse keeper guzzled up in delight the delicious drink brought to him by his lover. When he finished, he suddenly felt extremely hungry. He headed for the heavenly palace and sneaked into the kitchen, where he saw countless

Sự Tích Cái Chổi

Hình Phạt Của Ngọc Hoàng

Người trên cõi tiên hoàn toàn thánh thiện hay cũng có những người "lòng trần chưa dứt"? Nhiều câu chuyện thần thoại cho thấy người trên cõi tiên cũng chẳng khác gì người trần mắt thịt. Họ cũng đầy đủ hỉ nộ ái ố, cũng có lòng ham muốn và cũng đôi khi vi phạm luật lệ nhà trời như chúng ta vi phạm luật lệ xã hội vậy. Nếu tội nhẹ, họ sẽ bị Ngọc hoàng đày xuống trần gian làm người. Nếu nặng tội hơn, họ có thể làm súc vật hay thậm chí đồ vật trên cõi dương trần như trong câu chuyện dưới đây.

Chuyện kể rằng, ngày xưa, trên thiên cung có một nàng tiên phụ trách việc bếp núc cho Ngọc hoàng. Nàng là người đầu bếp ưng ý nhất của Ngài vì tài nấu nướng của nàng không ai qua mặt được. Những món ăn công phu, ngon lành nàng làm ra được gọi là ngự thiện, chỉ dành riêng cho Ngọc hoàng. Quan lại, lính hầu hay gia nhân đều có thức ăn riêng. Không ai được phép đụng đến ngự thiện của Ngọc hoàng, dù là thức ăn thừa của Ngài. Các món ngự thiện Ngọc hoàng ăn không hết sẽ được Ngài đích thân ban cho những vị quan nào Ngài chọn lựa.

Ngoài những lúc bận rộn trong nhà bếp để sửa soạn những mâm cơm thịnh soạn cho Ngọc hoàng, nàng tiên đầu bếp để hết thì giờ còn lại vào những lúc mơ mộng diễm tình, vì nàng đang yêu một chàng tiên giữ việc chăn ngựa cho nhà Trời. Mối tình tiên của hai người trẻ tuổi thật êm đềm nhưng không kém phần mãnh liệt. Chàng tiên là một thanh niên bảnh bao, ngoài việc chăn đàn ngựa trời còn có nhiều tài như cỡi ngựa, bắn cung rất thành thạo. Chàng chỉ có mỗi tật xấu là thích ăn uống, rượu chè.

Vì quá say mê người yêu, nàng tiên đầu bếp không còn nghĩ đến luật cấm nghiêm ngặt của nhà bếp là không ai được tơ hào gì đến của ngon vật lạ dành riêng cho Ngọc hoàng. Thỉnh thoảng, nàng vẫn lén lấy cắp một ít món ngự thiện và rượu quý trong nhà bếp để đem cho chàng tiên chăn ngựa. Chỗ chàng tiên làm việc không xa nhà bếp thiên đình là mấy. Mỗi lần chàng cảm thấy thèm hương vị nồng cay của rượu nhà trời, chàng chỉ việc cất lên tiếng hát dặt dìu, quyến rũ của mình để làm hiệu. Khi nghe văng vẳng tiếng hát của người yêu, thế nào nàng tiên cũng lén lấy đi một ít rượu quý rồi chạy ra chỗ chàng tiên chăn ngựa để đưa cho chàng.

Một ngày nọ, khi cả thiên đình đang rộn ràng chuẩn bị cho một ngày lễ đặc biệt, nhà bếp là nơi tất bật nhất. Đúng lúc ấy, nàng tiên nghe từ xa có tiếng hát của chàng tiên chăn ngựa. Thế là nàng lại lén lấy một ít rượu, chạy một mạch đến đưa rượu cho người yêu, rồi lại tất tả chạy về bếp, tiếp tục nấu nướng cho kịp giờ. Khi tất cả các món ăn đã chuẩn bị tươm tất, xong xuôi, nàng tiên và các cô phụ bếp trở về phòng, thay đổi xiêm y để sẵn sàng dọn thức ăn ra phục vụ cho Ngọc hoàng và thiên đình.

Ở chỗ chăn ngựa, chàng tiên khoan khoái nốc hết chỗ rượu ngon do người yêu đem đến. Uống rượu xong, chàng bỗng thấy cồn cào đói bụng. Chàng đi đến thiên cung,

trays of abundant food waiting to be served to the Emperor. In his voracious hunger and tipsiness, he thought of nothing else but to grab the aromatic, delicious food. He stuffed it into his mouth, and gluttonously devoured it. He ate until full, then sneaked out and ran straight home.

As the kitchen fairies got ready to bring the meals out to the court, it struck them all as odd that the neatly arranged food had been messed with by a mysterious hand. The alarmed fairies informed the soldiers, who then reported the incident to the Emperor. He became completely furious. The fairy cook immediately realized who the culprit was, so she thumped her head on the floor and admitted her fault to the Emperor. He banished both fairies down to Earth, in the form of household brooms.

Day in and day out, the two brooms would move around a kitchen, sweeping away all the trash and leftovers. The Emperor gave them only three days off, on the occasion of the Lunar New Year's three-day celebration. For the rest of the year, they had to continue their dirty work to pay for the mistake they had made back when they were in the heavenly palace.

Cultural Notes

1. In the past, a man would be judged on at least two aspects: whether he was a well-versed scholar and/or whether he was a good fighter. (One who was good at both would be considered well-rounded.) The most commons weapons used in the old times were bows, arrows, and different kinds of swords. When referring to a man, one would associate him with the desire to live a fighter's life, using the expression "thoả chí tang bồng hồ thỉ," which means "fulfilling the desire of using bows made of *tang* wood and arrows made of bồng grass," according to a Chinese classical reference.

2. Traditionally, Vietnamese people do not use the broom to sweep the floors during the three days of the Lunar New Year's. According to the story, people do not do this because they want to honor the Jade Emperor's decision that the brooms (formerly the fairy cook and the fairy horse keeper) should have three days off every year. To most people nowadays, however, it is the belief that sweeping out trash on New Year's implies sending out their fortune and wealth.

Vocabulary and Expressions

NOUNS
đầu bếp   *chef*
luật   *rule, law*
ngày lễ   *holiday*
ngự thiện   *royal food*
ngựa   *horse*
người yêu   *lover*
nhà bếp   *kitchen*
phụ bếp   *sous-chef*
rác rưởi   *garbage*
tật xấu   *vice*
thiên cung   *heavenly palace*
việc bếp núc   *cooking*
xiêm y   *women's clothing*

ADJECTIVES
bẩn thìu   *dirty*
bảnh bao   *dapper*
công phu   *elaborate*
đặc biệt   *special*
diễm tình   *amorous*
đói cồn cào   *starved*
hoảng sợ   *scared*
nghiêm ngặt   *strict*
nồng cay   *strong (flavor) and hot (taste)*
quyến rũ   *attractive, charming*
tất bật   *busy*
thất kính   *disrespectful*

thơm tho   *aromatic, fragrant*
thừa   *extra, redundant*
tinh tươm   *fresh*
tung toé   *splashing*

VERBS
bắn cung   *to shoot arrows*
cấm   *to prohibit*
chọn lựa   *to select*
cỡi ngựa   *to ride on horseback*
đập đầu   *to knock one's head against*
đền   *to compensate*
hoá thân   *to transform*

lên vào nhà bếp và thấy không biết bao nhiêu mâm cơm ê hề đang bày ở đó đang chờ mang lên cho Ngọc hoàng. Trong cơn đói ngấu và đang ngà ngà say, chàng tiên không nghĩ ngợi gì nữa, vội bốc lấy bốc để và cho vào mồm nhai ngốn ngấu những món ăn thơm tho, ngon lành dành riêng cho Ngọc hoàng. Chàng ăn lấy ăn để rồi lẻn ra, chạy thẳng về nhà.

Đến lúc các nàng tiên trong bếp sửa soạn bưng các mâm thức ăn ra thiên đình, ai cũng sững sờ thấy thức ăn đã bị một bàn tay bí mật làm cho tung toé, không còn tinh tươm như trước nữa. Các nàng tiên hoảng sợ báo cho lính hầu biết. Lính hầu chạy vào tâu lên Ngọc hoàng khiến Ngài nổi trận lôi đình. Nàng tiên đầu bếp biết ngay ai là thủ phạm nên vội dập đầu thú tội cùng Ngọc hoàng. Ngài ban lệnh đày cả hai người xuống trần gian, hoá thân thành hai cái chổi quét nhà.

Ngày ngày, hai cái chổi phải la lết trong nhà bếp, quét cho hết những rác rưởi, cơm thừa canh cặn. Ngọc hoàng chỉ cho hai cái chổi được nghỉ quét vào ba ngày Tết, còn lại bao nhiêu ngày trong năm phải làm công việc bẩn thỉu đó để đền lại món nợ thất kính trên thiên đình năm xưa.

la lết	*to crawl*
làm hiệu	*to signal*
mơ mộng	*to daydream*
nấu nướng	*to cook*
nhai ngốn ngấu	*to gobble up*
nốc	*to gulp*
phụ trách	*to be in charge*
qua mặt	*to surpass*

quét nhà	*to sweep the floors*
thay đổi	*to change*
thèm	*to crave*
thú tội	*to admit one's fault*
tiếp tục	*to continue*
tơ hào	*to take, touch*
văng vẳng	*to resonate from afar*

ADVERBS
khoan khoái	*delightedly*
kịp giờ	*on time*
rộn ràng	*animatedly*
thành thạo	*skillfully*

IDIOMATIC EXPRESSIONS
| bốc lấy bốc để | *to grab greedily* |
| cơm thừa canh cặn | *leftovers* |

Discussion Questions

1. What message about love do you think is conveyed in this story? Elaborate on your answer.
2. Do you find it contradictory for fairies to have vices? Explain your answer.
3. In your opinion, was the Jade Emperor's punishment for the fairy couple too mild or too harsh? Explain your answer.

A Son Was Born before the Father
A Bizarre Case of Reincarnation

The belief in reincarnation is not only popular in Hinduism and Buddhism, but can also be found in some other religions. This phenomenon is even more mysterious when a reincarnated person returns to his or her family from the previous life, still remembering everything vividly. This situation contradicts a theory that dead people are given a dish called "dull soup" in order to forget everything in their past lives and get ready for reincarnation in the next.

Once upon a time, there lived two close friends named Giap and At. Giap's family was wealthy while At's always faced hardship. At asked Giap for a loan of ten silver taels, then left his village with his wife for a business venture, promising Giap to pay him back when he was better off. Thanks to their hard work, before long the couple became successful. Once he became well-to-do, At completely forgot about his old friend and the debt.

Giap, for his part, did not hear from his friend for a long time, so he decided to go find At to see how he was doing. He brought along a few silver bars, which he hid in his waist pouch, with the intention of giving to At should his friend still be in need. On his way, Giap had to ask many people about his friend's whereabouts before he could find where the couple was living. Once he arrived, Giap was bedazzled by his friend's large and powerful residence. The couple gave Giap a chilly reception, thinking that he was visiting to collect his debt, rather than out of kindness. Giap, on the other hand, was very pleased and felt happy for his friend and his wife.

The couple treated him to dinner that evening. Giap lightheartedly chatted with the hosts, asking about everything that happened during the time that they were separated, and finally retreated to the guestroom for the night. Little did he know that the couple had conspired to poison his drink during dinner. By midnight, the poison had spread throughout in his body, killing him in his sleep. The couple carried Giap's body to their garden, where they buried it at the foot of a starfruit tree.

Sometime afterwards, the starfruit tree became unusually loaded with fruit. At's wife picked the biggest one to eat, and it tasted deliciously sweet to her. She got pregnant, and after nine months, gave birth to a chubby baby. The little boy ate well and grew up fast, but he was slow in developing an ability to speak. By the age of five or six, he still had not said a single word. The worried couple went from physician to physician looking for a cure, and from temple to temple for a miracle, but the boy absolutely would not utter a word.

One evening while At's wife was feeding her son, she lamented, "My baby, why haven't you still not learned how to speak at this age?"

Surprisingly, the boy answered fluently, "Mom and Dad! Please take me to the district mandarin, and he will cure my problem!"

Sinh Con Rồi Mới Sinh Cha

Chuyện Đầu Thai Trớ Trêu

Sự tin vào hiện tượng đầu thai không chỉ phổ biến trong Ấn Độ giáo hay Phật giáo mà còn có thể thấy trong nhiều tôn giáo khác. Hiện tượng này càng thêm bí hiểm khi người đầu thai trở lại trong gia đình của mình ở kiếp trước và còn nhớ rõ chuyện cũ. Tình trạng này mâu thuẫn với giả thuyết nói rằng con người khi chết đi được cho ăn một món gọi là "cháo lú" để quên đi hết những gì thuộc về kiếp trước và sẵn sàng cho việc đầu thai vào kiếp sau.

Ngày xưa có hai người bạn thân tên là Giáp và Ất. Gia đình Giáp có của ăn của để, trong nhà Ất thì lúc nào cũng túng bấn. Ất vay bạn mười lạng bạc rồi cùng vợ đi xa làm ăn, hẹn đến lúc thong thả sẽ trả lại Giáp. Được tính cần cù, hai vợ chồng Ất chẳng bao lâu đã thành công. Khi trở nên khá giả, Ất quên bằng người bạn xưa và món nợ cũ.

Về phần Giáp, đã lâu không nghe biết tin tức của bạn, Giáp quyết định đi tìm bạn xem sao. Anh mang theo mấy lạng bạc dắt trong hầu bao, định bụng nếu Ất vẫn còn lận đận sẽ đưa cho bạn. Trên đường đi, Giáp phải hỏi thăm nhiều người mới tìm ra chỗ ở của vợ chồng Ất. Đến nơi, Giáp ngỡ ngàng nhìn cơ ngơi của bạn, thấy nhà cửa cao ráo, bề thế. Vợ chồng Ất tiếp Giáp rất nhạt nhẽo, nghĩ rằng anh tìm tới chắc để đòi nợ cũ chứ chẳng tử tế gì. Phần Giáp thì rất vui vẻ, lấy làm mừng cho vợ chồng bạn.

Chiều hôm ấy, vợ chồng Ất mời Giáp một bữa cơm. Giáp vô tư chuyện trò với gia chủ, hỏi thăm chuyện những ngày xa cách rồi đi nghỉ. Anh có ngờ đâu hai vợ chồng Ất đã âm mưu với nhau bỏ thuốc độc vào ly rượu của Giáp trong bữa cơm chiều. Đến nửa đêm, thuốc độc ngấm vào người Giáp, làm anh chết ngay trong giấc ngủ. Hai vợ chồng Ất khiêng xác Giáp ra vườn, đào lỗ chôn dưới gốc một cây khế.

Ít lâu sau, cây khế bỗng dưng sai quả một cách khác thường. Vợ Ất hái quả lớn nhất ăn, thấy ngon ngọt vô cùng. Sau đó, thị có mang rồi sau chín tháng mười ngày sinh ra một đứa bé trai bụ bẫm. Thằng bé mau ăn, chóng lớn, chỉ mỗi tội là chậm nói. Đến 5, 6 tuổi đầu rồi mà thằng bé vẫn chưa nói được tiếng nào. Vợ chồng Ất lo lắng chạy thầy chạy thuốc, đi lễ hết chùa này qua đền nọ mà thằng bé vẫn tuyệt nhiên không hé môi. Có hôm vợ Ất đang cho con ăn, thị buồn bã than thở:

– Con ơi, ngần tuổi này rồi mà sao con chưa chịu tập ăn tập nói?

Đột nhiên, thằng bé cất tiếng nói một cách rành rọt:

– Bố mẹ đưa con lên gặp quan huyện rồi quan sẽ chữa cho con nói được!

Vợ chồng Ất nghe con nói, mừng rỡ vô cùng. Tuy nhiên, sau câu ấy thì thằng bé lại ngậm câm, nhất định không nói lời nào nữa. Hai vợ chồng nhớ lời con nói, sắm sửa lễ vật rồi đưa con đến dinh quan huyện, xin vào gặp quan. Trước mặt quan huyện, lạ lùng thay, thằng bé bắt đầu nói rất sõi. Nghe con nói đến đâu, vợ chồng Ất thấy lạnh người

Both husband and wife were overjoyed at hearing their son speak. However, after that statement, he again became mute, not saying another word. The couple did as the boy had asked, preparing presents and bringing him to the mandarin's palace for the requested meeting. Strangely, in the presence of the mandarin, the boy started speaking very fluently. The more he spoke, the more it gave his parents the chills. The boy identified himself as the reincarnation of Giap, At's former friend. He told everything in detail, from the friendship, the loan, the visit, to the poisoning.

When the mandarin asked for evidence, the boy indicated that Giap's body had been buried under the starfruit tree, together with the silver that the couple was not at all aware of. The mandarin ordered his soldiers to dig up the dirt under the starfruit tree, and indeed Giap's body was found there, with the silver still intact in his pouch. Immediately, the mandarin threw the couple in jail to wait for judgment.

The mandarin ordered all of their property and fortune to be transferred to Giap's son, who was found by the mandarin's soldiers. Upon being reunited with his father, who was now trapped in a child's body, Giap's son felt confused, happy, and scared at the same time. He took his "father" home.

When Giap had left to find At, his first grandson had just been born. Now that he returned home, his grandson was almost one year his senior.

Hearing this unprecedented story, people in the area told each other the following verse:

A son was born before the birth of his father.
A grandchild was born to watch the house,
Before his grandfather came into existence.

Cultural Notes

1. The names of the characters in this story are "Giáp" and "Ất," which come from the ten stems in the stems-and-branches system of the lunar calendar. Giáp is the first stem, and Ất the second. The other eight stems are Bính, Đinh, Mậu, Kỷ, Canh, Tân, Nhâm, and Quý. These ten stems are combined with the twelve branches (symbolizing twelve animals) to create a cycle in which a year bearing the same stem and branch comes around only once every sixty years. In many popular stories, characters are usually named after these ten stems or the twelve branches. Other stories choose cardinal numbers to name their characters.

2. Vietnam made its first coins in the 10th century and paper money in the 14th century. However, rich people also kept gold and silver at home. Before French colonialists arrived in the 18th century and introduced the decimal system, the country was still using the old weight measures. Gold and silver were often made into bars weighing one tael each (equivalent to approximately 37.5 grams or about 1.3 ounces).

Vocabulary and Expressions

NOUNS
bạc   *silver*
bạn thân   *close friend*
bạn thân   *grandchild (from a son)*
cháu   **1** *grandchild* **2** *nephew, niece*

cơ ngơi   *property*
đứa bé   *child*
gia chủ   *host*
hầu bao   *waist pouch*
hậu thân   *reincarnation*
khế   *starfruit*

lạng   *tael (= 1.33 ounces)*
lễ vật   *offering*
ngục thất   *prison*
ông   **1** *grandfather* **2** *mister, sir*
quả   *fruit*

đến đó. Thằng bé xưng là hậu thân của Giáp, bạn cũ của Ất. Nó kể có đầu có đuôi, từ lúc còn là bạn thân, cho Ất vay tiền, đến khi đến thăm bạn và bị đầu độc như thế nào.

Khi quan đòi bằng chứng, thằng bé nói rõ xác của Giáp đã bị chôn dưới gốc cây khế cùng với mấy lạng bạc mang theo mà hai vợ chồng Ất không mảy may hay biết. Quan cho lính đào đất dưới gốc cây khế thì quả nhiên thấy xác Giáp với mấy lạng bạc còn nằm nguyên trong hầu bao. Ngay sau đó, quan tống vợ chồng Ất vào ngục thất, chờ ngày phân xử.

Bao nhiêu tài sản của hai vợ chồng, quan truyền kiếm ra người con trai của Giáp ngày trước để giao lại. Con trai của Giáp gặp lại cha trong thân xác của một đứa bé, nửa mừng nửa sợ. Anh ta đưa "cha" về lại nhà. Ngày Giáp ra đi tìm Ất, đứa cháu nội đầu tiên của anh ra đời. Nay anh trở về trong thân xác của một đứa bé, đứa cháu đã hơn anh tròm trèm một tuổi.

Dân gian nghe câu chuyện vô tiền khoáng hậu này, truyền nhau hai câu sau:
Sinh con rồi mới sinh cha,
Sinh cháu giữ nhà rồi mới sinh ông.

❖ ❖ ❖

thân xác *body*
tin tức *news*

PRONOUN
thị *she, her (pejorative)*

ADJECTIVES
bề thế *imposing*
cao ráo *nice and tall*
lận đận *unlucky*
rành rọt *clear*
sai quả *laden with fruit*
thong thả *comfortable*
xa cách *separated*

VERBS
âm mưu *to conspire*
chuyện trò *to chat, talk*
đào lỗ *to dig a hole*
dắt *to carry*
đầu độc *to poison*
định bụng *to intend*
giao *to transfer*
giữ nhà *to watch one's house*
hái *to pick (fruits, flowers)*

hé môi *to open one's mouth*
hẹn *to promise*
hỏi thăm *to ask for information*
làm ăn *to make one's living*
ngậm câm *to keep one's mouth shut*
ngấm *to absorb*
ngờ *to suspect*
nhất định *to be determined*
ra đời *to come into existence*
sinh ra *to give birth; be born*
than thở *to lament, complain*
tiếp *to receive*
tống *to throw, to shove*
trở nên *to become*
vay *to borrow*
xưng *to identify oneself; to address oneself*

ADVERBS
nhạt nhẽo *indifferently, coldly*
vô tư *innocently, unsuspectingly*

tuyệt nhiên không *absolutely not*
đột nhiên *all of a sudden*
sõi *fluently*
không mảy may *not in the least*
tròm trèm *nearly*

IDIOMATIC EXPRESSIONS
chạy thầy chạy thuốc *to search high and low for doctors and medicine*
chỉ mỗi tội là *the only problem is*
chín tháng mười ngày *normal term of pregnancy*
có đầu có đuôi *from beginning to end*
nửa mừng nửa sợ *partly happy, partly scared*
tập ăn tập nói *to learn to eat and to speak*
vô tiền khoáng hậu *unprecedented*

Discussion Questions
1. Do you think the plan to poison Giap was a wise one? Why or why not?
2. What should At and his wife have suspected when their son told them what to do about his speech problem?
3. Do you believe in the human soul? Could one person's body house someone else's soul? Explain your answer.

The Three Heroes
How to Get Yourself a Wife

A man can conquer a woman by showing love, care, knowledge, or talent. A Viet-namese proverb says, "Men [are judged by their] talents and women, [by their] appearances", which reveals a popular opinion about the two sexes. For a man, talent is usually an outstanding characteristic. For a woman, looks matter. Oftentimes, however, a man's talents still need a touch of luck to really flourish.

There was a young woman from a wealthy family, whose virtue was impeccable. Her rich father intended to find a talented son-in-law compatible with his beloved daughter. Ever since his announcement of the search, countless young men from near and far came to have their abilities tested, but none of them impressed the rich man.

One day, there arrived at the same time three young men to compete. The first man introduced himself as an archer who never missed a target. His skill was so amazing that it could make the heavens cry. The second man said that he could swim as fast as a seal and stay underwater for hours. The third man boasted that he had a magic potion that could bring anyone back to life. Whoever was on their last breath would just need to drink one dose to cheat death. The rich man told the young men that he would not believe them until he saw their skills with his own eyes.

For the first young man, the rich man sent a servant to run to the end of the village with an orange in his hand, and had him hold the orange up high.

He told the young man, "If you can hit an orange from such a long distance, you are really talented!"

The first man held up his bow and aimed. The orange was too far to even be visible, but the man needed only one shot to hit it dead on.

Ba Chàng Tài Ba

Kiếm Vợ Bằng Cách Nào?

Người đàn ông có thể chinh phục một người đàn bà bằng cách thể hiện nhiều phương diện khác nhau: tình yêu, sự chiều chuộng, kiến thức hay tài năng. Tục ngữ Việt có câu "Trai tài, gái sắc", nói lên cách đánh giá chung của người đời đối với phái nam và phái nữ. Ở người đàn ông, tài năng thường là điểm nổi bật. Còn ở người đàn bà, nhan sắc là một trong những điều quan trọng nhất. Tuy vậy, nhiều lúc có tài cũng chưa đủ, người đàn ông còn cần có yếu tố may mắn để tài năng có dịp phát huy đến mức cao nhất.

Có người con gái con nhà giàu nọ công dung ngôn hạnh vẹn toàn. Phú ông, cha của nàng, muốn tìm một chàng rể tài ba cho xứng đáng với con gái cưng của mình. Từ lúc ông tung tin kén rể tài ba, không biết bao nhiêu chàng trai khắp xa gần đến xin thử sức nhưng chưa có ai làm phú ông vừa ý.

Một ngày nọ, có ba chàng trai cùng đến một lúc xin thử tài. Anh chàng thứ nhất tự giới thiệu có tài bắn cung thần sầu quỷ khốc, trăm phát trăm trúng. Anh chàng thứ hai cho biết có tài lội như rái cá, ở dưới nước hằng giờ. Anh chàng thứ ba khoe mình có phương thuốc cải tử hoàn sinh, ai đang thoi thóp chỉ cần cho uống một liều là thoát chết. Phú ông bảo các chàng hãy trổ tài cho ông thấy tận mắt rồi hẳng hay.

Đối với anh chàng thứ nhất, phú ông sai một gã đầy tớ cầm một quả cam chạy đến cuối làng và giơ cao quả cam lên. Ông bảo chàng trai:

– Nếu cậu bắn trúng quả cam từ xa tít như thế mới thực là có tài!

Chàng trai thứ nhất giương cung lên ngắm. Quả cam xa tít đến không còn thấy được vậy mà chàng chỉ bắn một mũi tên là trúng ngay phóc.

For the second young man, the rich man told a servant to sail a boat out to the middle of the river and throw a terra-cotta bowl into the water.

He told the young man, "If you can dive in and fetch the bowl for me, you are really talented!"

The second man jumped into the river. Almost half an hour later, he re-emerged from the water, holding up the bowl in one hand to everyone's admiring cheers.

For the third young man, the rich man himself took him to a shabby house at the other end of the village.

He told the young man, "There is a gravely sick, dying man in this house. If you can save him, you are really talented!"

The third man went to the old man's bedside, got a dose of medicine out of his pocket, and poured it into his mouth. Before you can say "wake up," the old man opened his eyes, asked for water and food, and talked and laughed as if nothing had happened.

The rich man was secretly in awe of the three young men's talents. While he was still making up his mind whom to choose, from out of nowhere in flew a humongous eagle that snatched the rich man's daughter and darted out to the middle of the river. While everyone was still in shock, the first man calmly nocked an arrow onto the bowstring and shot it. The eagle was hit, but then the young woman fell into the water. Right away, the second man plunged into the river. Before long, he resurfaced and swam back to the bank with the young woman in his arms. Not wasting a second, the third man hurriedly took out a dose of antidote from his pocket, opened the woman's mouth, and put the medicine in. Within seconds, the young women coughed up a lot of water and looked up at everyone, completely disoriented.

At that point, the three young men started arguing about who was the one that had actually saved the woman's life. Each of them believed himself to be her rightful husband. Confused and not knowing what to do, the rich man dragged the three young men and his daughter to the mandarin and asked him for his judgment.

At court, the mandarin heard the story and opined, "The one who gave the young woman the antidote is but a benefactor and not necessarily destined to be her husband. The one who shot down the eagle did kill it but could have drowned the woman. The one who dived down to rescue the woman had violated the moral law that men and women must not have physical contact. This man must marry her, as fate has predetermined it."

In the light of the mandarin's conclusion, the rich man decided to marry his daughter to the second young man. The other men had no choice but to willingly accept the mandarin's convincing analysis. They swore brotherhood with the new couple as this was predestined by fate.

Đối với anh chàng thứ nhì, phú ông sai đầy tớ chèo thuyền ra giữa sông rồi ném xuống một cái chén sành. Ông bảo chàng trai:

– Cậu hãy lặn xuống kiếm cái chén và đem lên cho ta mới thực là có tài!

Chàng trai thứ nhì nhảy ùm xuống sông. Mãi gần hai khắc đồng hồ sau, chàng ta mới ngoi đầu lên khỏi mặt nước, một tay giơ cao cái chén sành, trong tiếng reo hò thán phục của mọi người.

Đối với chàng trai thứ ba, ông phú hộ đích thân dắt anh đến một căn nhà lụp xụp ở đầu làng. Ông bảo chàng trai:

– Nhà này có ông lão bệnh nặng sắp qua đời. Nếu cậu cứu được thì mới thực là có tài!

Chàng trai thứ ba đến bên ông lão, móc túi lấy ra một liều thuốc, đổ vào mồm ông lão. Chưa dập bã trầu, ông lão đã mở mắt, đòi ăn uống và cười nói như không có chuyện gì xảy ra.

Phú ông trong bụng tấm tắc khen thầm tài nghệ của ba anh chàng. Ông còn đang phân vân chưa biết xử trí thế nào thì bỗng đâu có một con đại bàng khổng lồ bay ngang cắp lấy cô con gái bay ra giữa dòng sông. Trong lúc mọi người đang hoảng hốt, chàng trai thứ nhất bình tĩnh lắp tên vào cung và bắn một phát. Con đại bàng trúng tên nhưng cô gái đã rơi tõm xuống sông. Lập tức, chàng trai thứ nhì nhảy xuống sông. Chẳng bao lâu, chàng đã trồi lên mặt nước, mang theo cô gái vào bờ. Chàng trai thứ ba không chần chờ gì nữa, vội lấy một liều thuốc trong túi ra, cạy miệng cô gái đổ vào. Trong giây lát, cô gái sặc sụa nôn ra cơ man nào là nước, giương mắt ngơ ngác nhìn mọi người.

Lúc bấy giờ, cả ba chàng trai bắt đầu thi nhau kể công chính mình mới là người cứu mạng cô gái. Ai cũng cho rằng mình mới là kẻ xứng đáng làm chồng cô ta. Phú ông rối trí không biết làm sao, bèn kéo cả ba cùng cô gái lên nhờ quan phân xử hộ.

Ở công đường, quan nghe kể chuyện bèn phán:

– Kẻ cho thuốc cứu mạng cô gái chỉ là ân nhân chứ không nhất thiết là người có duyên làm chồng. Kẻ bắn trúng chim đại bàng chỉ giết được con chim nhưng có thể làm cô gái chết đuối. Còn kẻ lặn xuống mang cô gái vào bờ đã phạm phải điều răn "nam nữ thụ thụ bất thân," phải kết hôn cùng cô gái vì nợ duyên đã định sẵn."

Nghe quan phân xử, phú ông bèn gả con gái cho anh chàng thứ nhì. Hai chàng trai kia đành vui vẻ chấp nhận lý luận phân minh của quan, trở thành anh em kết nghĩa với cặp vợ chồng mà duyên số đã định trước.

Cultural Notes

1. Women in ancient society, influenced by Confucius' teachings, had to live by a rigorous, ethical code of "tam tòng" ("the three modes of submissiveness") and "tứ đức" ("the four virtues"). The four virtues are mentioned in this story: công, dung, ngôn, hạnh, referring to her household skills, presentable appearance, polite speech, and decent behavior. The three modes of submissiveness dictated that a woman be submissive to her father when still at home ("tại gia tòng phụ"), to her husband when married ("xuất giá tòng phu"), and to her son should her husband die ("phu tử tòng tử").

2. Another rigorous moral in the old days is shown through the saying "Nam nữ thụ thụ bất thân," literally meaning that when a man hands something to a woman, he must put it down somewhere for the woman to pick it up. There must be no physical contact between them. In the countryside, this rule was stricter, even for married couples. It required that the wife must sleep on a bed in a back room and the husband on a bed in a front room.

Vocabulary and Expressions

NOUNS

cam   *orange*
chàng rể   *son-in-law*
chén sành   *terra-cotta bowl*
công đường   *mandarin's office*
đại bàng   *eagle*
điều răn   *morals*
duyên số   *love destiny*
gã   *guy*
khắc đồng hồ   *fifteen minutes*
lý luận   *reasoning*
phương thuốc   *remedy*
tài nghệ   *talent*

ADJECTIVES

cơ man nào là   *countless*
lụp xụp   *wobbly*
phân minh   *clear-cut*
rối trí   *confused*
tài ba   *talented*
vẹn toàn   *flawless*

VERBS

bắn một phát   *to take a shot*
cầm   *to hold*
cắp lấy   *to snatch*
cạy   *to force open*
cứu mạng   *to save someone's life*
cứu   *to save, rescue*
dắt   *to take (someone to some place)*
định sẵn   *to predetermine*
đổ   *to pour (something into)*
giơ cao   *to hold up high*
giới thiệu   *to introduce*
giương lên   *to raise*
giương mắt   *to open one's eyes wide*
hộ   *to assist*
kể công   *to claim credit for*
kén rể   *to look for a son-in-law*
kết hôn   *to get married*

kết nghĩa   *to swear brotherhood or sisterhood*
khoe   *to brag*
lắp tên   *to nock an arrow (onto the bowstring)*
lội   *to swim*
móc túi   *to get (something) out of one's pocket*
ngắm   *to aim*
ngoi   *to emerge*
reo hò   *to cheer*
rơi tõm   *to fall abruptly (into the water)*
sai   *to send (someone to do something)*
thán phục   *to admire*
thoát chết   *to escape death*
trồi lên   *to surface (from under the water)*
trúng tên   *to get hit by an arrow*
tung tin   *to spread the news*
xử trí   *to deal with*

ADVERBS

bình tĩnh   *calmly*
bỗng đâu   *from out of
   nowhere*
chẳng bao lâu   *before long*
đích thân   *in person*
lúc bấy giờ   *at that moment*
nhất thiết   *necessarily*
sặc sụa   *chokingly*
tấm tắc   *profusely
   (complimenting)*
tận mắt   *with one's own eyes*

thực là   *truly, really*
trong giây lát   *within moments*
xa tít   *far-off*

IDIOMATIC EXPRESSIONS

cải tử hoàn sinh   *to restore
   to life*
chưa dập bã trầu   *in no time*
công dung ngôn hạnh   *skills,
   appearance, speech and
   behavior (the four attributes
   of a traditional woman)*

hẳng hay   *up till then*
nam nữ thụ thụ bất thân   *men
   and women must not have
   physical contact*
thần sầu quỷ khốc   *awe-
   inspiring*
trăm phát trăm trúng   *never
   missing a target*
trúng ngay phóc   *to hit the
   target*

Discussion Questions

1. If you had to make a decision right after the young men had shown off their talents, which one of them would you pick? Justify your decision.
2. In your opinion, which young man's talent is the result of perseverance and self-discipline? Explain your answer.
3. Do you agree with the mandarin's verdict? Why or why not?

A Faithful Love Story
Not Even Death Can Do Us Part

Most folktales have a happy ending. In those stories, the characters face many tragedies, only to overcome eventually and live a happy life. Having a happy ending is so necessary that many stories employ fantastic details to achieve that goal. It would therefore not be hard to understand why a person has to return to Earth from the great beyond to reunite with her loved one.

Long ago, there lived a young couple named Lam Sanh and Xuan Nuong. Xuan Nuong came from a poor family, while her husband, Lam Sanh, was born into the upper class. Lam Sanh's mother, wife of the district governor and matriarch of the family, was known for her cruelty. She wouldn't allow the couple to share a bed, so they had to secretly meet up.

One evening, Xuan Nuong's parents traveled from afar to visit their daughter. Lam Sanh's mother greeted them with an icy reception. Xuan Nuong's parents were shocked to see their daughter haggard and dressed in rags. They so loved her that they insisted she come home with them, but the matriarch would not allow it, so the old couple staggered home heart-broken.

The following day, the matriarch ordered her servant to beat Xuan Nuong without mercy using a rod. Lam Sanh feared his mother so much that he dared not interfere. Xuan Nuong passed out from the extreme pain. The wounds were so deep that she died a few days later.

Her old parents arrived home still filled with sorrow. One night, her mother saw Xuan Nuong in a dream wearing tattered clothes and covered in blood. She cried to her mother, "Oh, father and mother! My mother-in-law had her servant beat me to death!" When her mother woke up, she recounted the nightmare to the father, and the two hugged each other and cried.

Mối Tình Chung Thuỷ

Chết Vẫn Chưa Lìa

Hầu hết những câu chuyện dân gian đều có một kết thúc có hậu. Trong những câu chuyện như vậy, các nhân vật có thể gặp nhiều thảm kịch, nhưng cuối cùng vẫn vượt qua những thử thách để sống một đời hạnh phúc. Có lẽ một kết thúc có hậu là một yếu tố thôi thúc nên có nhiều câu chuyện phải dùng đến một số chi tiết hoang đường để đạt được mục đích đó. Vì vậy cũng không có gì quá khó hiểu nếu một người phải từ cõi chết trở lại dương thế để đoàn tụ với người yêu của mình.

Ngày xưa có đôi vợ chồng trẻ là Lâm Sanh và Xuân Nương. Xuân Nương nhà nghèo, còn Lâm Sanh là con nhà quan quyền. Phu nhân của quan nổi tiếng là độc ác. Bà không cho hai vợ chồng được chung chăn kề gối nên hai người phải lén lút gặp nhau.

Một hôm, cha mẹ Xuân Nương lặn lội đường xa để đi thăm con. Quan bà đón tiếp hai vợ chồng hết sức lạnh nhạt. Lúc gặp Xuân Nương, hai vợ chồng sững sờ vì thấy con gái mình rách rưới, tiều tuy. Quá thương xót con, lão ông đòi bắt con gái về nhưng quan bà không đồng ý. Thế là hai vợ chồng già thất thểu ra về, lòng đau như xát muối.

Ngay sau đó, quan bà truyền gia nhân dùng roi đánh đập nàng không thương tiếc. Lâm Sanh vì sợ mẹ, không dám can ngăn. Xuân Nương ngất đi trong cơn đau đớn tột cùng. Vì các vết thương quá nặng, chỉ vài ngày sau Xuân Nương đã qua đời.

Về lại nhà, hai vợ chồng già vô cùng đau xót. Một đêm, lão bà thấy Xuân Nương về báo mộng, mình mẩy máu me, áo quần tơi tả. Xuân Nương khóc lóc nói với mẹ: "Cha mẹ ơi! Con đã bị mẹ chồng cho gia nhân đánh đập đến chết rồi!" Tỉnh dậy, lão bà thuật lại mộng dữ với lão ông rồi ông bà ôm nhau khóc ngất.

Her father was determined to bring this to the attention of the local government. Unfortunately, the district governor, Lam Sanh's father, was accepting bribes through his wife and turned a blind eye. So, the old couple traveled to the capital to petition the king. The king summoned Lam Sanh to the palace to question him. Ultimately, Lam Sanh had to recount everything that happened. The king sentenced the matriarch to be beheaded. At the execution, Lam Sanh risked his life to free his mother but was captured by the guards. The matriarch was beheaded, and Lam Sanh was thrown into the dungeon.

One night with a full moon, the princess was taking a stroll in the royal garden to admire the moon. Suddenly, a strange, bright green light streamed in from afar. As the princess approached it, she saw the ragged but handsome youth, Lam Sanh. He detailed to her the pitiful events that had occurred. She summoned her royal maid to fetch some paper and pen and recited a poem out loud to test his skills. Lam Sanh immediately grabbed the pen and composed a poem in response to hers. After reading his rejoinder, she was dumbfounded, as it was a masterpiece.

The next day, the princess brought both poems to present to the king. He profusely praised the young man's literary talents. The king understood clearly Lam Sanh's filial piety to his mother and absolved him of any wrongdoing. His highness was very pleased with Lam Sanh and noticed that the princess also admired this young man. The king promised Lam Sanh that if he were successful in his studies, his highness would grant him his daughter's hand in marriage.

From then on, Lam Sanh put his nose to the grindstone to study hard, and graduated at the top of his class. Keeping his promise, the king married the princess to Lam Sanh. They lived happily together. Even so, Lam Sanh had not forgotten his ill-fated first wife. Every so often, he would visit Xuan Nuong's grave where he would pray while crying. His genuine tears and faithful love moved the heavens above. The Jade Emperor allowed for Xuan Nuong's soul to return to the earth, entering her corpse and resurrecting her. She found her way back to her parents' home to meet her mother and father. The three of them then went looking for Lam Sanh.

Lam Sanh and Xuan Nuong were reunited at the royal court, but it was bitter-sweet. The king allowed Lam Sanh to take Xuan Nuong as his wife. Seeing that he himself was getting old, his highness passed on the throne to Lam Sanh and declared both the princess and Xuan Nuong as queens. From then on, the trio of husband and wives, one young king and two queens as beautiful as the heavens, lived together in eternal happiness.

Lão ông quyết đem sự việc đến cửa quan. Chẳng may, quan huyện đã nhận hối lộ của quan bà nên nhắm mắt làm ngơ. Thế là hai ông bà lại lặn lội ngày đêm để đi đến kinh đô, dâng đơn kiện lên nhà vua. Vua truyền gọi Lâm Sanh vào cung điện để hỏi cho ra lẽ. Cuối cùng Lâm Sanh phải khai thật mọi điều. Vua ra lệnh xử trảm quan bà. Tại pháp trường, Lâm Sanh liều mình chạy tới giải thoát cho mẹ nhưng bị quân lính bắt cả hai lại. Quan bà bị xử trảm còn Lâm Sanh bị giam vào ngục tối.

Vào một đêm rằm, công chúa đang dạo vườn thượng uyển để thưởng trăng. Bỗng từ nơi xa hắt lại một luồng ánh sáng xanh ngời, kỳ lạ. Công chúa đến gần và thấy một thanh niên áo quần rách rưới nhưng khôi ngô, tuấn tú. Lâm Sanh kể rõ câu chuyện thương tâm cho nàng nghe. Công chúa truyền lũ tỳ nữ lấy giấy bút đến và xướng một bài thơ để thử tài chàng. Lâm Sanh liền cầm bút để hoạ lại. Công chúa đọc bài thơ rồi ngẩn ngơ vì đó quả là một tuyệt tác.

Hôm sau, công chúa đem hai bài thơ xướng hoạ dâng lên cho vua xem. Nhà vua cũng tấm tắc khen ngợi tài thi văn của chàng trẻ tuổi. Ngài hiểu rõ lòng hiếu thảo đối của Lâm Sanh với mẹ nên ra lệnh tha tội cho chàng. Ngài rất ưng ý đối với Lâm Sanh, mà xem chừng công chúa cũng rất mực cảm phục chàng trai. Nhà vua hứa với Lâm Sanh là nếu chàng học hành thành tài thì ngài sẽ gả công chúa cho.

Từ đó, Lâm Sanh lo dùi mài kinh sử rồi đỗ trạng nguyên. Giữ lời hứa, nhà vua kết duyên cho Lâm Sanh và công chúa. Hai người sống thật hạnh phúc bên nhau. Tuy vậy, Lâm Sanh vẫn chưa nguôi quên được người vợ cũ xấu số. Thỉnh thoảng, chàng vẫn đi thăm mộ của Xuân Nương. Trước mộ của người xưa, chàng vừa khấn vái, vừa khóc than. Những giọt nước mắt chân thành và tình yêu chung thuỷ của chàng đã làm động đến trời xanh. Ngọc Hoàng cho linh hồn của Xuân Nương trở lại trần gian, nhập lại vào với xác để sống lại. Xuân Nương lần tìm về nhà để gặp cha mẹ. Cả ba người sau đó cùng đi về kinh để tìm gặp Lâm Sanh.

Tại triều đình, Lâm Sanh và Xuân Nương gặp lại nhau, mừng mừng tủi tủi. Nhà vua cho phép Lâm Sanh cưới Xuân Nương làm vợ. Thấy mình cũng đã cao tuổi, ngài truyền ngôi cho Lâm Sanh và tấn phong công chúa cùng Xuân Nương là hai hoàng hậu. Từ đó, ba vợ chồng, một nhà vua trẻ tuổi và hai hoàng hậu sắc nước hương trời, sống bên nhau vô cùng hạnh phúc.

Cultural Notes

1. Most married women in the past lived away from home, like Xuan Nuong. This was harder to bear than it would be nowadays because transportation was not convenient for visits. A popular saying reflects the parents' sentiments regarding this, "Hoài con mà gả chồng xa, một là mất giỗ hai là mất con" ("How we miss the daughter whom we have married off to a faraway husband! We have lost both our death anniversaries and our child."). Their first loss refers to the long-standing tradition that children commemorate their parents' death anniversaries instead of remembering their birthdays.

2. The bribery of mandarins was commonplace during the long centuries of feudalism in old Vietnam. There are many popular sayings regarding this social ill. Some of them are: "Nén bạc đâm toạc tờ giấy" ("A bar of silver can pierce through a paper," i.e., a bribe is more important than a legal document); "Làm quan thì dễ, làm thể thì khó" ("It is easy to become a mandarin but difficult to be a good one"); "Con ơi nhớ lấy lời này, cướp đêm là giặc, cướp ngày là quan" ("O son, keep my word in your heart: night robbers are the enemy and day robbers are the mandarins").

Vocabulary and Expressions

NOUNS
công chúa   *princess*
cửa quan   *local government office*
đêm rằm   *a night with a full moon*
đơn kiện   *petition*
gia nhân   *domestic servant*
giấc mộng   *dream*
hoàng hậu   *queen*
hối lộ   *bribe*
linh hồn   *soul*
lòng hiếu thảo   *filial piety*
mộ   *grave*
mộng dữ   *nightmare*

pháp trường   *place of execution*
phu nhân   *wife*
roi   *rod, whip*
tài thi văn   *literary talents*
trần gian   *world*
trạng nguyên   *principal graduate (in an imperial examination)*
tuyệt tác   *masterpiece*
tỳ nữ   *royal maid*
vết thương   *wound*
xác   *body, corpse*
vua   *king*
vườn thượng uyển   *royal garden*

ADJECTIVES
cao tuổi   *old*
chân thành   *genuine*
chung thuỷ   *faithful*
độc ác   *malicious*
khôi ngô   *handsome*
ngẩn ngơ   *amazed*
rách rưới   *in rags*
sững sờ   *stupefied*
tài hoa   *exquisitely talented*
tiều tuỵ   *ravaged*
tơi tả   *ragged*
tột cùng   *extreme*
tuấn tú   *intelligent*
xấu số   *ill-fated*

VERBS

báo mộng   *to give an omen in a dream*

can ngăn   *to dissuade*

gả chồng   *to marry off*

giải thoát   *to release*

hoạ   *to answer (a given poem) using the same rhymes and meter*

liều mình   *to risk one's own life*

ngất   *to pass out*

oán hận   *to resent*

tấn phong   *to entitle*

thất thểu   *to stagger*

thưởng trăng   *to enjoy the moonlight*

truyền ngôi   *to pass the throne*

truyền   *to give an order*

xử trảm   *to behead*

xướng   *to originate (a poem)*

ADVERBS

hết sức   *extremely*

không thương tiếc   *unmercifully*

lạnh nhạt   *coldly*

lén lút   *secretly*

rất mực   *completely*

IDIOMATIC EXPRESSIONS

chung chăn kề gối   *to share the marriage bed*

đau như xát muối   *heart-broken*

dùi mài kinh sử   *to study diligently*

lặn lội đường xa   *to go the distance*

mừng mừng tủi tủi   *feeling bittersweet*

nhắm mắt làm ngơ   *to look the other way*

sắc nước hương trời   *utterly beautiful*

tấm tắc khen ngợi   *to praise profusely*

Discussion Questions

1. Why didn't the mandarin's wife simply get rid of Xuan Nuong instead of keeping her as her daughter-in-law?

2. Do you believe in dead people appearing in dreams to tell things to their loved ones? Explain your answer.

3. Discuss how hard it could be for Lam Sanh to be torn between his love for his mother and his love for his wife.

The Crab Couple
A Beautiful Symbol of Love

Horseshoe crabs exhibit a unique phenomenon: they usually cling tightly to one another in pairs, which suggests the intimacy in romantic love. The expression "as attached as a pair of horseshoe crabs" helps with depicting two people who never want to part. Some superstitious people eat only the crabs that are still attached when caught. They usually throw away the ones caught alone, lest separation be the fate of their romantic relationship.

In a faraway fishing village, there lived a young married couple. They were very needy, but not when it came to affection for each other. When the couple was together, they could not be separated by even half a step. The husband was a fisherman. Every afternoon, his wife would go to the beach to wait for him to return with his big catch, which she would bring to the market to sell. Such was their peaceful life. Their personalities, however, were quite different from each other. The husband was a man of few words, expressing his feelings for his wife only through his loving gestures. His wife, on the contrary, loved talking. All day long, she would chatter about everything to her husband. While his wife was continuously rambling from one topic to another, the man just listened quietly and attentively to her. From time to time, he would crack a smile at something entertaining that she said. The couple never argued, for he would never want to compete with his beloved wife.

On a rough sea day, the wife stood with other people on the beach waiting for their family boats to return with their daily catch. One by one, the other people's boats slowly came ashore, but her husband's boat was nowhere to be seen. As the last rays of sunlight faded, the wife turned desperate. While other fishing families were happily heading home together with their baskets full of catch, the woman staggered along the beach. She kept walking until the shadow of darkness completely blanketed the coast. At the foot of a large coconut tree, she collapsed in exhaustion and fell asleep amid the furious sound of the evening wind.

It was past midnight when the woman saw, in her fitful sleep, a silver-haired, long-bearded man who said, "I am the tree genie. I wanted to let you know that your husband has survived the sea storm. He is now on a remote island."

The tree genie took out a gem from his pocket, handed it to the woman, and told her, "I am giving you this gem. Put it into your mouth, and you will be taken to that island to be reunited with your husband. Remember to keep the gem securely inside your mouth at all times. Should the gem be dropped, you will fall down as well. When you see your husband, tell him to hold you tightly, and keep the gem firmly inside your mouth so that the both of you will be transported back to the mainland."

Đôi Sam Khắng Khít
Biểu Tượng Đẹp Của Tình Yêu

Ở loài sam có một hiện tượng độc đáo là chúng thường bám chặt với nhau từng đôi một, khiến cho người ta liên tưởng đến sự khắng khít của tình yêu trai gái. Câu thành ngữ "dính nhau như sam" là để giúp hình dung ra hai người lúc nào cũng xoắn xuýt lấy nhau không rời. Có nhiều người tin dị đoan khi chỉ ăn những đôi sam nào khi bắt vẫn dính vào nhau. Khi bắt được con sam nào lẻ loi, họ thường vất đi vì sợ sự chia lìa sẽ vận vào mối tình của mình.

Ở một ngôi làng chài xa xôi có một cặp vợ chồng trẻ. Hai vợ chồng rất nghèo nhưng tình yêu họ dành cho nhau thì không thiếu. Những lúc bên nhau, họ quyến luyến không rời nhau nửa bước. Người chồng làm nghề đánh cá. Cứ chiều chiều, người vợ ra đón chồng ở bãi biển, chờ chàng đem những mẻ cá lớn về. Sau đó nàng đem cá ra chợ bán. Cuộc sống cứ thế êm đềm trôi qua. Tính tình của họ, tuy vậy, rất khác nhau. Người chồng ít nói, chỉ biểu lộ tình cảm của mình với vợ qua những cử chỉ trìu mến.Người vợ, trái lại, thích nói nhiều. Suốt ngày nàng cứ líu lo với chồng về đủ mọi chuyện. Những lúc vợ đang huyên thiên từ chuyện này sang chuyện nọ, chàng chỉ yên lặng nghe vợ nói một cách chăm chú. Lâu lâu chàng lại mỉm cười vì một điều gì đó nàng nói nghe có vẻ thú vị. Hai vợ chồng chẳng bao giờ cãi nhau cả, vì chàng không muốn hơn thua với người vợ yêu quý của mình.

Vào một ngày biển động, người vợ cùng những người khác đứng đợi thuyền của nhà mình về với những mẻ cá hằng ngày. Từng chiếc một, thuyền của những người khác đang dần dần cập vào bờ nhưng bóng dáng chiếc thuyền của chồng nàng vẫn không thấy đâu. Khi trời sụp tối, người vợ trở nên tuyệt vọng. Trong lúc những gia đình ngư phủ khác đang vui vẻ rủ nhau về cùng những thúng cá tôm đầy, người vợ thất thểu đi ven theo bờ biển. Nàng đi, đi mãi cho đến khi bóng đêm hoàn toàn phủ xuống vùng biển. Đến một gốc dừa lớn, người vợ kiệt sức, gục xuống và thiếp đi trong tiếng gió đêm gào thét vang vọng. Đến quá nửa đêm, trong giấc ngủ chập chờn, người vợ thấy một ông lão tóc bạc phơ, râu dài, lên tiếng nói:

– Ta là thần cây đây. Ta báo cho ngươi biết là chồng ngươi đã may mắn thoát cơn bão biển. Hiện giờ anh ta đang ở ngoài một hòn đảo xa.

Thần cây móc trong túi ra một viên ngọc, đưa cho người vợ và bảo:

– Ta cho ngươi viên ngọc này. Ngươi hãy ngậm vào miệng rồi sẽ được đưa đến đảo xa gặp lại chồng. Ngươi phải nhớ là luôn luôn ngậm chặt viên ngọc trong miệng. Hễ ngọc rơi ra thì ngươi cũng rơi xuống theo đó. Đến nơi, khi gặp chồng, hãy bảo anh ta ôm chặt lấy ngươi và ngươi lại ngậm chặt viên ngọc trong miệng để hai vợ chồng cùng bay về lại đất liền.

With these words, the tree genie disappeared. The woman was now wide-awake. As instructed, she put the gem into her mouth and closed it tightly. Right away, her body was lifted into the air, and then flew at full speed with the howling sound of the wind around her. Moments later, she landed on a deserted island. Her husband was sitting gloomily under a tree when he caught sight of his wife approaching him as if it were a dream. The couple hugged, feeling both joy and lamentation. The woman started jabbering to her husband about her encounter with the tree genie and his gem. Afterwards, she told him to hold her tightly, then again closed her mouth with the gem securely inside.

The couple soared into the air, heading for the mainland. During her flight to the island, the worried woman had kept her eyes and her mouth shut the entire time, wishing to see her husband again first. On the flight back to the mainland, she felt overjoyed with her husband by her side. She opened her eyes wide to enjoy the endless view of the sky and the ocean. Seeing the greatness of nature, the woman could not help but attempt to compliment this first view from high above. No sooner had she opened her mouth than the gem slipped out, dropping straight into the blue ocean below her. Because of this, the couple also fell, and drowned in the bowels of the sea. They were transformed into horseshoe crabs, always holding each other tightly just as they had during their last flight back to land, devoted to each other even in their new lives as sea creatures.

Cultural Notes

1. As in many cultures, Vietnamese people recognize various deities, such as those of trees, wealth, Earth, mountains, and rivers. One of the most important deities is that of a village. Since the village is considered a typical image of Vietnamese life, the village deity is of cultural importance in the lives of country people. Officially referred to as "thần Thành Hoàng" ("deity of citadels and trenches"), this deity is believed to safeguard the village and its people. He is solemnly worshiped at the center of the village communal house.

2. Fishing and all things marine are a big part of life for most if not all Vietnamese people. While a large number of families earn their livings on fishing, the rest of the people in the country have different types of seafood on the meal tables every day. Seafood products, aside from being consumed fresh, are also processed and preserved for further use. Fish and shrimp, for example, are pickled or salted in different ways and made into delicious dishes. In particular, Vietnam is also famous for its "nước mắm" or "fish sauce," which is used not only for dipping, but also as one of the indispensable ingredients in most Vietnamese dishes.

Vocabulary and Expressions

NOUNS
bãi biển *beach*
bão biển *sea storm*
bước *step*
cử chỉ *gesture*
đất liền *land, inland*
đôi *pair, couple*
động vật *animal*
dừa *coconut*

hòn đảo *island*
không trung *air, space*
lời dặn *instruction*
lượt đi *departure*
lượt về *return*
mẻ *catch*
sam *horseshoe crab*
thúng *large basket*

PRONOUN
ngươi *you (addressing an inferior)*

ADJECTIVES
bao la *immense*
hoang vắng *deserted*
khắng khít *close, intimate*
quyến luyến *inseparable*

Nói xong, thần cây biến mất. Người vợ tỉnh ngủ hẳn. Nàng cho viên ngọc vào miệng và ngậm lại như lời dặn. Lập tức, thân hình nàng được nhấc bổng lên cao, bay vun vút trong tiếng gió vù vù thổi mạnh qua tai. Chỉ một lúc sau, nàng đã đặt chân xuống một hòn đảo hoang vắng. Người chồng đang ngồi rầu rĩ ở một gốc cây, thấy vợ đến, tưởng chừng như trong mơ. Hai vợ chồng ôm nhau, mừng mừng tủi tủi. Người vợ líu lo nói với chồng về chuyện gặp thần cây với viên ngọc ra sao. Một lúc sau, nàng bảo chồng ôm chặt lấy mình, còn nàng thì ngậm miệng lại để giữ viên ngọc như lúc trước.

Hai vợ chồng cùng được nhấc bổng lên không trung, bay về phía đất liền. Lượt đi, người vợ vì lo lắng cho chồng nên chỉ biết nhắm mắt, ngậm miệng thật kỹ, mong mau đến nơi gặp chồng. Lượt về, nàng vui vẻ hẳn lên vì có chồng bên cạnh. Nàng mở to hai mắt ra nhìn cảnh trời nước bao la. Thấy thiên nhiên hùng vĩ quá, người vợ dằn lòng không được, buột miệng định khen cảnh vật lần đầu tiên nàng được nhìn từ trên cao xuống. Vừa mở miệng, nàng đã làm viên ngọc rớt ra, rơi thẳng xuống làn nước xanh của biển bên dưới. Hai vợ chồng nàng vì thế cũng rơi xuống theo và chết đuối trong lòng đại dương. Hai người hoá thành hai con sam, lúc nào cũng ôm chặt lấy nhau như lúc cùng nhau bay về đất liền, yêu nhau khắng khít ngay cả trong kiếp sống của loài động vật biển.

tỉnh ngủ *awake*	huyên thiên *to palaver*	tuy vậy *however*
trìu mến *endearing*	líu lo *to chirp*	vun vút *fast (flying)*
vù vù *gusty*	mỉm cười *to smile*	yên lặng *quietly*
yêu quý *beloved*	nhắm mắt *to close one's eyes*	
	phủ xuống *to cover*	**PREPOSITION**
VERBS	rời *to leave, part with*	ven theo *along*
báo *to inform*	thiếp đi *to fall asleep*	
biểu lộ *to express*	thiếu *to lack*	**CONJUNCTION**
buột miệng *to slip out*	trôi qua *to pass by, fly by*	hễ *if*
(a word)	vang vọng *to resonate*	
cập vào *to land (boat, ship)*		**IDIOMATIC EXPRESSIONS**
có vẻ *to seem*	**ADVERBS**	từ chuyện này sang chuyện
dành *to reserve*	chặt *tightly*	nọ *from one thing to another,*
đặt chân *to set foot*	hẳn *completely*	*ramblingly*
đón *to welcome*	hoàn toàn *completely*	dằn lòng không được *cannot*
gào thét *to howl*	may mắn *fortunately*	*resist*

Discussion Questions

1. Do you express your feelings to your loved ones in subtle ways or in obvious ways? Elaborate on your answer.
2. Do you believe in the world of deities or any other non-human worlds? Why or why not?
3. This story seems to imply that chattiness is harmful. Do you have any argument to defend it?

Brotherly Love Conquers All
Blood Is Thicker Than Water

From very young, Vietnamese kids are already taught the saying "Siblings are like hands and feet" to appreciate the closeness of brotherly love. This affection can be distracting when people start their own family. A woman or a man can influence their spouse's relationship with their siblings. Nevertheless, wise people understand that their conjugal happiness can be complete only when their spouse lives in harmony with her or his siblings.

The Dien clan was known everywhere in the region not only for their wealth, but also for their unity, harmony, mutual affection, and protection. The three Dien brothers inherited the clan's abundant fortune as well as their precious legacy of living together in harmony. Their parents had both passed away, leaving them with huge wealth, a monumental house, and acres of farmland.

Day in and day out, the brothers lived and worked together happily. Just like the motto, "respect your superiors and yield to your subordinates," never did they raise their voices with one another. If there were any problems, they would all sit down to find a peaceful solution together. The whole village was impressed by their exemplary brotherhood and rare harmony. Whenever another family went through some discord, people in the family would mention the Dien brothers to remind each other of their example.

The second brother was the first one to start his own family. In the beginning, the newlyweds still shared the same house with the other brothers.

After a short time, though, the wife told her husband, "Darling, I suggest that we move out now. Siblings should live their own lives. What do you think?"

The husband appeared hesitant, "I don't think it's the right thing to do, honey. We brothers have been living together like peas in a pod all this time. It would be very unfitting for me to live separately just because I now have a wife."

The wife reacted with a self-pitying voice: "Oh, now I can see that you love Big Brother and Little Brother more than you love me!"

She followed this with a bout of sobbing. The husband was touched by her tears and thought about it long and hard. In the end, he decided to let his brothers know about his intention to leave. Even though the elder and younger brother were dismayed, the second brother's wife felt quite content. However, she did not just stop there.

"If we're going to be separate, we need to make a clean cut," she told her husband. "Why don't you also tell Big Brother to divide the family fortune among the three of you?"

Seeing that they were at the point of no return, the husband went ahead and asked his brothers to distribute the fortune just as his wife instructed. His two brothers tried

Anh Em Nhà Họ Điền

Một Giọt Máu Đào Hơn Ao Nước Lã

Từ nhỏ, trẻ em Việt Nam đã được dạy câu "Anh em như thể tay chân" để biết quý trọng sự gắn bó của tình huynh đệ. Tình anh em rất dễ bị chi phối khi người ta bắt đầu có gia đình riêng. Người đàn bà hay đàn ông thường dễ gây ảnh hưởng đến tình anh em trong gia đình của người phối ngẫu của mình. Tuy nhiên, chỉ những người khôn ngoan mới hiểu được rằng hạnh phúc vợ chồng chỉ trọn vẹn khi người vợ hay chồng của mình sống hoà thuận với anh em của họ.

Dòng họ Điền nổi tiếng khắp vùng không những vì là một dòng họ giàu có mà còn có tiếng là một dòng họ đoàn kết, hoà thuận và biết thương yêu, bảo bọc nhau. Ba anh em nhà họ Điền kế thừa gia sản dồi dào của dòng họ và cả di sản quý báu của ông cha là sự hoà thuận, yên ấm trong gia đình. Cha mẹ của ba anh em đã khuất núi cả, để lại cho họ một gia tài lớn và một căn nhà bề thế cùng ruộng vườn bát ngát.

Ngày ngày họ cùng nhau làm việc, sinh sống thật vui vẻ với nhau. Đúng với câu "trên kính, dưới nhường", họ không bao giờ to tiếng với nhau. Có việc gì khúc mắc, cả ba anh em ngồi lại với nhau để tìm cách giải quyết một cách êm đẹp. Cả làng ai cũng khen ngợi tình huynh đệ gương mẫu và sự hoà thuận hiếm có của ba anh em. Mỗi khi gia đình nào có chuyện bất hoà, họ thường lấy tấm gương của anh em nhà họ Điền ra để nhắc nhở nhau.

Người con thứ hai là người đầu tiên lập gia đình. Mới đầu, cặp vợ chồng mới cưới vẫn ở chung với người anh và người em. Một thời gian ngắn sau đó, người vợ bảo chồng:

– Mình à, tôi nghĩ vợ chồng chúng ta nên ra ở riêng. Anh em kiến giả nhất phận. Mình nghĩ thế nào?

Người chồng ra chiều đắn đo:

– Tôi thấy trông không được, mình ạ. Anh em nhà này từ trước tới giờ ăn ở với nhau như bát nước đầy, giờ chỉ vì tôi có vợ mà lại ra riêng thì chướng lắm!

Người vợ nói lẫy:

– Thế ra mình thương bác Cả và chú Ba còn hơn cả tôi đấy!

Nói rồi chị ta sụt sùi khóc. Người chồng động lòng, suy nghĩ mãi. Rốt cục, anh ta quyết định báo cho anh và em mình biết ý định ra ở riêng. Người anh cả và người em út buồn lắm nhưng người vợ thì rất hài lòng. Tuy nhiên, chị ta chưa dừng lại ở đó. Chị bảo chồng:

– Đã riêng thì riêng cho trót. Mình còn phải nhắc bác Cả chia gia tài ra cho ba anh em nữa đấy.

Đã trót thì phải trét, người chồng lại đòi anh em chia gia tài như lời vợ dặn. Người anh và người em lại cố gắng khuyên lơn người anh thứ nhưng vô hiệu. Cuối cùng, hai người kia đành phải tính đến chuyện chia chác tài sản, ruộng vườn. Người anh cả giữ

every way to talk him out of it, but to no avail. Finally, they had no choice but to prepare for the distribution of their fortune and land. The elder brother would keep the house for ancestor worship, while the rest of the fortune and farmland would be equally divided among the three of them.

In regards to a hundred-year-old tree, which had lush leaves all year round in front of their house, the second brother said, "This tree does not technically belong to the house, thus it must be divided into three portions as well. Let's hire someone to cut it down and take our equal share of its wood."

The following day, as the brothers went out front to wait for the men to cut down the tree, they discovered that the tree was dead, and all its branches and leaves had drooped and withered. The elder brother ran to the tree, hugged it, and sobbed convulsively.

"Why are you crying over such a worthless tree like that?" asked the younger brother.

"I'm crying not for the tree itself," replied the eldest brother, "but because I see that even something as inanimate as a tree has died due to our separation, and this is not even to speak of what will happen to us blood brothers."

His words touched the other brothers' hearts and brought tears to their eyes. The three of them hugged, full of emotion. The wife, witnessing their unique brotherhood, could not control her tears either. In the end, the couple decided not to move out, nor did they ask for the family fortune to be divided up. Soon after, the elder brother got married, followed by the younger brother a year afterwards. The three couples lived together under one roof, in the Dien clan's long tradition of harmony and love. The ancient tree, miraculously, returned to life the day after the incident, as green and lush as before.

Cultural Notes

1. Vietnamese has an intricate system of kinship terms. To refer to the siblings of one's parents, for example, there are many terms to be learned and used properly. On the father's side, one's uncle is called "bác" if he is older, and "chú" if he is younger. A paternal aunt, however, is called "cô," regardless of age—which reflect the Vietnamese people's attitude of "trọng nam khing nữ," or "respecting the man more than the woman." On the mother's side, one's uncle is called "cậu" and one's aunt is called "dì," regardless of age.

2. Although in a Vietnamese family there can be several generations living together, this is not always thought of as optimal. The saying "anh em kiến giả nhất phận" ("each sibling has his or her own fate") emphasizes the importance of siblings living separately. People's mixed feelings toward these two living arrangements can be felt in the saying "Xa mỏi chân, gần mỏi miệng," which literally means "when your loved ones live far away from you, your feet will get tired (of having to travel to visit them), and when they live near you, your mouth will get tired (of having to argue with them)."

Vocabulary and Expressions

NOUNS

cảnh chia lìa *separation*	gia sản *family fortune*	ruộng vườn *farmland*
cây cổ thụ *ancient tree*	gỗ *wood*	tấm gương *role model*
di sản *heritage*	họ *family name*	tình huynh đệ *brotherhood*
dòng họ *clan*	hương hoả *ancestor worship*	truyền thống *tradition*
	ông cha *ancestor*	ý định *intention*

căn nhà đang ở để làm nơi hương hoả, còn bao nhiêu tài sản, ruộng vườn được chia đều ra cho ba anh em. Trước nhà có một cây cổ thụ dễ đến trăm tuổi, cành lá luôn sum suê, tươi tốt. Người anh thứ bảo:

– Cây cổ thụ không thuộc về căn nhà, vậy cũng phải chia làm ba. Ta hãy gọi người chặt nó xuống rồi xẻ ra lấy gỗ chia đều.

Hôm sau, lúc cả ba anh em ra trước nhà để chờ xem thợ chặt cây, cây cổ thụ đã chết tự lúc nào, cành lá đều rũ xuống, khô héo cả. Người anh cả chạy lại, ôm lấy thân cây khóc nức nở.

Người em út hỏi:

– Cây này đáng giá là bao mà anh phải bận lòng khóc lóc như thế?

Người anh cả đáp:

– Anh khóc không phải vì tiếc cây, mà vì thấy cây là loài vô tri vô giác còn khô héo trước cảnh chia lìa, huống hồ gì là anh em chúng ta.

Nghe anh nói, hai người em cảm động rơi nước mắt theo. Cả ba anh em ôm chầm lấy nhau, vô cùng xúc động. Người vợ chứng kiến tình huynh đệ hiếm có của ba anh em cũng không cầm được nước mắt. Cuối cùng, hai vợ chồng quyết định không ra riêng và cũng không đòi chia gia tài nữa. Ít lâu sau, người anh Cả cưới vợ và một năm sau nữa, người em út cũng thành gia thất. Ba cặp vợ chồng cùng chung sống với nhau dưới một mái nhà, hoà thuận và thương yêu nhau như truyền thống lâu đời của nhà họ Điền. Về phần cây cổ thụ, lạ lùng thay, sau ngày hôm đó nó trở lại tươi xanh như trước.

❖ ❖ ❖

ADJECTIVES

bận lòng *concerned*
bất hoà *discordant*
bát ngát *immense*
chướng *inappropriate*
đắn đo *hesitant*
đoàn kết *united*
dồi dào *plentiful*
động lòng *touched*
êm đẹp *peaceful*
gương mẫu *exemplary*
hài lòng *contented*
hiếm có *rare*
hoà thuận *harmonious*
khô héo *withered*
khúc mắc *problematic*
lâu đời *long standing*
sum suê *luxuriant*
trót *inadvertent*
tươi tốt *verdant*
tươi xanh *lush*

vô hiệu *inefficient*
vô tri vô giác *insentient*
xúc động *moved*
yên ấm *peaceful*

VERBS

bảo bọc *to protect*
chặt *to fell, chop down*
chia chác *to divide*
chứng kiến *to witness*
đáng giá *to be worth*
giải quyết *to solve*
kế thừa *to inherit*
khen ngợi *to commend*
nói lẫy *to speak self-pitifully*
ra chiều *to seem*
ra riêng *to move out*
rũ xuống *to droop*
thương yêu *to love*
to tiếng *to raise one's voice*

ADVERBS

huống hồ *let alone*
lạ lùng thay *strangely enough*
rốt cục *eventually*
sụt sùi *convulsively*

IDIOMATIC EXPRESSIONS

anh em kiến giả nhất
  phận *each sibling has his or
  her own fate*
đã trót thì phải trét *in for a
  penny, in for a pound*
khuất núi *to pass away*
như bát nước đầy *with the
  fullest propriety toward one
  another*
thành gia thất *to get married*
trên kính dưới nhường *to
  respect superiors and yield to
  inferiors*

Discussion Questions

1. Why is it recommended that married couples should live separately from their siblings?
2. What are the second brother's wife's reasons for wanting to live separately with her husband?
3. Besides teaching a moral lesson on brotherhood, what is another lesson that this story teaches?

The River Kingdom Princess
True Love Knows No Boundaries

Through their treasure of folktales, Vietnamese people display a belief in the existence of different worlds. In addition to Earth, they believe in heaven and hell, and even mysterious undersea worlds. Furthermore, entities from these worlds can travel across boundaries, communicate with each other, even fall in love and get married. It can be said that the close relationships between those worlds in the stories support the idea of the oneness of the universe.

In one fishing village, there lived a poor but very handsome fisherman. He was handy, diligent, and very dutiful towards his aging father. Not only did many young women from the village dream of being his wife, but no less than a princess down in the heavenly water palace was also in love with him. Every day she disguised herself as a fish and swam around his boat when he cast his nets or dropped a fishing line.

One day, she unfortunately got caught in the young fisherman's net. Finding an unusually beautiful fish with colorful, sparkling fins among his catch, the man put it aside from the rest, not bringing it to the market where he sold his catch. He put it in a bowl on his boat, every day feeding it and watching its colorful fins without getting bored. He imagined that the fish was a beautiful young woman, even whispering sweet nothings to it as if to a real person. One day, while taking the fish out of the bowl to change the water, he accidentally let it slip into the river. Seizing the opportunity to return home, the princess flipped her tail and swam off to see her parents, from whom she had been separated for a while.

After their reunion, however, she started missing the young man who had grown close to her and had taken good care of her. She refused to talk and laugh. The luxurious life in the palace no longer meant anything to the love-stricken princess. The splendid, colorful world of the heavenly water palace and its luxuries could not placate her strong yearning for the simple but loving fisherman on Earth. Noticing their daughter's sad and depressed countenance, the king and his queen asked the reason, and she told them about the fisherman on the river.

At first, the Water King felt very angry. He said, "You are a heavenly water palace princess. You must marry a nobleman in the water world. There cannot be a marriage between water folks and those on Earth."

However, seeing their daughter withering day by day, the royal parents realized that they could not interfere with the powerful passion between the princess and the fisherman. Sooner or later, they would have to accept the reunion of the couple from two different worlds.

The fisherman's life had also gone through a few changes. Since the day he lost the

Công Chúa Thuỷ Cung

Tình Không Biên Giới

Qua kho tàng truyện dân gian của mình, người Việt thường cho thấy quan niệm về sự tồn tại của nhiều thế giới khác nhau. Ngoài trái đất ra, người ta tin rằng còn có sự hiện hữu của cõi trời, cõi địa ngục, và cả những thế giới kỳ bí dưới lòng đại dương và sông ngòi. Không những thế, những thực thể ở các thế giới đó còn có thể qua lại, liên lạc với nhau, kể cả thương yêu và lập gia đình với nhau. Có thể nói rằng mối liên quan mật thiết giữa các thế giới đó trong các câu chuyện đã nhấn mạnh quan điểm về tính nhất thể của vũ trụ.

Ở một làng chài nọ có anh chàng đánh cá nghèo nhưng rất xinh trai. Anh tháo vát, chăm chỉ làm ăn và rất hiếu thảo đối với người cha già. Không những các cô gái trong làng mơ ước được làm vợ anh mà cả một nàng công chúa dưới thuỷ cung cũng say mê anh không kém. Ngày ngày, mỗi khi chàng trai giăng lưới hay buông câu bắt cá, nàng công chúa thuỷ cung vẫn đội lốt cá bơi quanh quẩn theo thuyền của anh.

Một hôm, chẳng may nàng bị mắc vào lưới của chàng trai ngư phủ. Thấy một con cá đẹp khác thường lẫn trong đám cá, vẩy đủ màu óng ánh, chàng trai giữ riêng ra, không mang đến chợ bán như các loại cá khác. Chàng nuôi con cá trong một cái chậu để trên thuyền, ngày ngày cho cá ăn rồi ngắm nghía lớp vẩy sặc sỡ không chán mắt. Chàng tưởng tượng cá là một thiếu nữ xinh đẹp tuyệt trần, lắm khi thủ thỉ với cá những lời trìu mến như nói chuyện với người thật vậy. Một hôm, đang bắt cá ra khỏi chậu để thay nước, chàng trai lỡ tay làm vuột cá ra, rơi xuống nước. Nàng công chúa sẵn dịp trở về chốn cũ, vẫy đuôi quay về thăm cha mẹ lâu ngày xa cách.

Nhưng sau những ngày trùng phùng với cha mẹ, nàng lại càng nhớ nhung chàng trai đã gần gũi, nuôi nấng mình lâu nay. Nàng trở nên biếng nói biếng cười. Cuộc sống xa hoa trong cung điện giờ đây không có ý nghĩa gì với nàng công chúa đang tương tư nữa. Khung cảnh huy hoàng, đầy màu sắc của thế giới thuỷ cung cùng những tiện nghi của cung điện không thể nào làm nàng nguôi thương nhớ bóng hình của chàng ngư phủ mộc mạc mà đa tình trên dương thế. Thấy con lúc nào cũng mặt ủ mày chau, vua và hoàng hậu tra hỏi duyên cớ ra sao thì nàng kể lại chuyện chàng ngư phủ trên bờ cho cha mẹ nghe. Thoạt đầu, vua Thuỷ tề giận lắm. Ngài phán:

– Con là công chúa thuỷ cung, phải kết duyên cùng con nhà quyền quý ở thuỷ phủ. Không thể nào có nhân duyên giữa người dưới thuỷ cung với kẻ trên trần thế.

Tuy nhiên, thấy con gái càng ngày càng héo hon, vua và hoàng hậu thấy rằng không thể nào ngăn cản được tình yêu mãnh liệt của công chúa với chàng trai ngư phủ. Sớm muộn gì các ngài cũng phải chấp nhận ngày tái hợp giữa đôi trai gái ở hai cõi khác nhau như vậy.

Về phần chàng ngư phủ, cuộc sống của chàng cũng trải qua nhiều thay đổi. Từ ngày làm vuột mất con cá xinh đẹp đã trở thành như một người bạn thiết, chàng cứ tiếc ngẩn

beautiful fish, he became almost like a tin man. He felt sad and missed the fish day and night, just like it was a real lover. His fishing days turned monotonous and dull. On top of that, his frail father had fallen ill and passed away, making his life even lonelier. He lost his zest for life, everyday going to work on the river like a ghost. Gone was the natural enthusiasm of a young man full of energy and optimism of days past. Then one day, while wearily sitting in his boat fishing, the young man happened to catch the beautiful fish again. As he looked on in joy, the fish turned to a lovely young woman.

"Who are you?" asked the young man, perplexed.

"I am a heavenly water princess," she replied. "I'm the fish that has secretly been in love with you. I have gotten permission from my parents to reunite with you and get married."

A few days later, the princess invited the poor fisherman down to the heavenly water palace for a visit and introduction to the king and the queen. A wedding between the heavenly water princess and the fisherman—now officially a dignified prince consort— solemnly took place in the magnificent ambience of the heavenly water palace. The new couple lived happily together, sometimes in the royal underwater world, sometimes on the peaceful river on Earth.

Cultural Notes

1. While farming is the main work of the people living on the highlands and deltas of Vietnam, fishing is the work of the people living long the coasts of the country. The total length of the coasts facing the East Sea (in the Pacific Ocean) is more than 3,000 km. It should also be noted that in the countryside in places where there are rivers, fishing is a common way to earn one's living as well. Villages are typically built near rivers. Vietnam has approximately 400 rivers across the country. Fish and other types of seafood are regular dishes on every family's table.

2. The original royal title given to a king's son-in-law was "hoàng tế" ("royal son-in-law"). However, this title was replaced by another one, "phò mã," which was used in this story. This term was a variation of the term "phụ mã" ("coach assistant"), which used to be the job of the mandarin who protected the king travelling in a coach. In a historical incident in China during the Jin Dynasty (265–420), a coach assistant mandarin murdered the king he was supposed to protect. After that incident, this position was assigned to the king's son-in-law for security reasons.

Vocabulary and Expressions

NOUNS
bạn thiết   *close friend*
chuỗi   *series*
dương thế   *earthly world*
khung cảnh   *scenery*
lạc quan   *optimism*
làng chài   *fishing village*
lời triu mến   *loving word*
nghị lực   *energy*
ngư phủ   *fisherman*

phò mã   *prince consort*
thuỷ phủ   *water world*
thuỷ tề   *water world*
tiện nghi   *comforts, conveniences*
trần thế   *earthly world*
vẩy   *scale*
ý nghĩa   *meaning*

ADJECTIVES
buồn tẻ   *boring*
chăm chỉ   *hard-working*
chán mắt   *tired of looking*
cố hữu   *inherent*
cô quạnh   *lonely*
đa tình   *amorous*
hăng hái   *enthusiastic*
héo hon   *lackluster*
hiếu thảo   *filially pious*

tiếc ngơ và ngày đêm thương nhớ cá như thương nhớ một người yêu thật vậy. Những ngày đi giăng câu bắt cá của chàng trở nên vô vị và buồn tẻ. Tiếp đến, người cha già yếu của chàng lâm bệnh và qua đời, làm chuỗi ngày sống của chàng càng thêm cô quạnh. Chàng mất hết niềm vui sống, ngày ngày ra sông làm việc như người mất hồn, không còn vẻ hăng hái cố hữu của một chàng trai đầy nghị lực và lạc quan như ngày trước. Một hôm, đang ngồi thẫn thờ câu cá, chàng trai tình cờ bắt lại được con cá xinh đẹp ngày trước. Chàng đang mừng rỡ khôn xiết thì con cá đã hoá ra một cô gái xinh đẹp. Chàng trai ngỡ ngàng hỏi:

– Nàng là ai?

Nàng công chúa đáp:

– Thiếp chính là công chúa thuỷ cung, là con cá từ lâu nay đã thầm yêu trộm nhớ chàng. Thiếp đã được vua cha và mẫu hậu cho phép gặp lại chàng để kết duyên cầm sắt.

Mấy ngày sau, chàng trai ngư phủ nghèo khó được công chúa đưa xuống thăm thuỷ cung và ra mắt vua cùng hoàng hậu. Đám cưới giữa nàng công chúa thuỷ cung và chàng ngư phủ—giờ đây đã là chàng phò mã uy nghi—diễn ra thật trọng thể trong khung cảnh tráng lệ của thuỷ phủ. Hai vợ chồng sống hạnh phúc với nhau, lúc thì trong thế giới vương giả dưới thuỷ cung, lúc thì trên sông nước êm đềm trên dương thế.

huy hoàng *resplendent*	đội lốt *to wear a disguise*	khôn xiết *indescribably*
mất hồn *spiritless*	giăng lưới *to cast a net*	lắm khi *oftentimes*
mộc mạc *simple*	kết duyên *to get married*	quanh quẩn *around*
óng ánh *glittering*	lỡ tay *to accidently cause*	thoạt đầu *at first*
quyền quý *noble*	*something to happen*	tiếp đến *next, subsequently*
sặc sỡ *colorful*	mắc vào lưới *to get caught*	
thẫn thờ *sluggish*	*in a net*	**IDIOMATIC EXPRESSIONS**
tháo vát *handy*	mơ ước *to dream*	biếng nói biếng cười *too sad*
tương tư *love-stricken*	ngắm nghía *to gaze at*	*to speak or laugh*
uy nghi *majestic, dignified*	nguôi *to subside*	kết duyên cầm sắt *to tie the*
vô vị *insipid, flat*	nhớ nhung *to miss*	*knot*
vương giả *royal*	say mê *to adore*	lâu ngày xa cách *apart for a*
xinh trai *handsome*	tái hợp *to reunite*	*long time*
	tưởng tượng *to imagine*	mặt ủ mày chau *in a sad mood*
VERBS	vẫy đuôi *to wag the tail*	sớm muộn gì *sooner or later*
buông câu *to cast a fishing*	vuột *to slip off*	tiếc ngẩn tiếc ngơ *to regret*
rod		*profoundly*
chấp nhận *to accept*	**ADVERBS**	
đánh cá *to catch fish*	khác thường *unusually*	

Discussion Questions

1. As a royal in the underwater world, the river princess would face several obstacles to keep her from marrying the human fisherman. What would these obstacles be?
2. In your opinion, what caused the fisherman to have romantic feelings for a beautiful fish?
3. Do you think the marriage between the water princess and the human fisherman was appropriately handled? Why or why not?

The Quicksilver-Filled Scale
Instant Karma

Within the circle of people who believe in karma, people complain that oftentimes it takes too long for karma to work (in the next life or the one after). For this reason, some people are not afraid to do bad things. On the other hand, quite a few cases of instant karma have happened around us, like stern warnings for everyone. There are also people like the couple in the story that you are about to read, who do not wait until something bad to happen to them because of their dishonesty. They know it is time to stop. For that reason, the karma that they get is not as severe as one would have predicted.

In a lively town crowded with people and bustling businesses, there lived a couple who sold meat. Theirs was one of the most popular shops, busy with customers coming in and out at all times. Their flourishing business was due to their warm and caring hospitality. On top of that, they always had the freshest and tastiest meat, which few other shops could offer. Thanks to their success, the couple soon became wealthy. They constantly improved and expanded their shop over time. Next to the shop stood their house, which was no less imposing. A few years after they built it, the wife gave birth to a pair of twin boys. The babies were adorably chubby and were soon walking and talking. All the townspeople praised the family for their great blessings.

However, no one knew that in order to get to where they were now, the couple had been making their fortune by running a dishonest business. The husband had invented a weighing scale with a hollow handle, half of which was filled with mercury. The couple would use this weighted scale to weigh the meat. Every time they bought meat from wholesalers, they would tilt the handle toward the weight, and the mercury inside would move in that direction. This way, the weight of the meat was reduced, and they ended up paying less while getting more. When they sold their meat, they would now tilt the handle towards the hook. The mercury would move in that direction, adding more weight to the meat, and they would end up earning more for selling less. That was how the couple made huge profits from modest capital. The money just kept growing and growing until they could not even keep track of it anymore.

One evening, the whole family was together after dinner. The husband pensively watched their cute kids merrily at play.

He told his wife, "My dear, our sons are growing fast and getting smarter every day. Financially, we have more than enough now. I think it's time we got rid of the cheating scale so we can leave good karma for our children."

The wife agreed with these reasonable words. The couple then held a rite of repentance, during which they prayed for Buddha's forgiveness. After the rite, the husband

Cái Cân Thuỷ Ngân

Quả Báo Nhãn Tiền

Trong giới những người tin vào quả báo, người ta có thể nghe lời than phiền rằng nhiều khi phải thật lâu (kiếp sau hay kiếp sau nữa) quả báo mới hiệu nghiệm, vì vậy nhiều người chẳng sợ gì mà không làm việc ác. Ngược lại, quanh chúng ta cũng không thiếu gì những trường hợp của quả báo nhãn tiền như là những lời răn đe nghiêm khắc cho tất cả mọi người. Cũng có những người như cặp vợ chồng trong câu chuyện mà các bạn sắp đọc sau đây. Họ không đợi đến khi có chuyện xấu xảy ra như một hình phạt đối với hành động bất lương của họ, mà biết dừng lại đúng lúc. Vì thế quả báo mà họ phải nhận lãnh cũng không đến nỗi nặng nề như họ tưởng.

Ở một khu phố sầm uất nọ, nơi dân cư đông đúc và việc buôn bán rất phồn thịnh, có vợ chồng gã bán thịt. Hàng thịt của họ là một trong những hàng đắt khách nhất, lúc nào cũng nườm nượp người ra vào. Sở dĩ hai vợ chồng buôn may bán đắt như vậy là vì lúc nào họ tiếp khách cũng rất niềm nở, ân cần. Đã vậy, hàng của họ luôn luôn có thịt ngon và tươi, ít hàng nào sánh bằng. Nhờ buôn bán thành công như thế, chẳng bao lâu hai vợ chồng giàu có hẳn lên. Hàng thịt của họ luôn được sửa sang, ngày càng rộng lớn và khang trang. Bên cạnh hàng thịt là nhà riêng của hai vợ chồng cũng đồ sộ không kém. Cất nhà được vài năm, người vợ có mang và sinh ra một cặp sinh đôi trai. Hai thằng bé thật mũm mĩm, chẳng bao lâu đã biết đi, biết nói. Hàng phố ai cũng tấm tắc khen gia đình anh hàng thịt được đại phước.

Tuy vậy, không ai biết được rằng, để có được ngày hôm nay, hai vợ chồng hàng thịt vẫn chuyên nghề buôn gian bán lận. Anh chồng nghĩ ra cách chế một cái cân thịt có cán rỗng. Bên trong cán, anh ta đổ đầy một nửa là thuỷ ngân. Lúc cân thịt, vợ chồng thay nhau cân theo kiểu gian lận đã định sẵn. Khi mua thịt của bạn hàng vào, họ dốc cán cân về đằng quả. Thuỷ ngân trong cán dồn về phía quả cân làm cho thịt nhẹ bớt cân nên họ mua nhiều trả ít. Lúc bán thịt ra cho khách hàng, họ lại dốc cán cân về đằng móc. Thuỷ ngân trong cán dồn về phía móc làm cho thịt nặng thêm cân nên họ bán ít thu nhiều. Cứ thế mà hai vợ chồng buôn bán một vốn bốn lời, tiền bạc mỗi ngày cứ sinh sôi nảy nở, đếm không xuể.

Một buổi tối nọ, cả nhà quây quần trong nhà sau bữa cơm. Người chồng trầm ngâm nhìn hai đứa con kháu khỉnh đang mải mê nô đùa, bảo vợ:

– Hai con ta càng ngày càng lớn, thông minh đĩnh ngộ. Nhà ta thì tiền bạc dư thừa. Tôi nghĩ đã đến lúc ta bỏ cái cân lừa lọc đi mà để đức cho các con, bà ạ.

Người vợ nghe phải nên ưng thuận. Hai vợ chồng làm một lễ sám hối, khấn với trời phật xin tha tội cho họ. Lễ xong, người chồng đập cái cân ra. Trong cái cán rỗng, chỗ thuỷ ngân ngày trước đã biến mất, chỉ còn lại một cục máu đỏ bầm. Hai vợ chồng lấy làm kinh sợ, càng bảo nhau từ đó về sau lo tu thân tích đức, tránh dữ tìm lành. Nhưng ít

broke the scale. Inside the hollow handle, the mercury had disappeared. In its stead was a mass of purplish blood. Horrified, the couple reminded each other that they wanted to start living an honest life and stay away from anything immoral. However, not long after that, one of the boys suddenly fell ill and died. No sooner had the couple finished mourning for him than the other boy also died unexpectedly. The couple grieved, cried, and blamed both themselves and the heavens. They simply could not comprehend why they still had to face such tragedy after having repented. They no longer cared about their business and just spent their days sitting and looking sorrowfully at each other.

In both of their dreams one night, Buddha appeared to the couple. He told them, "Do not rush to blame Heaven and Earth. Earlier, Heaven saw how dishonest you were with your business, so He sent two demons down to be reincarnated as your children with a duty to clean out your fortune as fast as possible. Now that you have repented, Heaven has recalled them. If you keep living a decent life and helping the poor, He will grant you two other children to raise."

Waking up from their dreams, the couple hugged each other and sobbed. Obedient to Buddha's words, they continued living a moral life, did honest business, and generously helped the poor and needy. One year later, just as Buddha had said, the wife became pregnant and had another pair of incredibly beautiful twins. Since then, the meat vendor's family was again filled with children's laughter and happiness.

Cultural Notes

1. Imbued with Buddhist teachings, many Vietnamese people believe that the good deeds that they have done during their lifetime can yield blessings that will be handed down to their posterity. They usually practice "tu thân, tích đức" ("improve one's self and accumulate good merit") to leave the good merit behind for their children and grandchildren, or "để đức cho con cháu" in Vietnamese.

2. Buddhist people in Vietnam believe in two types of karma, "instant karma" (or "quả báo nhãn tiền"—"karma in front of your eyes"—as it is usually said in Vietnamese) and the type of karma that waits until one's next life. The term "karma", from Sanskrit, means "the sum of intentional actions." For most anything that happens to a person in this life, it is believed that something else was the cause of it from his or her previous life. "Instant karma", on the other hand, seems to be something that happens to a person immediately after he or she has done something to deserve it. Vietnamese people, whether Buddhist or not, would all agree with the popular saying "Gieo gió gặt bão" ("If you sow the wind, you will reap a storm").

Vocabulary and Expressions

NOUNS
cái cân   *weighing scale*
cán   *handle*
cân   *weight (amount)*
cặp sinh đôi   *twins*
đại phước   *great blessing*
dân cư   *resident*
đức   *virtue*
hàng phố   *town; townspeople*

móc   *hook*
quả cân   *weight (metal object)*
thuỷ ngân   *mercury*
trẻ thơ   *young children*
việc buôn bán   *business*

ADJECTIVES
đạo đức   *moral*
đĩnh ngộ   *good-looking*

đông đúc   *crowded*
gian lận   *fraudulent*
kinh sợ   *horrified*
lừa lọc   *deceitful*
mũm mĩm   *chubby*
ngập tràn   *filled, inundated*
nườm nượp   *in flocks*
phồn thịnh   *prosperous*
rộn rã   *boisterous*

lâu sau, một đứa con bỗng dưng bệnh nặng rồi lăn ra chết. Hai vợ chồng chưa kịp khóc thương thì liền mấy hôm sau, đứa con còn lại cũng lăn ra chết nốt. Cả hai buồn rầu, khóc lóc, hết trách thân rồi lại trách trời đất. Họ không hiểu vì sao đã sám hối rồi mà vẫn còn gặp điều không may như thế. Cả hai không còn thiết đến làm ăn buôn bán gì nữa, suốt ngày chỉ rầu rĩ ngó nhau.

Một đêm nọ, hai vợ chồng cùng nằm mộng thấy Bụt hiện về. Trong giấc mơ, Bụt bảo:

– Vợ chồng ngươi đừng vội oán trách trời đất. Ngày trước, Trời thấy các ngươi buôn bán lọc lừa nên cho hai con quỷ xuống đầu thai làm con của các ngươi cốt để phá của, làm cho các ngươi sớm tán gia bại sản. Nay thấy các ngươi thành tâm sám hối, Trời bắt hai con quỷ ấy về rồi. Nếu các ngươi ăn ở tử tế, bố thí cho người nghèo thì Trời sẽ cho lại hai đứa con khác mà nuôi.

Tỉnh dậy, hai vợ chồng ôm nhau khóc. Nghe lời Bụt, họ tiếp tục cuộc sống đạo đức, buôn bán lương thiện và không tiếc tiền giúp đỡ người nghèo khó. Một năm sau, đúng như lời Bụt dạy, người vợ có mang và sinh ra một cặp sinh đôi khác, tướng mạo vô cùng đẹp đẽ. Từ đó, gia đình anh hàng thịt lại rộn rã tiếng cười của trẻ thơ và ngập tràn hạnh phúc.

rỗng *hollow*
sầm uất *busy (with activity)*

VERBS
bố thí *to give alms*
chế *to manufacture*
chuyên *to specialize*
đếm *to count*
dốc *to tilt*
dồn *to accumulate*
nô đùa *to play*
oán trách *to blame*
phá của *to ruin a fortune*
quây quần *to gather*

sám hối *to repent*
sánh *to compare*
sửa sang *to remodel*
tiếp khách *to welcome a guest or customer*

ADVERBS
không xuể *incapably*
lương thiện *honestly*
thành tâm *whole-heartedly*

PREPOSITION
về đằng *towards*

IDIOMATIC EXPRESSIONS
buôn gian bán lận *to do dishonest business*
buôn may bán đắt *to have a successful business*
một vốn bốn lời *to be the cash cow*
sinh sôi nảy nở *to grow exponentially*
tán gia bại sản *to go bankrupt*
tránh dữ tìm lành *to tell right from wrong*
tu thân tích đức *to live a moral life*

Discussion Questions
1. The essence of karma is that you are responsible for your own actions. However, do you think supernatural powers had any role in this story? Explain your answer.
2. Why do you think the couple was not punished by the Jade Emperor, but instead was given another pair of twins?
3. What do you think is symbolized by the blood inside the scale handle?

The Story of the Narcissus
The Reverse Side of Beauty

Flowers are usually symbols of beauty. People tend to fabricate fantastic, delightful tales about many kinds of flowers in an attempt to enhance their beauty. The story below, however, is a counterexample of that. The story of the narcissus can probably be told differently in each country. According to the Vietnamese, the flower's pretty shape and its royal yellow color, ironically, hide a story about greed and selfishness.

Once upon a time, there was a rich man who was on his deathbed. He gathered his four sons to his bedside to utter his final words. He told the brothers to always love and protect one another under all circumstances. Regarding his fortune, he entrusted it to the eldest son to divide up equally among the four of them. After his instructions, he closed his eyes and peacefully left this earth. The brothers mourned their father deeply and gave him a proper burial.

A few days later, as they all sat down to distribute the fortune, the eldest brother, acting on behalf of the deceased father, kept the biggest house for ancestor worship. In addition, he took possession of four acres of the most fertile farmland that the father left behind. The next two brothers took two other houses, whose dimensions were second only to that of the eldest brother's house. Each of them also claimed three acres of rich farmland. In the end, there remained only a very small house with a barren patch of land in the back. The youngest brother, by default, inherited this leftover piece of property. Although very unhappy, he did not want to displease his brothers over a materialistic matter. Therefore, he calmly accepted his share without showing any sign of dissatisfaction.

After all the fortune had been divided, each son went to his respective home. The youngest one quietly moved into his tiny new house. He slowly stepped out to his backyard, looking at his small plot of land. It had been abandoned for a long time, drearily covered with weeds. Suddenly, he thought of his old father who had just passed away, and tears started rolling down his cheeks. He pictured the days ahead when he would have to toil very hard in the hope of turning this wasted garden into a productive land for his survival. The longer he thought about it, the more self-pity he felt, and he ended up weeping hysterically.

Out of nowhere, Buddha appeared and asked, "Why are you crying, son?"

"O His Holiness," replied the youngest brother, choked up with tears, "I am crying because I miss my father, who has recently passed away. I also feel sorry for my orphaned life and worried about my uncertain future."

Buddha stroked his hair and gently said, "Underneath the soil of this garden lie the seeds of selfishness. Greed is but the fruit of human egoism, the desire to possess every-

Hoa Thuỷ Tiên

Mặt Trái Một Vẻ Đẹp

Hoa thường là biểu tượng của cái đẹp. Người ta thường thêu dệt những câu chuyện ly kỳ, diễm lệ về các loài hoa để làm tăng thêm vẻ đẹp của chúng. Nhưng câu chuyện dưới đây lại là một phản ví dụ của điều nói trên. Có lẽ sự tích của hoa thuỷ tiên được kể khác nhau trong mỗi quốc gia. Theo cách kể của người Việt, hình dạng xinh xắn và màu vàng vương giả của hoa thuỷ tiên, mỉa mai thay, lại che giấu một câu chuyện về lòng tham lam và ích kỷ.

Ngày xưa có một ông nhà giàu sắp đến giờ lâm chung. Ông gọi bốn người con trai lại bên giường để trăn trối. Ông dặn dò các anh em phải luôn thương yêu và đùm bọc lẫn nhau, dù trong bất cứ hoàn cảnh nào. Về gia sản, ông giao cho người con cả để chia đều ra cho bốn anh em. Dặn dò xong, ông thảnh thơi nhắm mắt lìa trần. Bốn anh em khóc thương cha thảm thiết và sau đó cùng nhau lo an táng ông thật chu đáo.

Mấy hôm sau, khi các anh em ngồi xuống để chia gia tài, người anh cả, với danh nghĩa quyền huynh thế phụ, giữ lấy căn nhà lớn nhất vì anh là người thừa tự. Ngoài ra, anh ta còn chiếm bốn mẫu ruộng màu mỡ nhất của ông cụ để lại. Hai người anh kế thi nhau chiếm hai căn nhà khác, về mặt bề thế chỉ kém có căn nhà của người anh cả. Mỗi người trong bọn họ còn chiếm ba mẫu ruộng phì nhiêu. Sau cùng, chỉ còn lại một căn nhà rất nhỏ, phía sau có một mảnh đất khô cằn sỏi đá. Người em út nghiễm nhiên thừa hưởng chút của cải còn sót lại đó. Anh buồn lắm, nhưng không muốn vì vật chất mà làm mếch lòng các anh. Vì thế, anh chỉ yên lặng nhận phần được chia mà không tỏ vẻ gì bất mãn cả.

Sau khi chia của xong xuôi, mỗi người con ai về nhà nấy. Người em út lặng lẽ dọn về căn nhà nhỏ bé của mình. Anh lững thững bước ra sau nhà, ngó ra mảnh vườn nhỏ. Vườn bỏ hoang đã lâu, cỏ dại mọc trông thật tiêu điều. Anh chạnh nghĩ đến người cha già vừa qua đời, chợt hai hàng nước mắt thi nhau lăn dài trên má. Anh hình dung ra những ngày sắp đến phải làm việc cật lực mới mong biến mảnh vườn khô cằn này thành một mảnh đất nhiều cây trái để đắp đổi qua ngày. Càng nghĩ anh càng cảm thấy tủi thân và cuối cùng anh bật khóc nức nở. Chợt Bụt từ đâu hiện ra, hỏi anh:

– Vì sao con khóc?

Người em út nghẹn ngào đáp:

– Thưa Ngài, con khóc vì nhớ cha mới qua đời, ngồi đây mà tủi phận côi cút và nghĩ đến những ngày sắp tới chưa biết sẽ ra sao.

Bụt vuốt đầu anh, nhẹ nhàng nói:

– Ở dưới lớp đất của mảnh vườn này là những mầm mống của sự ích kỷ. Lòng tham chẳng qua là kết quả của sự ích kỷ của con người, bao giờ cũng muốn có tất cả mọi thứ trên đời cho thoả mãn nhu cầu cá nhân mà không đếm xỉa tới quyền lợi

thing in life to gratify personal wants without considering the benefits of others. Nevertheless, I will help you by turning those seeds of selfishness into beautiful flowers. They will bring you a comfortable life. On your end, all you'll need to do is put a lot of effort into plowing the soil and fertilizing it, in order for the seeds to sprout quickly."

When Buddha disappeared, the youngest brother did as told, plowing and fertilizing the small garden. Indeed, when spring arrived, young buds miraculously burst forth from under the soil. Their leaves became larger and larger, and finally the flowers shyly bloomed. Their petals were pure white while their pistils were dark yellow. The youngest brother named the flower "*Thuy Tien.*" He picked the flowers, bundled them up, and brought them to the market for sale for the first time. Customers were very fond of the new flower with its exquisite white color. They fought each other to buy the flowers so much that he did not have enough flowers to sell. He joyously returned home and continued to water and fertilize the bulbs in preparation for the upcoming spring. Within only a few years, the youngest brother had become the owner of a sizable *Thuy Tien* flower garden and lived a comfortable life together with a sweet wife and a bunch of adorable children.

Nowadays people usually display *Thuy Tien* on the first day of the New Year because they love the flower's pure white color. However, few of them know that the flower came from the seeds of selfishness.

Cultural Notes

1. In the traditional Vietnamese family, the eldest brother played a very important role. He was only second to the father when it came to power, even more so after the father passed away. The phrase "quyền huynh thế phụ" used in the story reflects this clout. However, to his younger siblings, the eldest brother had to show generous affection as well, as in the phrase "trên kính, dưới nhường" ("respecting superiors and yielding to subordinates").

2. The narcissus flower can be grown not only in soil but also in water, and this has become an art form for many avid Vietnamese flower growers. They cut the bulbs in special ways, to guide the leaves and the blossoms to take certain shape when they start to bud. Skillful flower growers time the blooming to occur around midnight on the Lunar New Year's Eve. Narcissus flowers can last about five to six days, which is a short time compared to how long it takes the growers to prepare them for their punctual blooming. The flower therefore also represents the ephemeral world, as shown in the phrase "thuỷ tiên sớm nở, tối tàn" ("A narcissus blooms in the morning and wilts in the evening").

Vocabulary and Expressions

NOUNS
bó *bundle*
cánh hoa *petal*
cỏ dại *weed*
củ *bulb*
hoa thuỷ tiên *narcissus*
kết quả *result*
lộc non *young leaf*
lòng tham *greed*

mầm mống *seed*
mẫu *acre*
nhu cầu *need, demand*
nhuỵ *pistil*
nụ hoa *bud*
quyền lợi *interest*
ruộng *rice field*
vật chất *materialism*

ADJECTIVES
bất mãn *dissatisfied*
bỏ hoang *abandoned*
cá nhân *personal*
côi cút *orphaned*
ích kỷ *selfish*
kiêu sa *exquisite*
màu mỡ *fertile*
phì nhiêu *rich, fertile*

của kẻ khác. Nhưng ta sẽ giúp con bằng cách biến những mầm mống ích kỷ đó thành những bông hoa đẹp. Những bông hoa này sẽ giúp con có được một cuộc sống thoải mái. Về phần con, con chỉ cần ra sức cày xới và bón phân cho mầm sớm nảy.

Khi Bụt biến đi rồi, người em út y lời, ra công cày xới và bón phân cho mảnh vườn nhỏ. Khi mùa xuân đến, quả nhiên những mầm xanh từ dưới đất trồi lên một cách kỳ diệu. Rồi những lộc non lớn dần lên và cuối cùng là những nụ hoa e ấp chớm nở. Hoa có cánh màu trắng tinh khiết, chính giữa là nhuy vàng thắm. Người em út đặt tên hoa là Thuỷ Tiên, hái vào nhà, bó thành bó và thử đem ra chợ bán. Khách hàng rất ưa thích loại hoa mới lạ với màu trắng kiêu sa này. Họ tranh nhau mua hoa làm anh không có đủ để bán. Người em út vui vẻ trở về, chăm chỉ tưới nước, bón phân cho các củ thuỷ tiên nở thành hoa vào mùa xuân tới. Chỉ mấy năm sau, anh đã làm chủ một vườn hoa thuỷ tiên lớn trong vùng và sống một cuộc đời sung túc bên cạnh một người vợ hiền và đàn con kháu khỉnh.

Ngày nay, người ta thường chưng hoa thuỷ tiên vào những ngày đầu năm vì ưa thích màu trắng tinh khiết của nó, nhưng ít ai biết rằng loài hoa này bắt nguồn từ mầm mống của lòng ích kỷ.

sung túc   *well-to-do*
thoải mái   *easy, comfortable*
tiêu điều   *dreary*
tinh khiết   *pure*

VERBS
bắt nguồn   *to originate*
bón phân   *to fertilize*
cày xới   *to plough*
chạnh nghĩ   *to come to mind*
chớm nở   *to blossom*
chưng   *to display*
còn sót   *to remain*
đếm xỉa   *to care about*
đùm bọc   *to protect*

khóc thương   *to mourn*
làm mếch lòng   *to displease*
ra sức   *to make an effort*
thoả mãn   *to satisfy*
thừa hưởng   *to inherit*
thừa tự   *to inherit*
tưới nước   *to water*
vuốt đầu   *to stroke one's hair*

ADVERBS
cật lực   *with all one's might*
lặng lẽ   *quietly*
thành thơi   *nonchalantly*
y lời   *obediently*

IDIOMATIC EXPRESSIONS
chẳng qua là   *to be nothing else but*
đắp đỗi qua ngày   *to make ends meet*
khô cằn sỏi đá   *barren*
nhắm mắt lìa trần   *to breathe one's last*
quyền huynh thế phụ   *an eldest brother's acting on behalf of his father*

Discussion Questions

1. If you were the youngest brother, would you still respect the eldest one given that he acted greedily and unfairly? Explain your answer.
2. Was it true that beneath the barren soil were the seeds of greed that Buddha made into flowers, or was there something else? Give your opinion.
3. What does the contrast between the beauty of the narcissus and the meaning of this flower suggest? Elaborate on your answer.

The Fable of the Grasshopper
A Good-For-Nothing Girl

You might wonder why a girl should waste her time embellishing herself while all the mothers tell their sons to stay away from her. Regarding the girls who only pay attention to their appearances and forget about self-improvement, there is a metaphoric expression "having color without fragrance", implying that they are no different than those kinds of flowers. In the fable that follows, a good-for-nothing girl has to pay a dear price for her vanity.

Long, long ago there lived a young woman who had many vices. While her family was poverty-stricken, she was lazy, never trying to do anything to help her parents. While they were toiling hard, all she liked to do was sit in front of a mirror all day long and put makeup on her face. Only when she was severely scolded did she reluctantly go fetch wood for her mother to do the cooking. Whenever she had some extra wood, she would sell it in the market and use the money to buy new clothes. Her mother wanted in vain for her to learn how to cook and sew, in the hopes of finding her a husband. Whatever dish she was taught to cook, she ruined it right away. If she was told to embroider a handkerchief, you would not know whether to laugh or cry at the result.

Seeing that her daughter was coming of age, but still careless, the mother worriedly said, "You have already grown up, and you still can't do anything properly! What's more, you always live beyond your means. Beauty is only skin-deep, my dear! Who would want to marry a woman like you?"

The mother was right—no one in the village could find anything good about her to praise. In their eyes, she was but a vain good-for-nothing. No parents would want to consider her for their sons. Any place she went, the young village men would stay away. The children, on the other hand, would swarm around her to make fun of her flamboyant and bizarre style of dress, which looked like a circus performer's costume. She took this as a compliment and only stepped it up, donning more and more ridiculous outfits.

When she was not forced to work or spending hours looking in the mirror, the young woman loved to wander around the village to show off her new clothes, which she believed to be very fashionable. One fine morning, while strolling along the village roads as usual, she unexpectedly ran into a group of people. They were the king's soldiers and maids who had accompanied the princess on her outing. Who knows if they were doing their job right, but the princess had slipped away without their knowledge. They were extremely fearful and had to divide themselves into small groups to go search for her.

Seeing the young woman pass by, the soldiers and maids flocked to her like drowning people grabbing onto a float, anxiously asking her, "Miss! Miss! Have you seen the princess go by?"

Sự Tích Con Cào Cào

Cô Gái Vô Tích Sự

Chúng ta có thể tự hỏi một cô gái tốn công trau chuốt để làm gì khi các bà mẹ lúc nào cũng dặn dò con trai của mình phải tránh xa cô gái ấy. Đối với những cô gái chỉ để ý đến bề ngoài mà quên đi việc trau dồi đức hạnh, người ta thường dùng câu nói ẩn dụ "hữu sắc vô hương", ý nói các cô chẳng khác chi những loài hoa như thế. Cô gái vô tích sự trong câu chuyện dưới đây đã trả một cái giá quá đắt đớm cho tính phù phiếm của mình.

Ngày xưa có một cô gái có nhiều tính xấu. Nhà cô rất nghèo nhưng cô lại lười biếng, chẳng muốn làm gì để giúp cha mẹ cả. Trong lúc cha mẹ cô cực nhọc làm việc thì suốt ngày cô chỉ thích ngồi soi gương, tô lục chuốt hồng. Bị la rầy lắm thì may ra cô mới miễn cưỡng đi kiếm củi về cho mẹ nấu cơm. Hôm nào có củi dư, cô mang ra chợ bán để dành tiền vào việc chưng diện. Mẹ cô muốn dạy cô nấu nướng, thêu thùa để mong kiếm được một tấm chồng sau này nhưng rõ thật vô ích. Dạy cô nấu món ăn nào, cô làm hỏng ngay món đó. Bảo cô thêu một cái khăn tay thì nhìn vào ta không biết nên cười hay nên mếu. Thấy con gái đã đến tuổi cập kê rồi mà vẫn ăn chưa no, lo chưa tới, mẹ cô buồn rầu bảo:

– Con đã lớn rồi mà chẳng biết làm gì ra hồn cả! Đã vậy con còn có thói con nhà lính, tính nhà quan. Cái nết đánh chết cái đẹp, con ạ! Ngữ này thì chẳng anh nào dám rước đâu.

Bà mẹ nói rất đúng, hàng xóm không ai khen cô cả. Trong mắt họ, cô chỉ là một cô gái đồng đảnh, vô tích sự. Không bậc cha mẹ nào muốn dòm ngó cô cho con trai của họ. Cô đi đến đâu thì bọn trai làng lảng ra xa đến đó, còn trẻ con thì lại bu theo cô, chọc ghẹo vì chúng thấy cô ăn mặc sặc sỡ, lố lăng như phường chèo. Cô tưởng thế là hay, lại càng làm già, càng ngày càng ăn mặc diêm dúa.

Ngoài những lúc phải miễn cưỡng làm việc hay những lúc ngồi hàng giờ soi gương ngắm bóng, cô gái chỉ thích đi tha thẩn trong làng để khoe những bộ cánh mới mà cô cho là đẹp lắm. Một buổi sáng đẹp trời nọ, cô gái đang đi dạo trên con đường làng như mọi lần thì tình cờ gặp một tốp người. Đó là một nhóm lính hầu của vua và các tì nữ đi theo công chúa dạo chơi. Chẳng hiểu hầu hạ thế nào mà đám lính hầu và tì nữ đã để công chúa trốn đi đâu mất. Cả bọn vô cùng sợ hãi, nháo nhác chia ra từng tốp đi tìm công chúa. Thấy cô gái đi ngang, cả bọn như người sắp chết đuối vớ được chiếc phao, vồ vập hỏi cô:

– Cô ơi! Cô có thấy công chúa đi qua đây không?

Cô gái chẳng thấy công chúa hay hoàng tử nào cả, nhưng cô đang loá mắt vì thấy các cô tì nữ ăn vận đẹp đẽ, đủ màu, đủ kiểu. Cô vờ gật đầu rồi bảo:

– Có, tôi có thấy. Hãy cho tôi một cái áo màu hồng rồi tôi sẽ chỉ cho!

Cả đoàn người mừng rỡ, cho cô cái áo hồng. Cô gái mặc vào rồi chỉ tay về hướng

The young woman had seen neither princesses nor princes, but she was dazzled by the maids in their colorful and stylish clothes. She feigned a nod and said, "I certainly did. Give me a pink dress, and I will show you where she went!"

The group was overjoyed and gave her a pink dress. After putting it on, the young woman pointed to the north. As the group rushed that direction, she merrily walked on in her new frock. At another part of the road, she ran into another group asking for the princess. She repeated her request, this time asking for a purple dress and pointing to the south. She saw two more groups after that and got a yellow dress, then a blue one, before pointing to the east and then to the west. She put on all the colorful dresses at the same time and looked ridiculously flashy. She danced with each step, completely filled with joy. Shortly after that, however, all the groups of soldiers and maids returned to one spot after failing to find the princess.

Catching sight of the young woman, they cried out, "There's the deceitful girl! Get her! Get her!"

The young woman became terrified and started to flee. The whole group ran after her, screaming and yelling. At a turn, she slipped, fell on a large rock, and was instantly killed. Her head was crushed flat, and she turned to a grasshopper. That is the reason why nowadays grasshoppers, with their flashy wings, do nothing but harm crops when they are not eating or playing.

Cultural Notes

1. As most mothers in the old times, the one in this story wants to prepare her daughter for married life by trying to train her to become a traditional woman. When married, a woman was expected to sacrifice herself to take care of her husband and children, and rarely the other way around. The image of a married woman toiling to support her family is depicted in the popular verse, "Thân cò lặn lội bờ sông, gánh gạo nuôi chồng tiếng khóc nỉ non" ("The slender woman works hard at the river bank, sobbingly carrying rice baskets on her shoulder to support her husband").

2. As in English, the difference between "cào cào" ("grasshopper") and "châu chấu" ("locust") is not always clear-cut. This winged insect can be interchangeably called both these names by most Vietnamese people. Country kids have the game of catching grasshoppers and holding their hind legs. In that posture, the grasshoppers abruptly move up and down, which makes the kids think they are "pounding rice"; hence, the popular verse they sing during this game "Cào cào giã gạo cho nhanh, mẹ may áo đỏ áo xanh cho cào" ("Hey, grasshopper, pound your rice faster, and Mom will make red and green dresses for you"). The story above must have been inspired by this verse.

Vocabulary and Expressions

NOUNS
bộ cánh   **1** *outfit* **2** *pair of wings*
cào cào   *grasshopper*
củi   *firewood*
hướng bắc   *north*
hướng đông   *east*
hướng nam   *south*
hướng tây   *west*
khúc quanh   *turn*
phường chèo   *traditional operetta*
tính xấu   *vice, bad habit*
tốp   *group*

ADJECTIVES
bẹp dí   *crushed flat*
cực nhọc   *arduous*
diêm dúa   *flamboyant*
đỏng đảnh   *sassy*
hân hoan   *cheerful*
lố lăng   *ridiculous*

bắc. Trong khi tốp người vội vã chạy về hướng ấy, cô vui vẻ đi tiếp trong chiếc áo màu hồng mới. Đi một quãng, cô lại thấy một tốp khác hỏi tìm công chúa. Cô gái trả lời y như lần trước, nhưng lại đòi một chiếc áo màu tím và chỉ tay về phía nam. Cứ thế, cô gặp thêm hai tốp người nữa, có thêm một chiếc áo vàng và một chiếc áo xanh và chỉ về hương đông rồi hướng tây. Cô khoác hết các chiếc áo đủ màu lên người, trông vô cùng loè loẹt. Cô vừa đi vừa nhún nhẩy, trong lòng rất đỗi hân hoan. Nhưng chỉ một lát sau, bốn tốp lính hầu và tì nữ không tìm ra công chúa đâu, tụ nhau về một chỗ. Nhác thấy cô, bọn họ kêu lên:

– Con bé lừa lọc kìa! Bắt lấy nó! Bắt lấy nó!

Cô gái hoảng hốt, cắm đầu chạy. Đoàn người đuổi theo cô, la hét ầm ĩ. Đến một khúc quanh, chẳng may cô vấp chân, ngã vào một tảng đá lớn chết tốt. Đầu cô bị bẹp dí, cô hoá thành con cào cào. Đó là lý do vì sao ngày nay loài cào cào suốt ngày chỉ hết ăn đến chơi, lại đi phá hoại mùa màng trong bộ cánh đủ màu sặc sỡ của chúng.

loè loẹt *flashy*	mếu *to turn down one's lips*	**IDIOMATIC EXPRESSIONS**
lười biếng *lazy*	nhác thấy *to catch sight of*	ăn chưa no, lo chưa
vô ích *useless*	nháo nhác *to scurry here and*	tới *carefree*
vô tích sự *worthless*	*there*	cái nết đánh chết cái
	nhún nhẩy *to dance, bounce*	đẹp *beauty is only skin-deep*
VERBS	soi gương *to look in the*	con nhà lính tính nhà quan *to*
ăn vận *to dress*	*mirror*	*live beyond one's means*
bu *to swarm over*	tha thẩn *to wander*	sắp chết đuối vớ được chiếc
chọc ghẹo *to make fun*	trốn *to hide*	phao *like a drowning man*
chưng diện *to dress up*	vấp chân *to trip over one's feet*	*trying to clutch at a straw*
gật đầu *to nod*		tô lục chuốc hồng *to apply*
khoác *to put on (clothing)*	**ADVERBS**	*makeup*
la hét *to scream*	miễn cưỡng *unwillingly*	
làm già *to exaggerate*	vồ vập *anxiously*	
lảng xa *to stay away*		

Discussion Questions

1. Could the young woman's lifestyle be considered a way of being rebellious against the norm imposed on her? Defend your argument.
2. Do you believe that your style of dress makes a statement about you? Explain your answer.
3. Like the girl in the story, grasshoppers are considered harmful insects. Can you think of a few ways they could be useful for human beings?

The Witnessing Termite
An Older Man Outsmarted by a Young Boy

It is often said, "When going out, ask the elderly; when coming home, ask the young ones", which means that you learn life experience from the elderly and truth from kids. The little boy in the story below tells the truth in a flowery and figurative way. This smart kid also helps his poor parents out of their hard life by banking on a rich man's curiosity, forcing him to keep his promise with an extremely clever trap.

There was a poor couple whose capital was nothing more than their ten-year-old son, who was smarter than any other child his age. The couple worked themselves sick all year round, but always found themselves in need with debts piling up. One day, a rich man in the village came to their house to collect his debt.

Seeing only a little boy sitting idle on the front porch, the rich man asked, "Where are your parents, kid?"

The boy nonchalantly replied, "My dad went out to cut live plants and grow dead ones. My mom went out to sell wind and buy sticks."

The rich man knitted his brows. "What a liar you are! What the heck are those strange jobs? What did you mean by that?"

The boy simply smirked without answering. The rich man could not resist being curious, so he told the boy, "If you explain it to me, I will forgive all your parents' debt!"

The boy retorted, "Who will be the witness to what you just said?"

The rich man thought to himself, "This rascal is trying to outsmart me. Let's see who's smarter than whom." Seeing a termite on the front wall, he pointed at it and said, "There, that termite will be my witness. Go ahead and explain!"

Con Mối Làm Chứng

Già Mắc Lừa Trẻ

Người ta thường nói: "Đi hỏi già, về nhà hỏi trẻ", ý nói muốn học hỏi kinh nghiệm sống thì tìm đến những người lớn tuổi, còn muốn biết sự thật thì hỏi trẻ con. Cậu bé trong câu chuyện dưới đây đã nói lên sự thật một cách văn hoa, bóng bẩy. Cậu bé thông minh này lại còn giúp cha mẹ nghèo khổ của mình thoát ra khỏi cảnh túng thiếu bằng cách khai thác tính tò mò của ông nhà giàu và buộc ông ta phải giữ lời hứa của mình bằng một cái bẫy vô cùng khôn khéo.

Có cặp vợ chồng nhà nghèo nọ vốn liếng không gì hơn là một đứa con trai lên mười nhưng thông minh hơn những đứa bé cùng tuổi rất nhiều. Hai vợ chồng quanh năm đầu tắt mặt tối mà lúc nào cũng thiếu ăn và nợ nần chồng chất. Một hôm có ông bá hộ đến tận nhà đòi nợ. Thấy nhà vắng tanh, chỉ có thằng bé ngồi chơi trước hiên, ông bá hộ hỏi:

– Thầy bu mày đi đâu cả rồi?

Thằng bé đủng đỉnh đáp:

– Thầy con đi chém cây sống, trồng cây chết; còn bu con đi bán gió mua que ạ.

Ông bá hộ nhíu mày:

– Thằng này chỉ láo! Làm quái gì có những nghề lạ đời ấy. Mày nói thế nghĩa là thế nào?

Thằng bé chỉ tủm tỉm cười không đáp. Không nhịn được, ông bá hộ lại bảo:

– Mày giảng cho tao nghe thì nhà mày có nợ nần gì tao tha cho cả!

Thằng bé vặn lại:

– Ông nói thế thì có ai làm chứng nào?

Ông bá hộ nghĩ thầm: "Thằng nhãi ranh này chỉ đòi trứng khôn hơn rận thôi. Để xem ai khôn hơn ai khắc biết". Thấy trên vách nhà phía trước có một con mối, ông chỉ vào nó và bảo:

– Đấy, có con mối này làm chứng nhé. Mày giải thích đi!

The boy glibly said, "When you cut live plants and grow dead ones, you actually transplant rice stalks. When you sell wind and buy sticks, you actually sell paper fans and buy bamboo. There, I've explained it to you. Please remember to forgive my parents' debt."

The rich man took off without looking back, secretly commending the boy's wit, but also regretting his promise to forgive his parents' debt. Words are but wind, he thought, no one would possibly believe this kid over me. He told himself, "In a few days, I'll come back and collect!"

Indeed, the rich man returned to the poor couple's house. Seeing him, they were terrified and repeatedly told him of their miserable plight, asking him for a delay of the payment.

The boy ran up to the adults and interrupted them, "Don't worry, Mom and Dad. This man has already promised me that he would forgive your debt!"

Hardly had the husband opened his mouth to scold his son for being disrespectful before the rich man yelled loudly, "You are a big liar! When did I ever promise anything? Where's the proof? Do you want me to take your parents to the mandarin for judgment?"

"Please go ahead, sir," the boy calmly answered. "I will present proof then."

The rich man angrily left. The frightened couple asked their son for an explanation.

The boy simply said, "Don't be afraid. When you are summoned by the mandarin, remember to take me along with you."

The rich man actually did bring the case to the mandarin. When the plaintiff and the defendants were face to face, the mandarin asked for the whole story. The rich man was quick to speak first, telling about the couple's delinquency in paying back their debt, but skipped the part where he made a promise to the little boy. During his turn, the husband honestly admitted that he did not have the money to pay off the debt, but that his son told him the rich man had promised to forgive it.

The mandarin looked down to the boy, asking in a menacing voice, "Hey, little kid! How could it be that an adult would promise debt forgiveness to such a little one like you?"

The boy said, crossing his arms in respect, "Your Honor! I'm telling the truth. On the day the rich man promised that to me, a termite on the pillar witnessed it."

"You are lying!" the rich man hastily cut in. "The termite was on the wall, not on the pillar!"

Upon hearing that, the mandarin clapped his hands in laughter, "Then it is indeed a true story! You have to keep your promise to forgive the debt of this clever boy's parents."

The rich man, hating his old self for having been tricked by a kid who was still wet behind the ears, furiously left. The couple and their smart son gratefully kowtowed to the mandarin, and happily went home together.

Thằng bé nói liến láu:

– Thầy con đi chém cây sống, trồng cây chết nghĩa là đi cấy lúa, còn bu con đi bán gió mua que tức là đi bán quạt để lấy tiền mua tre đấy ạ. Đấy, con giải thích cho ông nghe rồi. Ông nhớ xoá nợ cho thầy bu con nhé!

Ông bá hộ quày quả bỏ đi, vừa thầm phục thằng bé, vừa tiếc đã lỡ mồm hứa xoá nợ cho thầy bu nó. Song ông nghĩ lời nói gió bay, chẳng lẽ thiên hạ lại tin thằng bé này hơn mình được. Ông nhủ thầm: "Vài hôm nữa, ta lại sang đòi nợ tiếp!"

Mấy hôm sau, ông bá hộ lại sang nhà đôi vợ chồng nghèo. Vừa thấy ông, hai vợ chồng thất kinh hồn vía, thi nhau kể lể cảnh túng thiếu và xin ông thương tình cho khất nợ. Thằng bé con lon ton chạy lại, nói xen vào:

– Thầy bu khỏi lo ạ. Ông đây đã hứa với con sẽ xoá nợ cho thầy bu rồi đấy!

Người chồng chưa kịp cất tiếng la con là vô phép thì ông bá hộ đã quát lớn:

– Thằng này láo! Tao hứa với mày bao giờ? Bằng chứng đâu? Mày muốn tao đưa thầy bu mày lên cho quan xử không?

Thằng bé bình tĩnh đáp:

– Xin ông cứ trình quan ạ. Lúc ấy con sẽ đưa bằng chứng.

Ông bá hộ vùng vằng bỏ về. Hai vợ chồng sợ hãi, hỏi con chuyện gì đã xảy ra. Thằng bé chỉ một mực nói:

– Thầy bu đừng sợ. Khi nào quan đòi, thầy bu nhớ cho con đi theo với.

Ông bá hộ kiện lên quan thật. Khi hai bên nguyên bị đối mặt, quan hỏi đầu đuôi câu chuyện. Ông bá hộ giành phần nói trước, kể chuyện cặp vợ chồng muốn quỵt nợ ông mà lờ đi lời hứa với thằng bé. Đến lượt người chồng thưa thật là chưa có tiền trả nợ, nhưng thằng bé con thì bảo ông bá hộ đã hứa với nó sẽ xoá nợ cho vợ chồng anh rồi. Quan ngó xuống, quát thằng bé:

– Thằng nhãi kia! Làm sao có chuyện người lớn mà đi hứa xoá nợ với đứa trẻ con như mày được?

Thằng bé vòng tay thưa:

– Bẩm quan, có thật ạ. Hôm ấy ông bá hộ hứa với con có con mối trên cột nhà làm chứng đấy.

Ông bá hộ vội vã xen vào:

– Mày chỉ nói điêu! Con mối trên vách chứ làm gì có con mối nào trên cột nhà!

Nghe thế, quan vỗ tay cười ha hả:

– Thế là chuyện có thật nhé! Người phải giữ lời xoá nợ cho thầy bu thằng bé thông minh này đấy!

Ông bá hộ tức mình già đầu mà dại để mắc mưu thằng bé miệng còn hôi sữa, hậm hực bỏ ra ngoài. Hai vợ chồng cùng thằng bé con tinh khôn vui mừng lạy tạ quan rồi dắt nhau ra về.

Cultural Notes

1. Rice planting is a meticulous process. There are two fields prepared for the two stages of planting. The first field is prepared for planting rice seedlings. When the young rice plants are about two months old, they are pulled up, and their leaves partially trimmed. Their roots are then soaked in fertilizer and transplanted to a second field, which has been readily plowed, watered and carefully harrowed to turn to mud. Between the time of transplanting and ripening (about three months), the rice plants need three periods of weeding and fertilizing, which is the most important part of the whole process. The saying "Công cấy là công bỏ, công làm cỏ là công ăn" ("The transplanting labor does not count as much as the weeding labor") reflects the significance of the last step in the process.

2. The slats of paper fans, or handheld fans, are usually made of bamboo by country people in Vietnam. Theses slats revolve around a pivot so the fan can be opened and closed flexibly. In the cities, handheld fans can be fancier, and the materials can be feathers or silk instead of paper. Bamboo slats can also be replaced by those made of plastic, sea turtle shells, or imitation sea turtle shells.

Vocabulary and Expressions

NOUNS

bá hộ   *rich man*
con mối   *termite*
cột nhà   *pillar*
gió   *wind*
hiên   *porch*
quạt   *fan*
que   *stick*
thằng nhãi   *rascal*
thầy bu   *parents (Northern dialect)*
thiên hạ   *people*
tre   *bamboo*
vốn liếng   *capital money, fortune*

ADJECTIVES

chồng chất   *accumulated*
lạ đời   *odd*
tinh khôn   *clever*
vắng tanh   *deserted*
vô phép   *disrespectful*

VERBS

cấy lúa   *to transplant rice stalks*
chạy lon ton   *to scuttle*
giảng   *to explain, to lecture*
kể lể   *to spin a long yarn about*
khất nợ   *to ask for a delay in debt payment*

lạy tạ   *to kowtow gratefully*
lỡ mồm   *to make a slip of the tongue*
nhủ thầm   *to tell oneself*
quát   *to scream*
tha   *to forgive*
trồng   *to plant, to grow*
tủm tỉm cười   *to smirk*
vặn lại   *to retort*
vỗ tay   *to clap one's hands*
vòng tay   *to cross one's arms*
xen vào   *to interrupt*
xoá nợ   *to forgive a debt*

ADVERBS	IDIOMATIC EXPRESSIONS	lời nói gió bay *(the written*
đủng đỉnh *nonchalantly*	đầu tắt mặt tối *to be over head*	*word endures), the spoken*
liến láu *glibly*	*and ears in work*	*word disappears*
quày quả *without looking*	làm quái gì *how in the world*	miệng còn hôi sữa *to be wet*
back	*could it be that …*	*behind the ears*
		thất kinh hồn vía *to scare out*
		of one's wit

Discussion Questions

1. How do you think the little boy knew such a cryptic description of his parents' jobs?
2. In your opinion, which of the following cost the rich man his debt payment: his curiosity, his underestimation of the little boy, or his lack of wit? Give evidence from the story.
3. What technique did the little boy use in tricking the rich man into saying what he said regarding the termite?

Vietnamese-English Vocabulary

A

å đào N *songstress*
å PRON *she, her (pejorative)*
ai oán ADJ *plaintive*
ái ngại ADV *sympathetically*
åm đạm ADJ *gloomy*
an bình ADJ *peaceful*
an táng V *to bury*
án thư N *desk*
anh lái đò N *boatman*
ánh đèn N *lamp light*
ảnh hưởng N *influence*
ao N *pond*

Ă

ăn cắp V *to steal*
ăn năn V *to repent*
ăn vận V *to dress*

Â

âm lịch N *lunar calendar*
âm mưu V *to conspire*
âm phủ N *hell, netherworld*
âm thầm ADV *quietly*
ầm ĩ ADV *stridently*
ân cần ADV *thoughtfully*
ân nhân N *benefactor*
ấn ngọc N *gemstone seal*
ấn tượng N *impression*
ẩn nấp V *to hide*
âu yếm ADJ *loving*

B

bà lớn N *mandarin's wife*
bá hộ N *rich man*
bạc N *silver*
bạc bẽo ADJ *ungrateful*
bạc phận ADJ *ill-fated*
bài thơ N *poem*
bãi biển N *beach*
bẩm V *to speak to a superior*

ban lệnh V *to give an order*
ban nãy ADV *a while ago*
ban thưởng V *to reward*
bàn bạc V *to discuss*
bàn thờ N *altar, shrine*
bạn chí thân N *best friend*
bạn thân N *close friend*
bạn thiết N *close friend*
bàng hoàng ADJ *stupefied*
bảnh bao ADJ *dapper*
bao la ADJ *immense*
bao tải N *jute bag*
bao trùm V *to pervade*
bao vây V *to surround*
báo V *to inform*
báo mộng V *to give an omen in a dream*
báo thù V *to revenge*
bảo bọc V *to protect*
bảo toàn V *to preserve*
bảo vệ V *to protect*
bão biển N *sea storm*
bát ngát ADJ *immense*
bày vẽ V *to instruct*
bắn cung V *to shoot arrows*
bắn một phát V *to take a shot*
băng mình V *to dash through*
bằng chứng N *proof*
bằng lòng V *to accept*
bằng vàng ADJ *golden*
bắt mạch V *to feel the pulse*
bắt nguồn V *to originate*
bần hàn ADJ *poor, miserable*
bẩn thỉu ADJ *dirty*
bận bịu ADJ *busy*
bận lòng ADJ *concerned*
bận tâm ADJ *preoccupied*
bất chợt ADV *suddenly*
bất cứ ADJ *any*
bất đắc dĩ ADV *unwillingly*
bất giác ADV *suddenly*
bất hoà ADJ *discordant*

bất mãn ADJ *dissatisfied*
bất ngờ ADV *unexpectedly*
bất nhẫn ADJ *intolerant*
bật cười V *to burst out laughing*
bầu không khí N *mood*
bè N *raft*
bén ADJ *sharp*
bén mảng V *to come near*
bẹp dí ADJ *crushed flat*
bê V *to carry*
bề thế ADJ *imposing*
bênh vực V *to defend*
bệnh hoạn ADJ *sickly*
bị ám ảnh ADJ *obsessed*
bí mật ADV *secretly*
biên giới N *border*
biển cả N *high sea*
biển động N *rough sea*
biện hộ V *to justify, defend*
biệt hiệu N *nickname*
biểu lộ V *to express*
bịn rịn ADJ *loath to part with someone*
bình tĩnh ADV *calmly*
bình vôi N *pot of slaked lime*
bò V *to crawl*
bó N *bundle*
bó gối V *to wrap one's arms tightly around one knees*
bó tay V *to have one's hands tied*
bỏ hoang ADJ *abandoned*
bón phân V *to fertilize*
bóng dáng N *shadow, silhouette*
bóng đêm N *darkness*
bóng tối N *darkness*
bố thí V *to give alms*
bổ V *to assign*
bộ cánh N **1** *outfit* **2** *pair of wings*
bội phần ADV *many times more*
bồn chồn ADJ *restless*
bông lau N *white reed*
bổng ADJ *treble, high*
bỗng đâu ADV *from out of nowhere*
bỗng dưng ADV *all of a sudden*

bột N *powder*
bờ cõi N *frontier, territory*
bới V *dig up*
bu**1** N *mother (Northern dialect)*
bu**2** V *to swarm over*
bụ bẫm ADJ *chubby*
bùa phép N *incantation*
búa N *hammer*
bủn rủn ADJ *flaccid*
bụng dạ N *abdomen and stomach; (fig.) heart of hearts*
buộc V *to tie*
buồn bực ADJ *frustrated*
buồn rầu ADJ *sorrowlful*
buồn tẻ ADJ *boring*
buông câu V *to cast a fishing rod*
buột miệng V *to slip out (a word)*
bức tranh N *painting*
bực mình ADJ *upset*
bừng tỉnh V *to wake up abruptly*
bước N *step*
bươn bả ADV *hurriedly*

C

ca dao N *folksong, popular verse*
cá N *fish*
cá nhân ADJ *personal*
cả cười V *to laugh loudly*
cả ghen ADJ *overly jealous*
cả tin ADJ *overly trusting*
cai trị V *to rule*
cài V *to pin*
cái cân N *weighing scale*
cải trang V *to disguise oneself*
cãi vã V *to argue*
cam N *orange*
cảm động ADJ *moving*
cảm tình N *liking*
cảm xúc N *emotion*
can ngăn V *to dissuade*
cán N *handle*
cản V *to stop someone from doing something*

canh V *to watch, guard*
canh cánh ADJ *hauntingly obsessed*
cánh N *wing*
cánh đồng N *field*
cánh hoa N *petal*
cảnh chia lìa N *separation*
cảnh ngộ N *plight, situation*
cảnh tượng N *scene*
cao ngất ngưởng ADJ *soaring-tall*
cao ráo ADJ *nice and tall*
cao tuổi ADJ *old, aged*
cào cào N *grasshopper*
cáu kỉnh ADV *sullenly*
cày xới V *to plough*
cạy V *to force open*
căm hận V *to resent*
cắn lưỡi V *to bite one's tongue*
cắp lấy V *to snatch*
cặp sinh đôi N *twins*
cầm thú N *birds and animals*
cầm V *to hold*
cấm V *to prohibit*
cân N *weight (amount)*
cần cù ADJ *diligent*
cần mẫn ADJ *diligent*
cận ADJ *close*
cận thần N *trusted courtier*
cập vào V *to land (boat, ship)*
cất công V *to make an effort*
cật lực ADV *with all one's might*
câu cá V *to fish*
cầu cứu V *to ask for help*
cầu mộng V *to ask for a dream*
cầu phong V *to request to be conferred*
cây cổ thụ N *ancient tree*
cây đa N *banyan tree*
cây tre N *bamboo tree*
cấy lúa V *to transplant rice stalks*
cậy V *to rely on*
cha nuôi N *adoptive father*
chán mắt ADJ *tired of looking*
chàng PRON **1** *he, him* **2** *you (used by a woman to address her lover or husband)*

chàng rể N *son-in-law*
chánh điện N *main hall (of a temple)*
chánh sứ N *chief envoy*
chạnh lòng ADJ *touched*
chạnh nghĩ V *to come to mind*
cháo N *porridge*
chảo gang N *cast-iron pan*
cháu N **1** *grandchild* **2** *nephew, niece*
cháu nội N *grandchild (from a son)*
chạy lon ton V *to scuttle*
chạy tán loạn V *to run off helter-skelter*
chắc ăn ADJ *certain*
chăm chỉ ADJ *hardworking*
chăm chú ADV *attentively*
chăm sóc V *to care for*
chăn trâu V *to herd water buffalo*
chẳng mấy chốc ADV *in no time*
chẳng ngờ ADV *unexpectedly*
chặt1 ADV *tightly*
chặt2 V *to fell, chop down*
chất lỏng N *liquid*
chậm chạp ADV *slowly*
chân dung N *portrait*
chân thành ADJ *genuine*
chần chờ V *to waver*
chập chờn ADV *glimmeringly*
chập chùng ADJ *row upon row*
chấp nhận V *to accept*
chất phác ADJ *simple, rustic*
chất vấn V *to interrogate*
châu báu N *jewelry*
chậu N *basin, pot*
chém đầu V *to decapitate*
chém giết V *to slaughter*
chén sành N *terracotta bowl*
chén V *to chow down*
chèo V *to paddle*
chê cười V *to ridicule*
chế V *to manufacture*
chế nhạo V *to taunt*
chểnh mảng V *to neglect*
chết oan V *to die an untimely death*
chết tốt V *to die instantly*

chết tươi V *to die instantly*
chì chiết V *to nag*
chí thân ADJ *very close*
chia chác V *to divide*
chia phiên V *to share one's time*
chiếm đoạt V *to usurp*
chiếm lại V *to take back*
chiến thuyền N *battleship*
chiến trường N *battlefield*
chiếu chỉ N *decree*
chiếu N *mat (made of bamboo or rattan)*
chiếu cố V *to deign*
chiếu tướng V *to checkmate*
chính thống ADJ *official*
chính thức ADJ *official*
chính trực ADJ *trustworthy*
chịu thua V *to concede*
chó đá N *stone dog*
chó săn N *hunting dog*
choàng tỉnh V *to wake up all of a sudden*
chòi N *shanty*
chọc ghẹo V *to make fun*
chọc giận V *to provoke*
chọn lựa V *to select*
chóng vánh ADV *rapidly*
chỗ hiểm N *weak spot*
chỗ nấp N *hiding place*
chỗ trú thân N *shelter*
chốc chốc ADV *every now and then*
chổi N *broom*
chôn V *to bury*
chồng chất ADJ *accumulated*
chống cự V *to resist*
chớm nở V *to blossom*
chợp mắt V *to sleep a wink*
chợt ADV *suddenly*
chu đáo ADV *thoughtfully*
chu du V *to globe-trot*
chu toàn ADV *thoroughly*
chú rể N *groom*
chú tiểu N *junior monk*
chuẩn bị V *to get ready*
chúc thư N *will*

chui tọt V *to creep through*
chui vào V *to crawl into*
chung thuỷ ADJ *faithful*
chuỗi N *series*
chuồng gà N *chicken coop*
chuột N *rat, mouse*
chuyên V *to specialize*
chuyến thuỷ du N *voyage to the sea palace*
chuyện tầm phào N *nonsense*
chuyện trò V *to chat, talk*
chừa1 V *to spare*
chừa2 V *to give up*
chữa lành V *to cure*
chức vị N *position*
chửi V *to call names*
chưng V *to display*
chưng diện V *to dress up*
chứng kiến V *to witness*
chướng ADJ *inappropriate*
có hạn ADJ *limited*
có lý ADV *reasonably*
có mang V *to be pregnant*
có phước ADJ *blessed*
có vẻ V *to seem*
cỏ dại N *weed*
cõi thiên thai N *heavenly realm*
cõi tiên N *fairy world*
con cả N *eldest child*
con mối N *termite*
con nuôi N *adopted child*
con thứ N *middle child*
con út N *youngest child*
còn sót V *to remain*
cọng giá N *bean sprout*
cót N *barn*
cô dâu N *bride*
cô hàng rượu N *drink vendor*
cô quạnh ADJ *solitary, lonely*
côi cút ADJ *orphaned*
cố gắng V *to try one's best*
cố hương N *native land*
cố hữu ADJ *inherent*
công chúa N *princess*

công đường N *mandarin's office*
công minh ADV *fairly*
công nhận V *to recognize*
công nương N *daughter of a mandarin*
công phu ADJ *elaborate*
cốt CONJ *in order to*
cột kín V *to tie tightly*
cột nhà N *pillar*
cơ đồ N *legacy*
cơ hội N *opportunity*
cơ man nào là ADJ *countless*
cơ nghiệp N *properties and career*
cơ ngơi N *property*
cỡi ngựa V *to ride on horseback*
cơm N *steamed rice*
cơn thịnh nộ N *fury*
cụ đồ N *Vietnamese traditional teacher*
củ N *root, bulb*
củ khoai N *potato, yam*
cua N *crab*
của cải N *fortune*
của đút lót N *bribery*
cung kính ADV *respectfully*
cung thần N *magic bow*
cung điện N *palace*
củi N *firewood*
cúng tế V *to worship and sacrifice*
cuộc đấu khẩu N *altercation*
cuộc sống N *life*
cuộc tranh chấp N *dispute*
cuỗm V *to steal*
cứ thế ADV *in that manner*
cử V *to nominate*
cử chỉ N *gesture*
cử hành V *to perform*
cửa ải N *frontier passage*
cửa biển N *estuary*
cửa quan N *local government office*
cực kỳ ADV *extremely*
cực nhọc ADJ *arduous*
cưng ADJ *beloved, pampered*
cười ha hả V *to laugh loudly*
cười xoà V *to laugh it off*

cướp bóc V *to rob, ransack*
cứu V *to rescue, save*
cứu mạng V *to save someone's life*

D

da N *skin*
dám V *to dare*
dáng điệu N *poise*
danh nghĩa N *right, behalf*
danh y N *famed physician*
dành V *to reserve*
dao N *knife*
dày đặc ADJ *thick*
dày vò V *to torture*
dãy núi N *mountain range*
dành dụm V *to save up*
dẫn V *to put on top*
dặn dò V *to advise*
dặt dìu ADJ *presto and largo*
dắt V **1** *to carry on the side* **2** *to take, bring*
dân chài N *fisherman*
dân cư N *resident*
dân gian N *people, mass*
dân làng N *villager*
dâng biểu V *to submit a petition*
dầm mình V *to immerse one's body*
dâng hương V *to offer incenses*
dập đầu V *to knock one's head against*
dâng V *to offer respectfully*
dễ bề ADV *easily*
dễ coi ADJ *easy on the eyes*
dệt V *to weave*
di sản N *heritage*
dị nghị V *to object*
diêm dúa ADJ *flamboyant*
Diêm vương N *Yama, King of Hell*
diễm tình ADJ *amorous*
diễn ra V *to take place*
diện kiến V *to meet in person*
dinh cơ N *mansion*
dinh thự N *mansion*
dịp N *occasion*
dò hỏi V *to inquire*

doạ v *to threaten*
dọc N *stem*
dòng họ N *clan*
dốc v *to tilt*
dồi dào ADJ *plentiful*
dồn v *to accumulate*
dù sao đi nữa ADV *nonetheless*
dụ dỗ v *to seduce*
duyên nợ N *predestined love tie*
duyên số N *love destiny*
dư dả ADJ *superabundant*
dữ dội ADV *violently*
dừa N *coconut*
dừng lại v *to stop*
dương thế N *earthly world*

Đ

đa tình ADJ *amorous*
đá N *rock, stone*
đại bàng N *eagle*
đại bợm N *first-rate crook*
đại dương N *ocean*
đại phước N *great blessing*
đại xá v *to generously pardon*
đảm đang ADJ *capable*
đạm bạc ADJ *shoddy*
đàn đúm v *to gang up*
đành v *to cannot help but*
đáng giá v *to be worth*
đáng tiếc ADJ *regrettable*
đánh bại v *to defeat*
đánh bạo v *to make a bold move*
đánh cá v *to catch fish*
đánh cờ v *to play chess*
đánh dấu v *to mark*
đánh thức v *to wake someone up*
đánh tiếng v *to make an announcement*
đánh tráo v *to switch*
đào lỗ v *to dig a hole*
đạo đức ADJ *moral*
đạo sĩ N *hermit*
đạp v *to stamp*
đau lòng ADJ *broken-hearted*

đày v *to exile*
đáy N *bottom*
đặc biệt ADJ *special*
đắn đo ADJ *hesitant*
đắm đò v *to be in an accident where a boat sinks*
đằng đẵng ADJ *lengthy*
đặt chân v *to set foot*
đầm N *marsh*
đầm lầy N *swamp, marsh*
đần độn ADJ *dumb*
đất liền N *land, inland*
đầu bếp N *chef*
đầu độc v *to poison*
đầu thai v *to reincarnate*
đậu xanh N *mung bean*
đầy tớ N *servant*
đèn dầu N *oil lamp*
đẹp mặn mà ADJ *impressively beautiful*
đẹp ý ADJ *pleased*
đề huề ADJ *crowded*
đề nghị v *to suggest*
để dành v *to save*
để mắt đến v *to lay eyes on*
đệ tử N *disciple*
đêm rằm N *night with a full moon*
đếm v *to count*
đếm xỉa v *to care about*
đền thờ N *temple*
đền v *to compensate*
đi lang thang v *to wander aimlessly*
đi săn v *to go hunting*
đi sứ v *to go on a mission*
địch lại v *to rival*
đích thân ADV *in person*
đích thị ADV *doubtlessly*
điềm đạm ADV *in a composed manner*
điều răn N *morals*
điều tra v *to investigate*
đinh ninh v *to be convinced*
đỉnh núi N *mountain top*
đĩnh đạc ADJ *dignified*
đĩnh ngộ ADJ *good-looking*

định bụng V *to intend*
định sẵn V *to predetermine*
định thần V *to compose oneself*
đoái hoài V *to condescend to take notice*
đoan trang ADJ *decent*
đoàn kết ADJ *united*
đoàn tuỳ tùng N *entourage*
đoạn ADV *then*
đói cồn cào ADJ *starved*
đói ngấu ADJ *starving*
đòn gánh N *yoke*
đón V *to welcome*
đón mừng V *to welcome*
đóng đồn V *to headquarter*
đóng quân V *to station*
đồng đảnh ADJ *sassy*
đô thống N *head of the army*
đồ đạc N *belongings*
đồ sộ ADJ *grandiose*
đổ V *to pour (something into)*
đổ vạ V *to blame*
đỗ V *pass (an exam)*
đỗ đầu V *to pass an exam with the highest
   honors*
độc ác ADJ *malicious*
độc đáo ADJ *unique*
độc thân ADJ *single*
đội lốt V *to wear a disguise*
đôi N *pair, couple*
đội ơn V *to be deeply indebted*
đối phương N *enemy, rival, opponent*
đốn V *to fell*
đốn củi V *to cut wood*
đồn V *to rumor*
đồng bọn N *ally*
đồng cảm V *to sympathize*
động đậy V *to move*
đông đúc ADJ *crowded*
động lòng ADJ *touched*
đống phân trâu N *buffalo-dung heap*
đồng thống N *co-regent*
đồng tình V *to agree*
động vật N *animal*

đốt N *culm, node*
đột ngột ADV *unexpectedly*
đột nhiên ADV *all of a sudden*
đơn giản ADJ *simple*
đơn kiện N *petition*
đùa giỡn V *to play around*
đúc V *to forge*
đục thủng V *to puncture*
đục vách V *to dig a hole in the wall*
đùm bọc V *to protect*
đụn N *heap*
đủng đỉnh ADV *nonchalantly*
đùng đùng ADV *thunderously*
đuối lý V *to run out of arguments*
đuổi theo V *to chase after*
đưa cay V *to have a drink*
đứa bé N *child*
đức N *virtue*
đức hạnh ADJ *virtuous*
đức Phật N *Buddha*
đức tính N *virtue*
đựng V *to contain*
được thể V *to take advantage*

E
e V *to be afraid*
e ấp ADV *shyly*
ém nhẹm V *to keep as a secret*
éo le ADJ *ironic*
ép duyên V *to force someone to marry
   someone else*

Ê
ê hề ADJ *abundant*
êm đềm ADJ *tranquil*
êm đẹp ADJ *peaceful*

G
gà mái N *hen*
gả chồng V *to marry off*
gã N *guy*
gãi đầu V *to scratch one's head*
gánh V *to carry, shoulder*

gào rống v *to roar*
gào thét v *to howl*
gần gũi ADJ *close, intimate*
gắt v *to speak irritatingly*
gắt gao ADJ *rigid*
gặp nạn v *to be in danger*
gật đầu v *to nod*
gấu ó v *to argue*
gây khó dễ v *to cause difficulties*
gầy gò ADJ *skinny*
gậy N *cane*
gia cảnh N *family status*
gia chủ N *host*
gia nhân N *domestic servant*
gia sản N *family fortune*
gia tài N *fortune*
giả v *to imitate*
giả dạng v *to disguise oneself*
giả hiệu ADJ *phony*
giãi bày v *to explain oneself*
giải quyết v *to solve*
giải thích v *to explain*
giải thoát v *to release*
gian lận ADJ *fraudulent*
gian nan ADJ *miserably difficult*
gián tiếp ADJ *indirect*
giảng v *to explain, lecture*
giao v *to transfer*
giao du v *to be friends with*
giao long N *sea dragon*
giàu tưởng tượng ADJ *imaginative*
giăng lưới v *to cast a net*
giấc mộng N *dream*
giấc ngủ N *sleep*
giận ADJ *angry*
giật v *to pull, yank*
giấu v *to hide*
giết v *to kill*
giỏ N *basket*
gió N *wind*
giọt máu N *drop of blood*
giông bão N *storm*
giơ cao v *to hold up high*

giờ ngọ N *hour of the horse; noon*
giở trò v *to act up*
giới thiệu v *to introduce*
giục v *to push*
giữ nhà v *to watch one's house*
giương lên v *to raise*
giương mắt v *to open one's eyes wide*
gõ v *to knock, tap*
goá ADJ *widowed*
gom v *to gather*
gỗ N *wood*
gốc gác N *origin*
gốc tích N *origin*
gối đầu v *to lay one's head*
gội đầu v *to wash one's hair*
gỡ v *to pull away*
gởi rể v *to live with one's wife's family*
gục chết v *to drop dead*
gương mẫu ADJ *exemplary*

H

há miệng v *to open one's mouth*
hạc N *crane*
hài lòng ADJ *contented*
hái v *to pick (fruits, flowers)*
hàm oan N *injustice*
hang động N *cave*
hàng phố N *town; townspeople*
hành vi N *action*
hành quân v *to carry out military operations*
hạnh phúc ADJ *happy, blessed*
hào phóng ADJ *generous*
háo hức ADV *anxiously*
háo sắc ADJ *lustful*
hăm hở ADV *eagerly*
hẳn ADV *completely*
hăng hái ADJ *enthusiastic*
hắt qua v *to cast through*
hậm hực ADV *with suppressed anger*
hân hoan ADJ *cheerful*
hầu bao N *waist pouch*
hậu duệ N *offspring*

hầu hạ V *to attend on*
hậu hĩ ADJ *generous*
hậu hoạn N *consequence*
hậu tạ V *to express deep gratitude*
hậu thân N *reincarnation*
hé mắt nhìn V *keep half an eye on*
hè nhau V *to do something hastily at the same time*
hé môi V *to open one's mouth*
hẹn V *to promise*
héo hon ADJ *lackluster*
hẹp hòi ADJ *selfish*
hễ CONJ *if*
hết lòng ADV *whole-heartedly*
hết mực ADV *completely*
hết sức ADV *extremely*
hí hửng ADV *contentedly*
hiếm có ADJ *rare*
hiểm nghèo ADJ *dangerous, serious*
hiên N *porch*
hiền hậu ADJ *sweet and gentle*
hiếu thảo ADJ *filially pious*
hình phạt N *penalty*
hình trôn ốc N *spiral form*
họ N *family name*
hoa mẫu đơn N *peony*
hoa thuỷ tiên N *narcissus*
hoà V *to tie (game)*
hoà thuận ADJ *harmonious*
hoá phép V *to use magic*
hoá thân V *to transform*
hoạ V *to answer (a given poem) using the same rhymes and meter*
hoàn cảnh N *situation*
hoàn toàn ADV *completely*
hoãn V *to postpone*
hoàng cung N *royal palace*
hoàng giáp N *second-rank doctoral candidate*
hoang mang ADJ *puzzled*
hoang phí ADV *extravagantly*
hoang vắng ADJ *deserted*
hoàng hậu N *queen*

hoảng hốt ADJ *terrified*
hoảng loạn ADJ *panic*
hoảng sợ ADJ *scared*
hỏi thăm V *to ask for information*
hòn đảo N *island*
hô hoán V *to scream*
hộ V *to assist*
hồi dương V *to come back to life*
hối hả ADV *hurriedly*
hối hận ADJ *regretful*
hối lộ N *bribe*
hối lỗi V *to apologize*
hối thúc V *to urge*
hồi tỉnh V *to gain consciousness*
hôn lễ N *wedding ceremony*
hôn sự N *marriage matter*
hồn N *soul*
hống hách ADJ *overbearing*
hơi ấm N *warmth*
hỡi ôi INTERJ *alas*
hớn hở ADV *cheerfully*
hớt hải ADV *hysterically*
huênh hoang ADJ *braggart*
hung ác ADJ *cruel*
hung hãn ADJ *aggressive*
hùng vĩ ADJ *majestic*
huống hồ ADV *let alone*
huy hoàng ADJ *resplendent*
huyền hoặc ADJ *fantastic, surreal*
huyện N *district*
huyên thiên V *to palaver*
huỷ bỏ V *to cancel, annul*
hư V *to rot*
hứa hẹn V *to promise*
hứa hôn V *to betroth*
hương hoả N *ancestor worship*
hướng bắc N *north*
hướng đông N *east*
hướng nam N *south*
hướng tây N *west*
hướng về V *to head for*
hữu tình ADJ *charming*

I

ích kỷ ADJ *selfish*

K

kẻ gian N *bad person*
kẻ xấu miệng N *gossipper*
kẻ thù N *enemy*
kẽ hở N *gap*
kèn N *horn*
kén chồng V *to look for a husband*
kén rể V *to look for a son-in-law*
keo kiệt ADJ *stingy*
kéo nhau đến V *to arrive in a group*
kẻo CONJ *lest*
kẹt V *to get stuck*
kế hoạch N *plan*
kể công V *to claim credit for*
kể lể V *to spin a long yarn about*
kế thừa V *to inherit*
kết bạn V *to make friends with*
kết duyên V *to get married*
kết hôn V *to get married*
kết nghĩa V *to swear brotherhood or sisterhood*
kết quả N *result*
khá giả ADJ *well-off*
khác thường ADV *unusually*
khám bệnh V *to examine a patient*
khám phá V *to discover*
kham V *to be able to handle*
khang trang ADJ *spacious*
kháu khỉnh ADJ *cute*
khắc đồng hồ N *fifteen minutes*
khắc khoải ADV *anxiously*
khắng khít ADJ *close-knit, intimate*
khẩn vái V *to pray and make obeisance*
khất nợ V *to ask for a delay in debt payment*
khen ngợi V *to commend*
khéo léo ADV *skillfully*
khép hờ ADV *ajar*
khế N *starfruit*
khều V *to poke*

khiến V *to cause*
khiêng V *to carry*
khoan N *drill*
khoa thi N *examination period*
khoác lác ADJ *boastful*
khoác V *to put on (clothing)*
khoan khoái ADV *delightedly*
khoanh tay V *to cross one's arms*
khóc ròng V *to sob uncontrollably*
khóc thương V *to mourn*
khóc thút thít V *to sniff and cry*
khoe V *to brag*
khoét V *to pierce*
khô héo ADJ *withered*
khố N *loincloth*
khôi ngô ADJ *handsome*
khôi phục V *to restore*
khôn xiết ADV *indescribably*
không dưng ADV *without reason*
không hề hấn ADJ *intact*
không khí N *air, atmosphere*
không mảy may ADV *not in the least*
không nỡ V *not to have the heart (to do something)*
không thương tiếc ADV *unmercifully*
không tiếc lời ADV *profusely*
không trung N *air, space*
không xuể ADV *incapably*
khổng lồ ADJ *gigantic*
khờ khạo ADJ *silly*
khuây N *solace*
khúc mắc ADJ *problematic*
khúc quanh N *turn*
khung cảnh N *scenery, setting*
khuyên lơn V *to advise*
khuyên răn V *to admonish*
khư khư V *to grip, clutch*
kịch liệt ADJ *vehement*
kiếm ăn V *to make one's living*
kiểm soát V *to control*
kiếm sống V *to make one's living*
kiên cố ADJ *strong*
kiên nhẫn ADV *patiently*

kiện V *to bring to justice*
kiếp N *life*
kiệt sức ADJ *exhausted*
kiêu sa ADJ *exquisite*
kiệu N *palanquin*
kim cương N *diamond*
kinh đô N *capital city*
kinh sợ ADJ *horrified*
kính cẩn ADV *respectfully*
kính nể V *to respect*
kịp giờ ADV *on time*
kỳ cục ADJ *odd, strange*
kỳ dị ADJ *bizarre*
kỳ diệu ADJ *marvelous*
kỳ thủ N *chess player*
kỳ vĩ ADJ *wonderful*

L

la hét V *to scream*
la lết V *to crawl*
la rầy V *to reprimand*
la toáng V *to cry out*
lạ đời ADJ *odd*
lạ lùng thay ADV *strangely enough*
lạc quan N *optimism*
lái buôn N *merchant*
làm ăn V *to make one's living*
làm bữa V *to prepare a meal*
làm chứng V *to testify, witness*
làm giả V *to exaggerate*
làm hiệu V *to signal*
làm hoà V *to make peace*
làm loạn V *to rebel*
làm mai mối V *to do matchmaking*
làm mếch lòng V *to displease*
làm ra vẻ V *to pretend to look*
làm thinh V *to keep silent*
làm thịt V *to butcher*
làm trò V *to perform a burlesque show*
lang N *young man*
làng N *village*
lạng N *tael (= 1.33 ounces)*
lang thang V *to go aimlessly*

lãng tử N *wanderer*
lảng xa V *to stay away*
lạnh nhạt ADV *coldly*
làng chài N *fishing village*
láu lỉnh ADJ *clever*
lạy V *to kowtow*
lạy tạ V *to kowtow gratefully*
lắm khi ADV *oftentimes*
lăn mình V *to roll over*
lặng lẽ ADV *quietly*
lẳng lơ ADJ *flirtatious*
lắp tên V *to nock an arrow (onto the
    bowstring)*
lâm chung V *to be dying*
lâm nguy V *to be in danger*
lẩm bẩm V *to mumble*
lân cận ADJ *neighboring*
lân la V *to get closer*
lần lượt ADV *one by one*
lận đận ADJ *unlucky*
lập công V *to do something to earn a favor*
lập đàn V *to set up a place (to give
    offerings)*
lập tức ADV *immediately*
lâu đời ADJ *long standing*
lâu lâu ADV *from time to time*
lấy cắp V *to steal*
lẹ ADV *swiftly*
lén lút ADV *secretly*
lẻn vào V *to sneak in*
lẽo đẽo V *to trail*
lễ cúng N *offering ritual*
lễ hội N *festival*
lễ vật N *offering*
lịch sử N *history*
liến láu ADV *glibly*
liến thoắng ADV *glibly*
liều mình V *to risk one's own life*
liều thuốc ngủ N *dose of sleeping drug*
linh đình ADJ *lavish*
linh hoạt ADJ *vivacious*
linh hồn N *soul*
linh thiêng ADJ *holy, omnipotent*

linh tính N *premonition*
lính cai ngục N *prison guard*
líu lo V *to chirp*
ló dạng V *to appear*
lọ N *bottle*
loá mắt V *to be dazed*
loay hoay V *to fumble*
loè loẹt ADJ *flashy*
long bào N *royal robe*
long quân N *dragon king*
lòng hiếu thảo N *filial piety*
lòng tham N *greed*
lòng yêu nước N *patriotism*
lóng lánh V *to sparkle*
lố lăng ADJ *ridiculous*
lỗ N *hole*
lộ ra V *to come out*
lỗi lạc ADJ *genial*
lộc non N *young leaf*
lội V *to swim*
lộng lẫy ADV *splendidly*
lông ngỗng N *goose feather*
lộng quyền V *to abuse authority*
lơ là V *to lose sight of*
lỡ mồm V *to make a slip of the tongue*
lỡ tay V *to accidentally cause something to happen*
lời cầu xin N *petition*
lời dặn N *instruction*
lời ong bướm N *amorous words*
lời trìu mến N *loving word*
lợi dụng V *to take advantage*
lởn vởn V *to linger*
lù lù ADJ *looming*
lụa là N *silk fabrics*
luân phiên ADV *in turns*
luật N *rule, law*
lúc bấy giờ ADV *at that moment*
lục đục V *to do something noisily*
lúc hữu sự N *troubled times*
lúi húi ADJ *absorbed*
lủi thủi ADV *alone*
lui tới V *to frequent*

lung linh ADV *sparklingly*
lúng túng ADJ *diffident*
luống hành N *bed of onions*
lụp xụp ADJ *wobbly*
lừa lọc ADJ *deceitful*
lưng bát ADJ *half a bowl*
lững thững V *to stroll*
lười biếng ADJ *lazy*
lưới N *net*
lương thiện ADV *honestly*
lường gạt V *to defraud*
lượt đi N *departure*
lượt về N *return*
lưu loát ADV *fluently*
ly biệt V *to separate from*
ly kỳ ADJ *sensational*
lý do N *reason*
lý luận N *reasoning*

M
ma chay N *funeral*
mách bảo V *to inform*
mách nước V *to suggest*
mãi mãi ADV *forever*
mài V *to grind*
mải mê V *to be absorbed*
màn đêm N *dark night*
mãn hạn V *to finish a term*
mau mắn ADV *quickly*
màu mỡ ADJ *fertile*
may mắn ADV *fortunately*
may ra ADV *hopefully*
manh mối N *clue*
mãnh liệt ADJ *vehement*
mặn mà ADJ *captivating*
mắc V *to contract (a disease)*
mắc bẫy V *to get entrapped*
mắc câu V *to get caught on the hook*
mắc mưu V *to fall into someone's trap*
mắc nợ V *to be in debt*
mắc vào lưới V *to get caught in a net*
mặc PREP *despite, regardless of*
mặc cả V *to haggle*

mặc nhiên ADV *tacitly*

mất công V *to waste one's effort*

mất hồn ADJ *spiritless*

mất tích V *to disappear without leaving a trace*

mẫu N *acre*

mẫu hậu N *the Queen Mother*

mâm quả N *trays and boxes (for the groom's wedding presents)*

mầm mống N *seed*

mẻ N *catch*

mẹ mày PRON *you (addressing one's wife condescendingly)*

men theo V *to walk along*

mênh mông ADJ *immense*

mếu máo ADV *with lips twisted in distress*

mếu V *to turn down one's lips*

mỉa mai ADJ *sarcastic*

miên man ADV *continually*

miễn cưỡng ADV *unwillingly*

miếng ăn N *food*

miếu N *shrine*

mỉm cười V *to smile*

mình PRON *you (addressing one's spouse)*

mõ N *wooden fish*

móc N *hook*

móc túi V *to get (something) out of one's pocket*

món quà N *gift*

mòng N *gadfly*

móng vuốt N *claw*

mồ côi ADJ *orphaned*

mộ N *grave*

mộc mạc ADJ *simple*

mối giao hảo N *good relationship*

mối hận tình N *love's bitterness*

mồm N *mouth*

mộng dữ N *nightmare*

một cách đắc thắng ADV *triumphantly*

một cách khác thường ADV *unusually*

một lòng ADV *whole-heartedly*

một mạch ADV *without stopping*

một mực ADV *persistently*

một nửa N *half*

mơ mộng V *to daydream*

mơ ước V *to dream*

mới đầu ADV *in the beginning*

mụ N *woman (derogatory)*

mua chịu V *to buy on credit*

mua vui V *entertain oneself*

mùa màng N *crop*

múc V *to scoop*

mùi thơm N *scent*

mũi tên N *arrow*

mũm mĩm ADJ *chubby*

muỗi N *mosquito*

muôn loài N *all kinds*

mừng khấp khởi ADJ *elated*

mừng rỡ ADV *happily*

mường tượng V *to imagine*

mưu lược N *plans and strategies*

mưu mẹo N *trick*

N

nai N *deer*

nai nịt V *to dress properly for an outing*

nam nhi N *male*

nản lòng ADJ *discouraged*

nào ngờ ADV *unexpectedly*

nảy mầm V *to germinate*

nằm sát V *to lie flat*

năn nỉ V *to implore*

nặng lời ADJ *verbally harsh*

nấn ná V *to linger*

nấp V *to hide*

nấu nướng V *to cook*

ném V *to throw*

nén giận V *to swallow one's anger*

nên người V *to become a decent person*

nền đất N *dirt floor*

ngà ngà ADJ *tipsy*

ngã bệnh V *to fall ill*

ngái ngủ ADJ *sleepy*

ngại V *to mind*

ngang bướng ADJ *strong-headed*

ngang tàng ADJ *brassy*

ngao du v *to go places*
ngào ngạt ADJ *fragrant*
ngay lập tức ADV *immediately*
ngày lễ N *holiday*
ngày xưa ADV *in the olden days*
ngáy v *to snore*
ngắm v *to aim*
ngắm nghía v *to gaze at*
ngăn v *to stop (someone from doing something)*
ngấm v *to absorb*
ngẫm nghĩ v *to think long and hard*
ngậm câm v *to keep one's mouth shut*
ngậm miệng v *to shut one's mouth*
ngậm ngùi ADV *compassionately*
ngần ấy ADV *that much*
ngần này ADJ *this much*
ngần ngừ v *to hesitate*
ngẩn ngơ ADJ *stupefied*
ngập tràn ADJ *filled, inundated*
ngất v *to pass out*
ngâu N *variation of* ngưu
ngây ngất ADJ *ecstatic*
nghe đồn v *to hear a rumor*
nghẹn ngào ADJ *choked with tears*
nghề chài lưới N *fishing*
nghề dệt vải N *weaving trade*
nghề vặt vãnh N *odd job*
nghệ nhân N *artist*
nghệch mặt ADV *with a silly face*
nghênh ngang ADJ *impudent*
nghi ngờ v *to suspect*
nghĩ quẩn v *to not able to think straight*
nghị lực N *energy*
nghịch tặc N *insurgent*
nghiêm ngặt ADJ *strict*
nghiêm nghị ADV *sternly*
nghiễm nhiên ADV *automatically*
ngỏ ý v *to intend*
ngoại giao N *diplomacy*
ngoài khơi ADV *offshore*
ngọc N *gem*
Ngọc Hoàng thượng đế N *the Jade Emperor*

ngoi v *to emerge*
ngọn ngành ADV *in detail*
ngóng v *to expect*
ngọt ngào ADJ *sweet*
ngô N *corn*
ngôi báu N *throne*
ngơ ngác ADJ *baffled*
ngơ ngẩn ADJ *stupefied*
ngờ nghệch ADJ *gullible*
ngờ v *to suspect*
ngờ ngợ ADV *uncertainly*
ngỡ ngàng ADJ *surprised*
ngủ qua đêm v *to spend the night*
ngủ say v *to sleep soundly*
Ngũ Hành Sơn N *"Five-Element Mountains"*
ngục thất N *prison*
ngục tối N *dungeon*
nguôi v *to subside*
nguy nga ADJ *palatial*
nguy ngập ADJ *perilous*
ngư phủ N *fisherman*
ngự thiện N *royal food*
ngự y N *royal physician*
ngựa N *horse*
ngưng bặt v *to stop abruptly*
ngước lên v *to raise one's eyes*
ngươi PRON *you (addressing an inferior)*
người đẹp N *beauty*
người hàng thịt N *butcher*
người hàng xóm N *neighbor*
người mất hồn N *soulless person*
người tù N *prisoner*
người xấu số N *the dead*
người yêu N *lover*
ngưu N *Sino-Vietnamese for "water buffalo"*
nhà bếp N *kitchen*
nhà gái N *the bride's family*
nhà ngươi PRON *you (used by a royal)*
nhà trai N *the groom's family*
nhà tù N *prison*
nhá nhem ADJ *twilight*

nhã nhặn ADV politely
nhác thấy V to catch sight of
nhai ngốn ngấu V to gobble up
nhan nhản ADJ abundant
nhan sắc N beauty
nhàn ADJ idle
nhanh nhẩu ADV quickly
nháo nhác V to scurry here and there
nhạt nhẽo ADV indifferently, coldly
nhảy tòm V to jump in with a plop
nhảy xổ V to bounce upon
nhắc nhở V to remind
nhắm mắt V to close one's eyes
nhặt lên V to pick up
nhấc bổng V to lift
nhân N human
nhân duyên N predestined marriage
nhân hậu ADJ kind-hearted
nhân mạng N life
nhân tài N talent
nhân từ ADJ kind-hearted
nhận tội V to admit guilt
nhập cảnh V to enter a country
Nhất Dạ Trạch N "One-Night Marsh"
nhất định V to be determined
nhất quyết ADV resolutely
nhất thiết ADV necessarily
nhẹ nhàng ADV gently
nhẹ vía ADJ light-spirited, auspicious
nhét V to stuff
nhếch mép V to move one's lips
nhỏ nhặt ADJ trifling
nhỏ xíu ADJ tiny
nhoà đi V to fade away
nhớ nhung V to miss
nhờ V to ask for help
nhộn nhịp ADJ lively
nhu cầu N need, demand
nhủ thầm V to tell oneself
nhục thân N corpse
nhún nhẩy V to dance, bounce
nhúng V to dip
nhuỵ N pistil

nhường V to yield
niềm nở ADV with open arms
niềm tủi hận N self-pity and rancor
niệm Phật V to pray to Buddha
nín thở V to hold one's breath
no ấm ADV with adequate food and
   clothing
no nê ADJ full
nỏ thần N magic longbow
nói điêu V to tell a lie
nói lẫy V to speak self-pitifully
nô dịch N slave
nô đùa V to play
nốc V to gulp
nổi giận V to get mad
nổi tiếng ADJ famous
nỗi hòn oan N resentment for an injustice
nỗi niềm N innermost feelings
nổi nóng ADJ to lose one's temper
nỗi oan tình N unjust situation
nồng cay ADJ strong (flavor) and hot (taste)
nở ra V to hatch into
nợ N debt
nợ tình N debt of love
nơi trú ẩn N haven
nụ hoa N bud
nuôi V raise (a child)
nuốt V to swallow
nữ N woman, young woman
nức nở ADV uncontrollably
nước cờ N chess move
nườm nượp ADJ in flocks

O
oà ra khóc V to burst out crying
oai vệ ADJ majestic
oan ức N injustice
oan uổng ADV unfairly
oan hồn N lingering soul
oán hận V to resent
oán trách V to blame
óng ánh ADJ glittering

Ô

ô nhục ADJ humiliating
ôm chặt V to hug tightly
ông N 1 grandfather 2 mister, sir
ông cha N ancestor
ông cố nội N paternal great-grandfather
ông tiên N deity

Ơ

ở giá V to stay unmarried

P

pha V to mix
pha trộn ADJ mixed
phá của V to ruin a fortune
phá hoại V to destroy
phá phách V to vandalize
phạm giới V to violate one of the Buddhist
  precepts
phạm nhân N criminal
phản bạn ADJ disloyal to a friend
phản loạn ADJ rebellious
phản ứng N reaction
phanh thây V to tear up a body
phao N buoy
pháp danh N religious name
pháp trường N place of execution
phát chẩn V to hand out charity items
phát đạt ADJ prosperous
phạt V to punish
phấn chấn ADJ cheerful
phân chia V to distribute, divide
phân minh ADJ clear-cut
phân trần V to explain oneself
phân xử V to judge
phận sự N duty
phất lên ADJ nouveau riche
Phật pháp N Buddha's teachings
phật tử N Buddhist
phe N side
phép thần thông N magic
phép tu tiên N art of acquiring magic
  powers

phi tần N royal concubine
phi tang V to destroy evidence
phi thường ADJ extraordinary
phì cười V to burst out laughing
phì nhiêu ADJ rich, fertile
phò mã N prince consort
phong thái N manners
phong vương V to grant the title of
  monarch
phô trương V to show off
phồn thịnh ADJ prosperous
phu nhân N wife
phú quý ADJ wealthy
phú hộ N rich man
phủ xuống V to cover
phụ bếp N sous-chef
phụ trách V to be in charge
phục rượu V to serve drinks excessively
phục thù V to take revenge
phục vụ V to serve
phương phi ADJ handsome
phương thuốc N remedy
phường chèo N traditional operetta
phượng hoàng đất N earthen phoenix
  (popularly referring to a great hornbill)

Q

qua đời V to pass away
qua mặt V to surpass
quà cáp N gifts
quả N fruit
quả cân N weight (metal object)
quả cầu N ball
quả nhiên ADV indeed
quạ N crow
quan án sát N provincial justice mandarin
quan huyện N prefectural official
quan lại N royal official
quan sát V to observe
quan tiền N an ancient unit of Vietnamese
  currency
quán trọ N inn
quãng ngắn N short distance

quanh quẩn ADV *around*

quát V *to scream*

quạt N *fan*

quay gót V *to turn around*

quày quả ADV *without looking back*

quay qua V *to turn over to*

quân cờ N *chess piece*

quân sĩ N *troop*

quẩn trí ADJ *muddle-headed*

quất V *to lash*

quây màn V *to set up a tent*

quây quần V *to gather*

quấy nhiễu V *to harry*

que N *stick*

quen với ADJ *used to*

quét nhà V *to sweep the floors*

quê quán N *hometown*

quỳ V *to kneel*

quý báu ADJ *precious*

quỵ lụy ADJ *subservient*

quý phái ADJ *classy*

quyên sinh V *to take one's own life*

quyền lợi N *interest*

quyền quý ADJ *noble*

quyến luyến ADJ *inseparable*

quyến rũ ADJ *attractive, charming*

quyết định V *to decide*

R

ra chiều V *to seem*

ra công V *to strive, make an effort*

ra điều V *to make believe*

ra đời V *to come into existence*

ra riêng V *to move out*

ra sức V *to make an effort*

ra tay V *to get started*

ra vẻ V *to seem*

rác rưởi N *garbage*

rách nát ADJ *tattered*

rách rưới ADJ *in rags*

rái cá N *otter*

rải rác ADV *scatteringly*

rành mạch ADV *knowledgeably*

rành rọt ADJ *clear*

rao V *to cry out (one's merchandise)*

rắn nước N *water snake*

râm ran V *to rumble*

rậm rạp ADJ *bushy*

rất đỗi ADV *extremely*

rất mực ADV *completely*

rầu rĩ ADJ *somber*

reo hò V *to cheer*

réo rắc ADJ *melodious*

rình rập V *to pry*

riu ríu ADV *obediently*

roi N *rod, whip*

rón rén V *to tiptoe*

ròng rã ADJ *uninterrupted*

rổ N *basket*

rối rít ADV *profusely*

rối trí ADJ *confused*

rộn rã ADJ *boisterous*

rộn ràng ADV *animatedly*

rồng N *dragon*

rỗng ADJ *hollow*

rộng rãi ADJ *generous*

rốt cục ADV *eventually*

rơi tõm V *to fall abruptly (into the water)*

rời V *to leave, part with*

rũ xuống V *to droop*

rùa vàng N *golden turtle*

rúc V *to squeak*

rủi ro ADJ *unfortunate*

run rẩy V *to shake, quiver*

rung động ADJ *moved*

ruộng N *rice field*

ruộng vườn N *farmland*

ruột thịt ADJ *related by blood*

rút ra V *to pull out*

rựa N *bush-hook*

rương sắt N *iron trunk*

S

sách đèn N *studies*

sai quả ADJ *laden with fruit*

sai V *to send (someone to do something)*

sam N *horseshoe crab*
sám hối V *to repent*
sáng dạ ADJ *brilliant, smart*
sáng sủa ADJ *bright*
sang trọng ADJ *elegant*
sánh V *to compare*
sánh vai V *to be shoulder to shoulder*
sáo N *flute*
say giấc V *to sleep soundly*
say mê V *to adore*
say tuý luý ADJ *completely drunk*
sắc đẹp N *beauty*
sặc sỡ ADJ *colorful*
sặc sụa ADV *chokingly*
sắm sửa V *to purchase*
sắp xếp V *to arrange*
sầm uất ADJ *busy (with activity)*
sân rồng N *royal court*
sần sùi ADJ *scabrous*
se duyên V *to get married*
sẻ N *sparrow*
sinh lòng tham V *to become greedy*
sinh nghi V *to begin to doubt*
sinh ra V **1** *to give birth* **2** *to be born*
sinh thời N *lifetime*
sính lễ N *wedding present*
soi gương V *to look in the mirror*
sõi ADV *fluently*
song CONJ *but*
song thân N *parents*
sống sót V *to survive*
sơ sài ADV *perfunctorily*
sợ hãi ADJ *scared*
sốt sắng ADV *willingly*
sum suê ADJ *luxuriant*
sung sướng ADJ *delighted*
sung túc ADJ *well-to-do*
suối N *brook*
suồng sã ADJ *flippant*
sụp tối V *to get dark*
sụp xuống V *to prostrate oneself abruptly*
sụt sùi ADV *convulsively*
suýt chút nữa ADV *barely, almost*

sư nữ N *Buddhist nun*
sư sãi N *temple's monks and wardens*
sư trụ trì N *head monk (of a temple)*
sứ bộ N *delegation*
sự kiểm soát N *control*
sự kiện N *event*
sự lệ thuộc N *dependency*
sự tích N *tale*
sửa sang V *to remodel*
sửa soạn V *get ready*
sức người N *human strength, manpower*
sực nhớ V *to remember suddenly*
sửng sốt ADJ *flabbergasted*
sững sờ ADJ *stupefied*

T
tá túc V *to stay temporarily*
tách lìa V *to separate*
tài ăn nói N *eloquence*
tài ba ADJ *talented*
tài cán ADJ *talented*
tài hoa ADJ *exquisitely talented*
tái hợp V *to reunite*
tài năng N *talent*
tài nghệ N *talent*
tai quái ADJ *mischievous*
tài thi văn N *literary talents*
tái xanh ADJ *pale*
tan biến V *to vanish*
tang gia N *mourning family*
tang thương ADJ *miserable*
táo bạo ADV *boldly*
tay cao cờ N *top-notched chess player*
tay nải N *cloth bag*
tắt phụt V *to turn off completely*
tâm bệnh N *depression*
tầm thường ADJ *mediocre*
tấm gương N *role model*
tấm tắc ADV *profusely (complimenting)*
tấm tức ADV *disconcertedly*
tấn công V *to attack*
tận mắt ADV *with one's own eyes*
tần tảo ADV *in a contrived manner*

tấn phong V *to entitle*
tấp nập ADV *in great number*
tấp vào bờ V *to go ashore*
tất bật ADJ *busy*
tất tả ADV *hastily*
tất thảy ADJ *all*
tật xấu N *vice*
tâu V *to speak to a royal*
tẩu thoát V *to escape*
tên chỉ huy N *person in charge*
tên trộm N *thief*
tha V *to forgive*
tha hồ ADV *without restraint*
tha thẩn V *to wander*
tha thiết ADJ *strongly interested*
tha thứ V *to forgive*
thả V *to let go*
thả cửa ADV *without control*
thái phó N *second-highest rank in officialdom*
tham lam ADJ *greedy*
thảm thiết ADV *movingly*
than khóc V *to lament*
than ôi INTERJ *alas*
than thở V *to lament, complain*
thán phục V *to admire*
thắng lợi N *victory*
thằng nhãi N *rascal*
thẳng tay ADV *mercilessly*
thản nhiên ADV *flatly*
thanh bình ADV *in peace*
thanh liêm ADJ *honest*
thành công ADJ *successful*
thành gia thất V *to be married*
thành luỹ N *citadel and rampart*
thành ngữ N *expression*
thành niên V *to come of age*
thành tài V *to be successful*
thành tâm ADV *whole-heartedly*
thành thạo ADV *skillfully*
thành thơi ADV *nonchalantly*
tháo V *to untie*
tháo vát ADJ *handy*

thảo V *to draft*
thau N *washbasin*
thay đổi V *to change*
thay nhau V *to take turns*
thắc mắc V *to wonder*
thấm thoát ADV *fleetingly*
thậm tệ ADV *very badly*
thân hình N *body*
thần cờ N *chess deity*
thần đền N *temple genie*
thân mật ADJ *intimate*
thân phận N *condition*
thân thể N *body*
thân thiết ADJ *close*
thân xác N *body*
thần N *genie*
thần PRON *I, me (when speaking to a royal)*
thần phục V *to submit to*
thẫn thờ ADJ *sluggish*
thất kính ADJ *disrespectful*
thất thểu V *to stagger*
thất thoát V *to be lost*
thật bụng ADV *truthfully*
thật tình ADV *honestly*
thất vọng ADJ *disappointed*
thầy bu N *parents (Northern dialect)*
thầy thuốc N *physician*
thèm V *to crave*
thẹn thùng ADJ *embarrassed*
thề thốt V *to swear*
thết đãi V *to treat*
thêu dệt V *to fabricate*
thêu thùa V *to embroider*
thi Đình N *the highest examination given at the royal court*
thi Hội N *the middle examination given at the central schools*
thi Hương N *the lowest examination given locally*
thi nhau V *to vie*
thi phú N *poetry*
thị PRON *she, her (pejorative)*
thiện cảm N *sympathy*

thiên cung N *heavenly palace*
thiên đình N *empyrean*
thiên hạ N *people*
thiên nhiên N *nature*
thiên triều N *heavenly dynasty*
thiên tử N *heavenly son (i.e., king)*
thiêng liêng ADJ *sacred*
thiếp PRON *I (used by a woman when speaking to her lover or husband)*
thiếp đi V *to fall asleep*
thiếu V *to lack*
thiếu phụ N *young woman*
thình lình ADV *all of a sudden*
thịnh soạn ADJ *sumptuous*
thỉnh thoảng ADV *from time to time*
thiu thiu ADV *half-asleep*
thọ ADJ *long-lived*
thò tay vào V *to put one's hand into*
thỏ thẻ V *to talk in a gentle manner*
thoả mãn V *to satisfy*
thoả thuê ADV *to one's heart's content*
thoải mái ADJ *easy, comfortable*
thoái thác V *to refuse*
thoăn thoắt ADV *swiftly*
thoát chết V *escape death*
thoạt đầu ADV *at first*
thóc giống N *rice seed*
thóc N *rice*
thoi dệt vải N *weaving shuttle*
thoi thóp V *to breathe faintly*
thói N *habit*
thỏi N *bar*
thòm thèm V *to crave*
thong thả **1** ADJ *comfortable*
   2 ADV *unhurriedly*
thổi V *to blow*
thổn thức V *to sob*
thống khổ N *suffering*
thông minh ADJ *intelligent*
thơ thẩn V *to wander*
thơm tho ADJ *aromatic, fragrant*
thú tội V *to admit one's fault*
thú vị ADJ *interesting, pleasant*

thú vui N *hobby*
thủ phạm N *culprit*
thủ thỉ V *to talk in a soft and intimate manner*
thùng công đức N *charity box*
thúng N *large basket*
thủng ADJ *holed, pierced*
thủng thỉnh ADV *unhurriedly*
thuở hàn vi N *period of poverty*
thuỷ cung N *river palace, sea palace*
thuỷ ngân N *mercury*
thuỷ phủ N *water world*
thuỷ quái N *sea monster*
thuỷ tề N *water world*
thuỷ vương N *the sea god*
thuyên giảm V *to improve (illness)*
thuyền rồng N *royal boat*
thuyết phục V *to persuade*
thư sinh N *student*
thử tài V *to have one's talent tested*
thưa V *to speak respectfully*
thưa thớt ADJ *sparse*
thừa ADJ *extra, redundant*
thừa hưởng V *to inherit*
thừa tự V *to inherit*
thực hư N *myths and facts*
thực là ADV *truly, really*
thực tài N *real talent*
thương gia N *merchant*
thương hại V *to pity*
thương khách N *customer*
thương tình V *to sympathize*
thương yêu V *to love*
thương vụ N *business*
thưởng trăng V *to enjoy the moonlight*
tị nạnh V *to fight over tasks*
tiếc thương V *to mourn*
tiếm ngôi V *to dethrone*
Tiên Dung N *"Fairy's Beauty"*
tiền cúng dường N *offering money*
tiền phạt N *fine*
tiện nghi N *comforts, conveniences*
tiện tay ADV *while at it*

tiếp v *to receive*

tiếp đến ADV *next, subsequently*

tiếp khách v *to welcome a guest or customer*

tiếp tục v *to continue*

tiêu diệt v *to wipe out*

tiêu điều ADJ *dreary*

tiêu xài v *to spend money*

tiều phu N *woodcutter*

tiều tuy ADJ *ravaged*

tin cậy v *to trust*

tin tức N *news*

tin tưởng v *to trust*

tinh khiết ADJ *pure*

tinh khôn ADJ *clever*

tinh thần N *spirit*

tinh tươm ADJ *fresh*

tình cờ ADV *by chance*

tình hình N *situation*

tình huynh đệ N *brotherhood*

tình nhân N *lover*

tình thật ADV *honestly*

tình tự v *to talk intimately*

tính tình N *personality*

tính xấu N *vice, bad habit*

tỉnh N *province*

tỉnh ngộ ADJ *disillusioned*

tỉnh ngủ ADJ *awake*

tiu nghỉu ADV *disappointedly*

tò mò ADJ *curious*

tỏ ra v *to appear, look*

tò te ADJ *horn sounding*

to tiếng v *to raise one's voice*

to tướng ADJ *huge*

toả ra v **1** *to emit* **2** *to span out*

toan v *to attempt*

tố cáo v *to report*

tổ ấm N *family*

tồi tàn ADJ *shabby*

tối sầm v *to darken*

tội khi quân N *contempt of the king*

tội N *crime, sin*

tội nghiệp ADJ *pitiful*

tôm N *shrimp*

tơ hào v *to take, touch*

tơ tưởng đến v *to think about*

tơi tả ADJ *ragged*

tống v *to throw, shove*

tốp N *group*

tốt bụng ADJ *kind-hearted*

tột cùng ADJ *extreme*

tra hỏi v *to question*

trả oán v *to revenge*

trả ơn v *to pay back a favor*

trai tráng N *young men*

trái lại ADV *on the contrary*

trải qua v **1** *to spend* **2** *to undergo*

tràn trề ADV *overflowingly*

tráng lệ ADJ *magnificent*

trạng nguyên N *first doctoral candidate*

trang trọng ADJ *solemn*

tranh N *painting*

tranh giành v *to dispute*

trau dồi v *to improve*

trăn N *boa*

trăn trối v *to say one's last words*

trâm N *hairpin*

trầm ADJ *bass, low*

trầm mình v *to drown oneself*

trầm ngâm ADV *pensively*

trần gian N *world*

trần thế N *earthly world*

trần truồng ADJ *naked*

trấn an v *to calm down*

trận lụt N *flood*

trâu N *water buffalo*

tre N *bamboo*

trẻ thơ N *young children*

treo v *to hang*

treo giải thưởng v *to announce a reward*

trêu ngươi v *to provoke*

triều N *dynasty*

triều cống v *to offer tribute*

trịnh trọng ADV *solemnly*

triu mến ADJ *endearing*

tròm trèm ADV *nearly*

trong giây lát ADV *within moments*

trong suốt ADJ *transparent*
trọng đãi V *to treat ceremoniously*
trọng thể ADV *solemnly*
trót ADJ *inadvertent*
trổ tài V *to show off one's talent*
trôi qua V *to pass by, fly by*
trồi lên V *to surface (from under the water)*
trôn N *bottom*
trốn V *to hide*
trồng V *to plant, grow*
trơ tráo ADV *shamelessly*
trơ trọi ADJ *lonely*
trớ trêu ADJ *ironic*
trở mặt V *to have a change of heart*
trở nên V *to become*
trung thần N *loyal subject*
trùng phùng V *to encounter again*
trúng tên V *to get hit by an arrow*
truy tặng V *to grant posthumously*
truyền V **1** *to give an order*
  2 *to transmit*
truyền ngôi V *to pass the throne*
truyền thống N *tradition*
trừng trị V *to punish*
trứng N *egg*
trườn V *to sprawl*
trưởng thành V *to come of age*
trượt chân V *to slip*
tuẫn tiết V *to commit suicide*
tuấn tú ADJ *intelligent*
túc trực V *to keep watch*
túi ngủ N *sleeping bag*
tủi thân V *to feel sorry for oneself*
tủm tỉm cười V *to smirk*
tung tin V *to spread the news*
tung toé ADJ *splashing*
túng bấn ADJ *poor*
tụng kinh V *to chant prayers*
tuổi cập kê N *coming of age*
tuốt gươm ra V *to unsheathe a sword*
túp lều N *hut*
tuy vậy CONJ *however*
tuyên bố V *to announce*

tuyệt nhiên không ADV *absolutely not*
tuyệt tác N *masterpiece*
tuyệt trần ADJ *heavenly*
tuyệt vọng ADJ *desperate*
tức mình ADJ *angry*
tư dinh N *residence*
tư lự ADJ *pensive*
tư thông V *to have an affair*
từ biệt V *to bid farewell*
từ chối V *to refuse*
từ giã V *to say good-bye*
tứ tung ADV *topsy-turvy*
tử tế ADJ *kind*
tự tiện ADV *without permission*
tự trầm V *to drown oneself*
tự vận V *to see*
tự vẫn V *to kill oneself*
tươi tốt ADJ *verdant*
tưới V *to water*
tưới nước V *to water*
tưng bừng ADV *jubilantly*
tươi xanh ADJ *lush*
tươm tất ADJ *well-cared*
tương đắc ADJ *in concord*
tương tư ADJ *lovesick*
tướng mạo N *countenance*
tướng quân N *general*
tưởng tượng V *to imagine*
tỳ nữ N *royal maid*
tỷ thí V *to compete*

U

ủ V *cover to keep warm*
uất hận ADJ *resentful*
uốn nắn V *to straighten*
uy nghi ADJ *majestic, dignified*
uy nghiêm ADJ *grave*
ủng hộ V *to support*

Ư

ưng thuận V *to agree*
ưng ý ADJ *pleased*
ứng thí V *to sit for an exam*

V

vác v *to carry on one's shoulder*
vách tranh N *thatch wall*
văn cảnh v *to go sightseeing*
ván N *game, match*
van v *to beg*
vang vọng v *to resonate*
vàng bạc N *gold and silver*
vay v *to borrow*
văn tài N *literary talent*
văn chương N *literature*
vặn lại v *to retort*
văng vẳng v *to resonate from afar*
vắng tanh ADJ *deserted*
vắng vẻ ADJ *desolate*
vận dụng v *to manipulate*
vấp chân v *to trip over one's feet*
vật chất N *materialism*
vẩy N *scale*
vẩy đuôi v *to wag the tail*
vẻ kiều diễm N *loveliness*
vẻ vang ADV *gloriously*
ven biển N *coast*
ven theo PREP *along*
vẹn toàn ADJ *flawless*
về đằng PREP *toward*
vết thương N *wound*
việc bếp núc N *cooking*
việc buôn bán N *business*
việc cần kíp N *urgent matter*
việc lặt vặt N *odd job*
vong linh N *soul*
vòng N *round*
vòng quanh ADV *around*
vòng tay v *to cross one's arms*
vô biên ADJ *boundless*
vô duyên ADJ *luckless*
vô hạn ADV *boundlessly*
vô hiệu ADJ *inefficient*
vô ích ADJ *useless*
vô ngần ADV *extremely*

vô phép ADJ *disrespectful*
vô số ADJ *innumerable*
vô tích sự ADJ *worthless*
vô tình ADJ *unintentional*
vô tri vô giác ADJ *insentient*
vô tư ADV *innocently, unsuspectingly*
vô vị ADJ *insipid, flat*
vồ v *to attack*
vồ vập ADV *anxiously*
vỗ tay v *to clap one's hands*
vốc N *handful*
vội ADV *hurriedly*
vốn liếng N *capital money, fortune*
vồn vã ADV *warmly*
vơ v *to grab*
vờ v *to pretend*
vớ v *to grab*
vỡ lẽ v *to realize*
vỡ mộng ADJ *disillusioned*
vơi ADJ *empty, not full*
vơi đi v *to become fewer and fewer*
vời v *to invite*
vớt v *to pull up from the water*
vù vù ADJ *gusty*
vũ khí N *weapon*
vụ kiện cáo N *lawsuit*
vua N *king*
vua cha N *the King Father*
vua Thuỷ Tề N *King of the River, King of the Sea*
vun vút v *to be fast (flying)*
vụng về ADJ *clumsy*
vuốt đầu v *to stroke one's hair*
vuột v *to slip off*
vừng N *sesame*
vườn thượng uyển N *royal garden*
vương giả ADJ *royal*
vương vất v *to linger*
vượt trội v *to surpass*
vứt v *to throw away*

X

xa cách ADJ *separated*
xa hoa ADJ *luxurious*
xa tít ADV *far-off*
xà nhà N *roof beam*
xã N *hamlet*
xác N *body, corpse*
xanh rờn ADJ *lush*
xao lãng V *to neglect*
xao xuyến ADJ *agitated*
xâm chiếm V *to invade*
xâm lấn V *to invade*
xấu bụng ADJ *black-hearted*
xấu hổ ADJ *ashamed*
xấu số ADJ *ill-fated*
xấu trai ADJ *not handsome*
xe mây N *cloud coach*
xẻ làm hai V *to cut in half*
xen vào V *to interrupt*
xế V *to decline*
xiêm y N *women's clothing*
xiêu lòng V *to become convinced*
xiêu vẹo ADJ *wobbly*
xin quẻ V *to ask for lots*
xinh trai ADJ *handsome*
xinh xắn ADJ *pretty*
xoá nợ V *to forgive a debt*
xoa V *to rub*
xoè tay V *to open one's hand*
xóm chài N *fishing hamlet*

xổng V *to get away*
xong xuôi V *finished*
xót V *to sympathize*
xuân xanh N *youth*
xúc động ADJ *moved*
xui xẻo ADJ *unlucky*
xúm lại V *to get together*
xuôi ngược ADV *back and forth*
xuống tóc V *to shave off one's hair*
xử phạt V *to judge and punish*
xử trảm V *to behead*
xử trí V *to deal with*
xưng V *to identify oneself; to address oneself*
xứng đáng ADJ *worthy*
xướng V *to originate (a poem)*

Y

y lời ADV *obediently*
ý chừng V *to seem*
ý định N *intention*
ý nghĩa N *meaning*
yên ấm ADJ *peaceful*
yên lặng ADV *quietly*
yên tâm ADV *without worry*
yên tĩnh ADJ *quiet, tranquil*
yến tiệc N *banquet*
yêu quái N *demon*
yêu quý ADJ *beloved*
yếu hèn ADJ *cowardly*

Idiomatic Expressions

A/Ă/Â

ai đời *who would*

an hưởng tuổi già *to enjoy one's golden years*

anh em kiến giả nhất phận *each sibling has his or her own fate*

ăn chưa no, lo chưa tới *carefree*

ấy vậy mà *nonetheless*

B

ba chân bốn cẳng *(run) one's feet off*

bà con chòm xóm *relatives and neighbors*

bạc tình bạc nghĩa *unfaithful and ungrateful*

bắt tay vào việc *to set out doing something*

bấm đốt ngón tay *to count by using one's fingers*

biếng nói biếng cười *too sad to speak or laugh*

bỏ lỡ cơ hội *to miss an opportunity*

bóng chim tăm cá *without a trace*

bốc lấy bốc để *grab greedily*

bụng bảo dạ *to think to oneself*

buôn gian bán lận *to do dishonest business*

buôn may bán đắt *to have a successful business*

C

cả thầy lẫn tớ *both master and servant(s)*

cái nết đánh chết cái đẹp *beauty is only skin-deep*

cải tử hoàn sinh *to restore to life*

cày thuê cuốc mướn *to do farm work for a landlord*

chậm chạp *slowly*

chạy có cờ *to run one's feet off*

chạy thầy chạy thuốc *to search high and low for doctors and medicine*

chạy thục mạng *make a run for it; to run for one's life*

chân lấm tay bùn *to toil and moil*

chẳng hay *I was wondering*

chẳng nề hà gì mà không *would not mind doing something at all*

chẳng nghề ngỗng gì *unemployed*

chẳng qua là *to be nothing else but*

chắp cánh bay về trời *to wing one's way up to heaven*

chầu Thuỷ vương *to die in the ocean*

che nắng che mưa *to protect from sun and rain*

chỉ mỗi tội là *the only problem is*

chiều lại qua chiều *evening after evening*

chín tháng mười ngày *normal term of pregnancy*

chó treo, mèo đậy *hang up food from the dogs and cover it away from cats*

choàng tỉnh dậy *to wake up suddenly*

chung chăn kề gối *to share the marriage bed*

chưa dập bã trầu *in no time*

chưa đến nỗi *not as bad*

chưa hiểu ất giáp gì *cannot make heads or tails of anything yet*

chưa hiểu mô tê ra sao *not to have a clue yet*

chứng nào tật ấy *incorrigible*

có đầu có đuôi *from beginning to end*

có mắt không tròng *to fail to see something*

có tật giật mình *he who excuses himself, accuses himself*

con nhà lính tính nhà quan *to live beyond one's means*

công dung ngôn hạnh *skills, appearance, speech and behavior (the four attributes of a traditional woman)*

cơ man nào là *tons of*

cơm lành, canh ngọt *delicious dishes; (FIG.) harmony (in a marriage)*

cơm no ngày hai bữa *to have enough food every day*

cơm thừa canh cặn *leftovers*

của ăn của để *great wealth*

của ngon vật lạ *delicious and exotic foods*

của thiên trả địa *render to God the things that are God's*

cười ra nước mắt *to laugh on the wrong side of one's face*

D

dang tay dang chân *to stretch one's limbs*

dặn đi dặn lại *to advise repeatedly*

dằn lòng không được *cannot resist*

dâng hương cúng Phật *offer incenses to pay respect to Buddha*

dồn vào thế bí *to push to the wall*

dùi mài kinh sử *study diligently*

Đ

đã trót thì phải trét *in for a penny, in for a pound*

đại đăng khoa *to pass an examination*

đàn ca hát xướng *to sing and play musical instruments*

đánh một giấc *to lose oneself in slumber*

đau như xát muối *heart-broken*

đắp đổi qua ngày *to make ends meet*

đắt hàng như tôm tươi *to have a flourishing business*

đầu đuôi câu chuyện *the long and the short of it*

đầu tắt mặt tối *to be over head and ears in work*

đèn trời soi xét *to judge fairly*

đẹp cả người lẫn nết *beautiful inside and out*

đẹp như tiên nga giáng thế *as beautiful as a fairy*

đến tuổi cập kê *to come of age*

đi chữ đại, trở lại chữ vương *to walk away in the form of the Chinese character "đại," walk back in the form of the Chinese*

character "vương"

đi hỏi già, về nhà hỏi trẻ *when outside, get informed by the elderly; when at home, from the young*

đi thêm bước nữa *remarry (woman)*

đùi mài kinh sử *to study diligently*

đúng như lời hứa *as promised*

được cái là *for what it's worth*

G

ghen bóng ghen gió *unfoundedly jealous*

giàu vì bạn, sang vì vợ *a man becomes rich thanks to his friends, and classy thanks to his wife*

giăng đèn kết hoa *to be festooned with*

giết lợn mổ gà *to slaughter pigs and chickens*

giống như tạc *to resemble greatly*

gương vỡ lại lành *the broken pieces have been mended*

H

hẵng hay *up till then*

học đâu nhớ đấy *to have a good memory for learning*

hỏi cho ra lẽ *to ask for explanation*

hồn phi phách tán *completely startled*

hư thân mất nết *promiscuous*

K

kẻ hầu người hạ *servants and lackeys, countless servants*

kẻ trước người sau *one after another*

kể lại ngọn ngành *to tell from beginning to end*

kể từ hôm ấy *from that day on*

kết duyên cầm sắt *to tie the knot*

kết liễu mạng sống *to put an end to one's life*

kêu trời như bọng *to cry out to God*

khai hoa nở nhụy *to give birth*

khắc nhập! *come together immediately!*

khắc xuất! *come apart immediately!*

khất lần khất hồi   *to keep asking for a delay*

khó ai bì   *no one can compare*

khô cằn sỏi đá   *barren*

không ai bì kịp   *nobody can compete with*

không biết bao nhiêu mà kể   *impossible to count*

không bút mực nào tả xiết   *indescribably*

không cánh mà bay   *taken or stolen mysteriously*

không chồng mà chửa   *to be pregnant without being married*

không gặp thời   *to miss one's opportunities*

không một xu dính túi   *penniless*

không nói không rằng   *without a word*

không tài nào   *completely unable*

khuất núi   *to pass away*

kiếm sống qua ngày   *to earn one's living from day to day*

kiếm tiền độ nhật   *to earn one's living from day to day*

kinh thiên động địa   *causing Heaven to tremble and Earth to quake*

kỳ hoa dị thảo   *exotic flora*

L

lãi mẹ đẻ lãi con   *profits yielded from profits*

làm ăn chí thú   *to work enthusiastically*

làm ăn thua lỗ   *to suffer losses in business*

làm lại cuộc đời   *to start one's life anew*

làm quái gì   *how in the world could it be that ...*

làu thông kinh sử   *literally knowledgeable*

lắm tiền nhiều của   *having a lot of money and property*

lặn lội đường xa   *to go the distance*

lâu ngày xa cách   *apart for a long time*

lâu, lâu lắm rồi   *long, long ago*

lạy như tế sao   *to kowtow repeatedly*

lời nói gió bay   *(the written word endures), the spoken word disappears*

lời qua tiếng lại   *words passed between them*

M

mau ăn, chóng lớn   *to grow up fast*

mặt ủ mày chau   *in a sad mood*

miệng còn hôi sữa   *to be wet behind the ears*

môn đăng hộ đối   *compatible in social class and family status*

một dạ hai lòng   *two-faced*

một giọt máu đào hơn ao nước lã   *blood is thicker than water*

một mặt..., một mặt...   *on the one hand ..., on the other hand ...*

một thân một mình   *by oneself*

một vốn bốn lời   *to be the cash cow*

mừng mừng tủi tủi   *feeling bitter-sweet*

mười mươi   *one hundred percent*

N

nam nữ thụ thụ bất thân   *men and women must not have physical contact*

nay tiệc mai tùng   *partying all the time*

nấu sử sôi kinh   *to study diligently*

nếu có bề gì   *should anything happen*

ngã sóng soài   *to fall down at full length*

ngày lành tháng tốt   *good date chosen for an activity based on the Lunar Calendar*

ngày ngày   *day in, day out*

ngày qua tháng lại   *month after month*

ngáy vang như sấm   *to snore like a bear*

ngặt nỗi   *the only problem is*

nghèo rớt mồng tơi   *as poor as a church mouse*

nghĩ ngợi lôi thôi   *to think long and hard unnecessarily*

ngọc ngà châu báu   *pearls and gems*

ngủ say như chết   *to sleep as a log*

người kiếm cơm   *bread winner*

người trần mắt thịt   *a mere mortal*

nhanh như cắt   *as fast as a shark*

nhắm mắt làm ngơ   *to look the other way*

nhắm mắt lìa trần   *to breathe one's last*

nhịn ăn nhịn mặc   *to be very thrifty*

như bát nước đầy   *with the fullest propriety toward one another*

như nước vỡ bờ   *like water from a broken dam*
như rươi   *as crowded as it gets*
nối dõi tông đường   *to continue one's lineage*
nổi trận lôi đình   *to be in a black cloud of anger; to go through the roof*
nửa mừng nửa sợ   *partly happy, partly scared*
nương nhờ cửa Phật   *to take shelter in a Buddhist temple*

P
phòng không gối chiếc   *unmarried (woman)*

Q
quyền cao chức trọng   *powerful position*
quyền huynh thế phụ   *an eldest brother's acting on behalf of his father*

R
ra tay cứu độ   *to give a helping hand*
râu tóc bạc phơ   *completely gray-haired*
rừng thiêng nước độc   *inviolable forests and harmful water*
rượu chè cờ bạc   *drinking and gambling*
rượu chè, bài bạc   *drinking and gambling*
rượu vào lời ra   *a drunk mind speaks a sober heart*

S
say giấc   *to sleep soundly*
sắc nước hương trời   *utterly beautiful*
sắp chết đuối vớ được chiếc phao   *like a drowning man trying to clutch at a straw*
sinh nghi   *to begin to doubt*
sinh lòng luyến ái   *to fall in love*
sinh lòng trăng gió   *to become unfaithful*
sinh sôi nảy nở   *to grow exponentially*
sống đến đầu bạc răng long   *to live till the end of one's life*
sợ mất vía   *scared to death*

sớm muộn gì   *sooner or later*
suy nghĩ lung lắm   *think long and hard*

T
tai qua nạn khỏi   *safe from accidents and disasters*
tán gia bại sản   *to go bankrupt*
tay xách nách mang   *to be burdened with baggage*
tâm đầu ý hợp   *hit it off*
tấm tắc khen ngợi   *to praise profusely*
tập ăn tập nói   *to learn to eat and to speak*
tậu ruộng tậu vườn   *to purchase land and property*
than thân trách phận   *to lament one's fate*
thành gia thất   *to get married*
thay lòng đổi dạ   *to have a change of heart*
thăng quan tiến chức   *to get promoted*
thân cô thế cô   *helpless, vulnerable*
thầm yêu trộm nhớ   *to be secretly in love*
thần sầu quỷ khốc   *awe-inspiring*
thất kinh hồn vía   *to scare out of one's wits*
thật thà như đếm   *as naïve as Adam and Eve*
thâu đêm suốt sáng   *all night long*
thủ tiết thờ chồng   *to stay faithful to a deceased husband*
tiếc ngẩn tiếc ngơ   *to regret profoundly*
tiền bạc thiếu trước hụt sau   *in dire need of money*
tiểu đăng khoa   *to get married (man)*
tô lục chuốc hồng   *to apply makeup*
tối lửa tắt đèn   *unexpected situation*
tránh dữ tìm lành   *to tell right from wrong*
tranh tài cao thấp   *to compete with each other*
trau dồi bút nghiên   *to study diligently*
trăm phát trăm trúng   *never missing a target*
trăm phương ngàn kế   *tricks and ruses*
treo ấn từ quan   *to resign by returning one's official seal*
trên đường ngược xuôi   *along one's travel route*

trên kính dưới nhường   *to respect superiors and yield to inferiors*

trọn tình trọn nghĩa   *accomplished love and righteousness*

trong nhà ngoài ngõ   *in and outside of the house*

trùng trùng điệp điệp   *row after row*

trúng ngay phóc   *to hit the target*

tu thân tích đức   *to live a moral life*

tụng kinh gõ mõ   *to chant prayers (while beating a wooden bell)*

từ chuyện này sang chuyện nọ   *from one thing to another, ramblingly*

từ cung trăng rơi xuống   *to jump out of one's skin*

từ đó trở đi   *from then on*

V

vang như sấm   *sounding like thunder*

văn hay chữ giỏi   *academically competent*

văn võ song toàn   *all-round, well-rounded*

vò đầu bứt tai   *to tear one's hair out*

vô tiền khoáng hậu   *unprecedented*

X

xa lánh sự đời   *to stay away from worldly matters*

xây nhà dựng cột   *to build a house*

xưa thật là xưa   *long, long ago*

Y

y như rằng   *without fail*

ý chừng   *as if*

References

Công-Huyền-Tôn-Nữ, Nha-Trang. *Vietnamese Folklore; an Introductory and Annotated Bibliography*, Berkeley, Center for South and Southeast Asia Studies, University of California, 1970

Crawford, Ann Caddell. *Customs and Culture of Vietnam*. Tokyo: Charles E. Tuttle Co. 1966

Dương, Quảng Hàm. *Việt Nam văn học sử yếu*, Nhà xuất bản Trẻ, Saigon, 2005

Hamilton, Roy W. *The Art of Rice: Spirit and Sustenance in Asia* / with contributions by Aurora Ammay, Los Angeles: UCLA Fowler Museum of Cultural History, 2003

Ho Tai, Hue-Tam. *Religion in Vietnam: A World of Gods and Spirits*. Asia Society, 2008

Huynh, Dinh Te. *Introduction to Vietnamese Culture*, San Diego: Multifunctional Resource Center, San Diego State University, 1987

Karnow, Stanley. *Vietnam: A History*. Vol. 122. Random House, 1994

Kim Định. *Nguồn gốc văn hoá Việt Nam*, New Orleans: Dân Chúa, 1982

Lê, Duyên Hạc Thái Ất. *Văn hoá Việt Nam*, Westminster, CA: Vietnamese Culture, 2003

Maspero, G. *The Champa Kingdom*, Bangkok: White Lotus Co., Ltd. 2002

Moore, Charles Alexander. *The Chinese mind: Essentials of Chinese philosophy and culture*. University of Hawaii Press, 1967.

Nguyen, Dinh-Hoa, Nguyen, Ngọc-Bích, William, N. *Some Aspects of Vietnamese Culture*, Ill.: Center for Vietnamese Studies, Southern Illinois University at Carbondale, 1972

Nguyễn, Đình-Hoà. *Vietnamese*, John Benjamins Publishing Co., 1997

Nguyễn, Đổng Chi. *Kho tàng truyện cổ tích Việt Nam*. Nhà xuất bản Giáo dục, 2000

Nhat Thanh. *Đất lề quê thói*, Sống Mới, Fort Smith, Arkansas, 1968

Phạm, Kim Vinh. *The Vietnamese Culture: an Introduction*: The Pham Kim Vinh Research Institute (Solana Beach, Calif.: PM Enterprises), 1990

Phạm, Kim Vinh. *Vietnam – A Comprehensive History*, The Pham Kim Vinh Research Institute (Solana Beach, Calif.: PM Enterprises), 1992

Phạm, Văn Bích. *The Vietnamese Family in Change: the Case of the Red River Delta*, Richmond, England: Curzon Press, 1999

Rambo, A. Terry. *Searching for Vietnam: Selected Writings on Vietnamese Culture and Society*, Kyoto, Japan: Kyoto University Press; Melbourne, Vic., Australia: Trans Pacific Press, 2005

Slote, Walter H. and De Vos, A. George (eds.) *Confucianism and the Family*, Albany, N.Y.: State University of New York Press, 1998

Thích, Thiên-An. *Buddhism & Zen in Vietnam: In Relation to the Development of Buddhism in Asia*. Tuttle Publishing, 2013

Tingley, Nancy. *Arts of Ancient Viet Nam: from River Plain to Open Sea*, with essays by Andreas Rei, Houston: Asia Society and the Museum of Fine Arts, Houston; New Haven: Distributed by Yale University Press, 2009

Toan Ánh. *Nếp cũ* – (5 volumes): Nhà xuất bản Trẻ, Saigon, 2005

Audio Tracklist

How to Download the Audios of this Book.

1. You must have an internet connection.
2. Type the URL below into your web browser.

http://www.tuttlepublishing.com/vietnamese-stories-for-language-learners-downloadable-cd-content

For support email us at info@tuttlepublishing.com.

"Books to Span the East and West"

Tuttle Publishing was founded in 1832 in the small New England town of Rutland, Vermont [USA]. Our core values remain as strong today as they were then—to publish best-in-class books which bring people together one page at a time. In 1948, we established a publishing office in Japan—and Tuttle is now a leader in publishing English-language books about the arts, languages and cultures of Asia. The world has become a much smaller place today and Asia's economic and cultural influence has grown. Yet the need for meaningful dialogue and information about this diverse region has never been greater. Over the past seven decades, Tuttle has published thousands of books on subjects ranging from martial arts and paper crafts to language learning and literature—and our talented authors, illustrators, designers and photographers have won many prestigious awards. We welcome you to explore the wealth of information available on Asia at **www.tuttlepublishing.com**.